यशवंतराव चव्हाण यांचे समाजकारण

रा. ना. चव्हाण

संपादक
श्री. रमेश चव्हाण

डायमंड पब्लिकेशन्स

यशवंतराव चव्हाण यांचे समाजकारण
रा. ना. चव्हाण

Yashawantrao Chavhan yanche samajkaran
R. N. Chavan

प्रथम आवृत्ती : ऑक्टोबर २०१०

ISBN 978-81-8483-501-4

© रमेश रा. चव्हाण

अक्षरजुळणी
सौ. आसावरी महाजन, पुणे

मुखपृष्ठ
शाम भालेकर

मुद्रक
Repro India Ltd, Mumbai.

प्रकाशक
डायमंड पब्लिकेशन्स
१२५५ सदाशिव पेठ
लेले संकुल, पहिला मजला
निंबाळकर तालमीसमोर, पुणे ४११ ०३०.
☎ ०२० – २४४५२३८७, २४४६६६४२

diamondpublications@vsnl.net
www.diamondbookspune.com

प्रमुख वितरक
डायमंड बुक डेपो
६६१ नारायण पेठ, अप्पा बळवंत चौक
पुणे ४११ ०३०. ☎ ०२० – २४४८०६७७

क्रांतिज्योती सावित्रीबाई फुले यांच्या काव्यफुलास...

मानव व सृष्टी

पाऊस पडला शिवारात या निर्मल झाली सृष्टी

फळाफुलांना कडधान्यांना पोषक देई पुष्टी

झिमझिम येई पाउस पडतो बहरली सृष्टी सारी

फळाफुलांचा वेलबुट्टीचा नेसते शालू भारी

कोकिळ गाते कुहूकुहूनी मोर डोलुनी नाचे

फुलाभोवती आनंदाने फिरती भुंगे चाचे

सुंदर सृष्टी सुंदर मानव सुंदर जीवन सारे

सद्भावाच्या पर्जन्याने बहरुनी टाकू ''वा'' रे

मानवी जीवन हे विकसू या

भय चिंता सारी सोडुनि या

इतरा जगवू स्वत: जगू या

मानवप्राणी निसर्गसृष्टी द्वय शिक्क्याचे नाणे

एकच असे ते म्हणुनि सृष्टिला शोभवु मानव लेणे

('सावित्रीबाई फुले वाङ्मय' 'काव्यफुले' पान १७ नधून उद्धृत)

अनुक्रम

संपादकीय मनोगत श्री. रमेश चव्हाण ....पाच

प्रस्तावना डॉ. विश्वास नाईकनवर ....बारा

पुरस्कार श्री. प्रकाश रा. पवार .... सोळा

अभिप्राय डॉ. बाबा आढाव ....सव्वीस

१) बहुजन समाजाची चळवळ आणि यशवंतराव चव्हाण १

२) यशवंतरावांचे समाजकारण १७

३) Y. B. Chavan-Critical Study ५३

४) यशवंतरावांचे समाजकारण ६३

५) महाराष्ट्राचा जाणता राजा ७२

६) वाचकांच्या पत्रव्यवहारातील यशवंतराव चव्हाण ७५

७) परिशिष्टे

    १) लोकनेते यशवंतराव चव्हाण यांची वैचारिक बैठक,
    विचार व संस्कार ७९

    २) लोकनेते यशवंतराव चव्हाण यांचा जीवनपट ८५

    ३) माझ्या आठवणींतील 'साहेब' श्री. रमेश चव्हाण ८८

    ४) यशवंतरावांचे पत्र ९३

    ५) 'पुढारी व विवेकवंत' लेखक–रा. ना. चव्हाण ९४

८) निवेदन व ऋणनिर्देश १०७

९) लेखकपरिचय १०८

१०) प्रस्तावनालेखक परिचय ११०

११) अभिप्राय ११२

संपादकीय मनोगत

लेखसंकलनाची उद्दिष्टे

महाराष्ट्रातील एक प्रबोधनचळवळीचे अभ्यासक माझे वडील दिवंगत रा. ना. चव्हाण यांच्या वैचारिक लेखसंकलनाचे हे अठरावे पुष्प वाचकांच्या, अभ्यासकांच्या हातात देतांना अतीव आनंद व समाधान होत आहे. पितृकार्य वाढीस लावणे, सामाजिक ऋणातून मुक्त होण्याचा यथाशक्ति प्रयत्न करणे या दोन भावना जोपासत हे अल्पसे कार्य गेली १७ वर्षे सातत्याने 'चव्हाण कुटुंबीय' स्वखर्चाने व स्वावलंबनाने करत आहे. संस्कार, सत्संग व व्यासंग या बलस्थानातून निर्माण झालेले 'रा. ना.'यांचे समाजहितैषी, मूलगामी, साक्षेपी चिंतन, लेखन हा आम्हांस लाभलेला सधन वारसा आहे. हे समाजधन, पितृधन महाराष्ट्राच्या सामाजिक इतिहासाच्या दृष्टीने 'ठेवा' आहे. म्हणून नैतिक कर्तव्याच्या जाणिवेतून, त्यांचे लेख संकलित करून ठेवत आहे. आतापर्यंत १८ ग्रंथांतून जवळजवळ ४१०० पानांचे लेखनसंकलन करण्याचा उपक्रम 'ईश्वरी कृपेने' अखंडपणे एक 'व्रत' म्हणून करत आहोत. हे प्रयत्न अभ्यासकांकडून, समाजाकडून, राज्यशासनाकडून उपेक्षित राहू नयेत हीच अपेक्षा.

'रा. नां.'ची जडणघडण

'रा. नां.' ची जडण-घडण वाई या ऐतिहासिक शहरात झाली. त्यांचा जन्म वाई येथे २९ ऑक्टोबर १९१३ साली शेतकरी कुटुंबात झाला. त्यांचे वडील (माझे आजोबा) नारायण कृष्णाजी चव्हाण हे उदारमतवादी, सामाजिक बांधिलकी मानणारे, आध्यात्मिक ग्रंथवाचनाची आवड असणारे होते. शिक्षणाची आवड, आस्था प्रथम-पासूनच त्यांच्याकडे होती. त्यांनी १९१९ ते १९३३ पर्यंत सत्यशोधक चळवळीचे नेतृत्व केले. त्यासाठी सर्वश्री बागडे, जेधे जवळकर, सोनोपंत कुलकर्णी, भाऊराव पाटील, पी. सी. पाटील, आनंदस्वामी, भास्करराव जाधव यांचे मार्गदर्शन लाभले. सत्यशोधक जागृतीतून सार्वजनिक मराठी मोफत वाचनालय, श्री शिवाजी जन्मोत्सव, म. फुले पुण्यतिथी उत्सव, वक्तृत्वोत्तेजक सभा, विराट मेळा (जलसा), विद्यार्थी मंडळ, अस्पृश्यतानिवारण व विद्यार्थी वसतिगृह अशी अनेक सामाजिक प्रगतीची कामे चालू केली. ही समाजजागृती करताना आक्रमक पवित्रा न घेता समंजसपणाची भूमिका घेऊन काम केले. महाराष्ट्राच्या सामाजिक जीवनात ब्राह्मणेतरांची चळवळ ही खळबळ उठवणारी घटना होती. त्यातून वाईसारख्या सनातनी गावात काम करणे हे दिव्य होते. त्यांनी ह्या चळवळीस विध्वंसक वळण न देता सात्त्विक व विधायक मार्गदर्शन केले.

याच काळात ते वाई नगरपालिकेचे सदस्य, अध्यक्ष झाले. वाई नगरपालिकेच्या १८५३ च्या स्थापनेनंतर बहुजन समाजातून आलेला पहिला नगराध्यक्ष होण्याचा मान त्यांना मिळाला. (१९२६ ते १९२९). शिक्षणप्रसाराची आवड म्हणून स्कूल बोर्डाच्या अध्यक्षपदी प्रदीर्घ काळ काम केले. १४ वर्षे ऑनररी बेंच मॅजिस्ट्रेट म्हणून त्यांनी नि:पक्षपातीपणे न्याय देण्याचे कार्य केले. खादीचा सक्रिय पुरस्कार करून असहकार चळवळीत काम करून काँग्रेसचे कामकाज केले. परंतु शाश्वत स्वरूपाचे कार्य करावे व शाश्वताच्या सेवेतून लोकसेवाकार्ये आणि लोकसंग्रह करावा हा निश्चय करून या हेतूच्या पूर्ततेसाठी 'प्रार्थना संघ' ४/७/१९३३ रोजी स्थापून पुढे गुरुवर्य महर्षी विठ्ठल रामजी शिंदे यांच्या मार्गदर्शनाखाली व सहयोगाने वाईस ब्राह्म समाजाची स्थापना केली व त्याद्वारे ब्राह्मधर्माची उच्चतम शिकवण खेड्यापाड्यांत पसरविण्याचे कार्य, अंधश्रद्धानिर्मूलनाचे कार्य, अस्पृश्योद्धाराचे कार्य हाती घेतले. याकरिता महर्षी वि. रा. शिंदे हे सहकुटुंब वाईस येऊन त्यांच्या घरी राहिले. गणपतराव कृष्णराव कदम वकील, बळवंतराव पवार, शंकर तुकाराम भोज, श्री. सखाराम बळवंत पाटणे, रा. कृ. बाबर, शंकरराव जेजुरीकर, पुंडलिकराव हैबतराव ठाकूर, ए. के. घोरपडे, बाबूराव पाडळे, पां.मा. येवले, माधवराव नलवडे, रा. ल. शिंदे वगैरे अनेक कार्यकर्ते या कार्यात काम करण्यासाठी झटले. एकपरीने वाईचा सत्यशोधक समाज वाई ब्राह्मसमाजात विलीन झाला.

लहान वयातच 'रा. नां.' च्यावर झालेल्या पितृसंस्कारांमुळे निर्माण झालेली वाचनाची आवड पुढे वर्धमान झाली. तुकारामांची गाथा त्यांना फार आवडत असे. त्यामुळेच ते १९३३ साली प्रार्थना समाज, ब्राह्मोसमाजाकडे आकृष्ट झाले. सत्यशोधकीय वृत्तपत्रांबरोबर त्यांना पंढरीनाथ पाटील यांनी लिहिलेले म. फुले चरित्र सन १९२७ साली वाचावयास मिळाले. अशा प्रकारच्या वाचनाच्या आवडीतून चिंतन, चिंतनातून मनन व मननातून लेखन असा प्रवास होत असताना त्यावेळच्या सामाजिक, धार्मिक, राजकीय जागृतीचा मोठा परिणाम त्यांचेवर झाला. समाजनिरीक्षण प्रखर होऊ लागले. अनेक विचारवंतांची व्याख्याने ऐकण्याचे योग त्यांना मिळाले. १९३४ मध्ये पुण्यास पुढील शिक्षणासाठी गेले. तेथे तीन चार वर्षे कर्मवीर विठ्ठल रामजी शिंदे यांच्याशी त्यांच्या घरीदारी सहवास प्राप्त झाला. त्यामुळे त्याग, निष्ठा व कळकळ यांचा ठसा त्यांच्या मनावर उमटला. महर्षी विठ्ठल रामजी शिंदे यांच्या विचारातून तौलनिक व समन्वयवादी लेखन करण्याची दिशा त्यांना मिळाली. गुरुवर्यांच्या आज्ञेने समाजप्रबोधन हे लेखनाचे कायमचे वर्धमान ध्येय बनविले. सन १९४४ नंतर वाईचे प्रकांड पंडित तर्कतीर्थ लक्ष्मणशास्त्री जोशी यांचा सहवास लाभला. त्यातून एकोणिसाव्या शतकातील प्रबोधनाचे

चिंतन विकास पावले. त्यांच्या व्यासंगाने वैचारिक पिंड पक्का झाला. प्रगल्भता आली. ब्राह्मसमाज व सत्यशोधक समाज यांचे ते जोड प्रचारक बनले. महात्मा फुले यांचे कार्य व सत्यशोधक चळवळीची वैचारिक बैठक-तत्त्वज्ञान विशद करण्याचा वसा त्यांनी आयुष्यभर सांभाळला.

या लेखसंग्रहाचे प्रयोजन

१ मे १९६० रोजी मुंबईसह 'मराठी' भाषिक महाराष्ट्र राज्याची स्थापना झाली. १ मे २०१० रोजी या घटनेस ५० वर्षे पुरी झाली. संपूर्ण वर्ष 'सुवर्णमहोत्सवी वर्ष' म्हणून साजरे होत आहे. हा एक ऐतिहासिक टप्पा आहे. याप्रसंगी पुरोगामी महाराष्ट्राची वाटचाल, राज्यनिर्मितीच्या वेळचे संकल्प-उद्दिष्टे या सर्वांचे मूल्यमापन सर्व स्तरांवर होणार, हे उचितही आहे. या सिंहावलोकनास ज्यांनी संयुक्त महाराष्ट्राचा मंगल कलश आणला व या राज्याची धुरा पहिले मुख्यमंत्री म्हणून सांभाळून सर्वांगीण विकासाची दिशा दिली, प्रगतिपथाचे नियोजन केले, त्या लोकनेते यशवंतराव चव्हाण ज्यांना 'आधुनिक महाराष्ट्राचे शिल्पकार' म्हणून संबोधितात, त्यांचे योगदान, संकल्पना यांचा विचार करणे अपरिहार्य आहे. कारण या विचारवंत विवेकवंताने आपल्यासाठी काही स्वप्ने पाहिली होती. विकासाची दृष्टी दिली होती. भावी वाटचालीची वाटचाल करताना या दृष्टीपासून आपण दूर गेलो नाहीना याचेसुद्धा आत्मपरीक्षण करणे योग्य होणार आहे. प्रस्तुत लेखसंग्रहात ही दृष्टी, विचार कशा प्रकारची होती, ती कशाप्रकारे घडली याचे विश्लेषण 'रा. नां.'नी केले आहे.

यशवंतराव चव्हाण यांनी राष्ट्रकारण, सत्ताकारण वा राजकारण प्रामुख्याने केले, हे खरे; पण त्याचा पाया निकोप समाजकारणाचा कसा होता; हे सदरच्या पुस्तकात विशद केले आहे. त्यांच्या व्यक्तिमत्त्वाच्या विकासामध्ये समाजात आजूबाजूला घडणाऱ्या घटना, आई विठाबाई व बंधू गणतपराव यांचे संस्कार त्यांचेवर परिणाम करत होते. परंतु स्वतंत्र बाण्याने अंगभूत विवेकशक्तीच्या आधारे त्यांनी व्यापकपणे 'भूमिका' घेऊन वाटचाल केली; ही त्यांची वैचारिक जडणघडण या पुस्तकात 'रा. नां.'नी विशद केली आहे. १००% राजकारणात राहूनसुद्धा त्यातील राजकारण १०% व समाजकारण ९०% अशीच त्यांची वाटचाल झाली, याचे प्रत्यंतर हे पुस्तक देईल. त्यामुळे या पुस्तकाचा मथळा 'यशवंतराव चव्हाण यांचे समाजकारण' असाच दिला आहे. एकाच व्यक्तीवरील सर्व लेख असल्याने पुनरुक्तीचा दोष आहे, याची जाणीव आहे. परंतु त्यामुळे त्यांचे समाजकारण समजून घेण्यास अधिक मदत होणार आहे. वाचकांचा पत्रव्यवहार या सदरात आलेली काही दैनिकांतील पत्रे या पुस्तकात समाविष्ट केली आहेत. वेळोवेळी आलेल्या 'रा. नां.'च्या प्रतिक्रियेमधून यशवंतराव यांची समाजकारणाची

दृष्टी 'रा.ना.' स्पष्ट करताना दिसतात. 'रा.ना.' यशवंतरावांच्या समकालीन होते, ते तटस्थपणे साक्षेपाने त्यांची वाटचाल पहात होते व लिहीत होते, त्यामुळे या पुस्तकाचे वेगळे महत्व वाचकांच्या लक्षात येईल.

या पुस्तकात 'रा.ना.' यांनी केलेल्या विश्लेषणास ''कृष्णाकाठ'' या आत्मचरित्राचा उपयोग केला आहे. त्यांनी नोंदवलेली त्यांच्या विचाराची तथ्ये अधिक स्पष्ट व्हावीत म्हणून या परिशिष्ट एक मध्ये 'यशवंतरावांच्या भाषणांतील, लिखाणांतील काही उतारे (quotes) उदारहरणादाखल दिले आहेत. हे उतारे तीस-पस्तीस वर्षांतील, त्या कालखंडातील आहेत. त्यावरून त्यांच्या वैचारिक परिपक्कतेचा पाया किती परिपूर्ण व पुढे प्रगल्भ होत गेला; हे समजून येते. धर्मनिरपेक्षता, लोकशाही, समाजवाद आणि नियोजन हे त्यांच्या राजकीय नीतीचे आधार राहिले. त्यामुळेच त्यांना त्यांच्या व्यक्तिमत्त्वाचा ठसा इतिहासात नोंदविता आला.

यशवंतराव चव्हाण यांच्या व्यक्तिमत्त्वाचे पैलू

पुस्तकाच्या संकलनाचे कामकाज करताना माझ्या वाचनात 'यशवंतराव चव्हाण' यांच्यावरील अनेक पुस्तके आली, त्यांच्या व्यक्तिमत्त्वातील, स्वभावातील अनेक पैलू लक्षात आले. 'रा. नां.' नी त्यांचे विवरण केले आहे. तरीसुद्धा मी त्याचा गोषवारा खाली देत आहे.

स्वतंत्र, सावध, चिकित्सक, चोखंदळ व हुषार बुद्धी;
साधक-बाधक विचार, सदसद्विवेकबुद्धी, शुद्ध विचार;
आशावादी दृष्टिकोन, जिद्दी व कष्टाळू स्वभाव
वर्धमान वाचन, शिक्षणाची आवड व लोकसंग्राहक वृत्ती
मूलभूत व विधायक दृष्टीतून निवडलेली अखिल-भारतीय दृष्टी व राष्ट्रीय वृत्ती, देशभक्ती;
ध्येयावर प्रामाणिक निष्ठा, प्रचंड सहनशक्ती व सचोटी. संवेदनशीलता;
मृदुता, नम्रता, शिष्टाचार, शांत व गंभीर स्वभाव, साहित्य, कला व क्रीडा यांचा छंद.
समन्वयवादी वृत्ती, पूर्वग्रहत्याग वृत्ती, संघर्ष टाळणारा स्वभाव, संयम, जातिभेदातीत दृष्टी, सर्वधर्मसमभाव, सृजनशीलता;
व्यक्तिस्वातंत्र्यवादी दृष्टी, इतरांच्या मताचा आदर करण्याची वृत्ती;
सर्वांना बरोबर घेऊन जाण्याची वृत्ती;
अपरिग्रहता, निःस्वार्थ वृत्ती, प्रेमळ स्वभाव;
उत्तम प्रशासकीय गुण, समाजाभिमुख प्रशासन व नेतृत्वकौशल्य;

संघटनाकौशल्य;

आई विठाबाई व बंधू गणपतराव यांचे संस्कार;

म. फुले, राजर्षी शाहू, महर्षी वि. रा. शिंदे, भारतरत्न डॉ. आंबेडकर यांची पुरोगामी दृष्टी; टिळक, गांधी, नेहरू यांच्यावरची निष्ठा; पक्षशिस्त, पक्षनिष्ठा;

सामान्य माणसाचा विकास हेच ध्येय.

वरील गुणसमुच्चयातून त्यांनी स्वसामर्थ्यावर स्वतःचे व्यक्तिमत्त्व व वैचारिक ठेवण सिद्ध करून; स्वतःला, समाजाला व पक्षाला तात्त्विक नैतिक अधिष्ठान दिले, कार्यकर्त्यांना उदात्त ध्येयवाद दिला. यातूनच सत्तासोपानावरची उत्तुंग शिखरे त्यांनी पादाक्रांत केली. मिळालेली सत्ता विचारपूर्वक लोकहितार्थ वापरण्याची पराकाष्ठा केली. विकासाचे धोरण, प्रगतीचे नियोजन करताना व्यापक समाजकारण हे साध्य-ध्येय नजरेआड होऊ दिले नाही. त्यामुळे महाराष्ट्राची याच पायावर जडणघडण होऊन ते एक प्रगत राज्य, पुरोगामी राज्य म्हणून नावारूपास आले.

आजच्या जागतिकीकरणाच्या कालखंडात आणि बाजारपेठी अर्थकारणाला महत्त्व लाभण्याच्या काळात नियोजन, धोरणे व अंम्लबजावणी यांची विविध आव्हाने समोर उभी आहेत. समाजव्यवस्थासुद्धा बदलत आहे. त्यामुळे विकासाची गती राखणे हे महत्त्वाचे आव्हान आहे. त्यामुळे सत्ताकारणातील व्यक्तींना फार मोठी वैचारिक परिपक्वता एकसंघपणे उभी करावी लागणार आहे आणि असे नेतृत्व सर्व पातळ्यांवर निर्माण करण्यासाठी 'यशवंतराव चव्हाण' यांचे चरित्र मार्गदर्शन करणारे आहे.

परिशिष्ट क्र. ५ मध्ये रा. ना. चव्हाण यांचा ''पुढारी व विवेकवंत'' हा लेख ''यशवंतराव चव्हाण'' यांना 'आदर्श प्रारूप' ठेऊन लिहिला असल्याचे जाणविल्याने राजकीय कार्यकर्त्यांचे प्रशिक्षण व्हावे, म्हणून उद्धृत केल आहे.

एक अभिनंदनीय उपक्रम

माझे धाकटे बंधू श्री. शरद चव्हाण यांनी ११ एप्रिल १९८५ साली कै.यशवंतराव यांचे स्मारक वाईत व्हावे म्हणून 'यशवंतराव चव्हाण ज्ञान विज्ञान मंडळ,' वाई (रजि. नं. ८६१) स्थापन करण्यात पुढाकार घेऊन आजपर्यंत विविध सामाजिक उपक्रम चालू ठेवले आहेत. त्यांत वैद्यकीय शिबिर, वासंतिक वर्ग, गणवेश, वह्या, पुस्तकवाटप; व्याख्यानमाला वगैरे यांचा अंतर्भाव आहे. रौप्यमहोत्सवी वाटचाल पुरी करणाऱ्या व सामाजिक बांधिलकीतून चाललेल्या या उपक्रमास श्री. शरद चव्हाण व कार्यकारी मंडळातील त्यांचे सहकारी यांना हार्दिक शुभेच्छा.

आदरांजली

नुकतेच निधन पावलेले प्रसिद्ध उद्योगपती व नाणावलेले बांधकाम व्यावसायिक

श्री. बी. जी. शिर्के यांना 'रा. नां.'च्या विषयी एक वेगळ्या प्रकारची आस्था व जिव्हाळा होता. ते नेहमी सामाजिक बांधिलकीतून प्रोत्साहन देत. त्यांना आदरपूर्वक श्रद्धांजली अर्पण करतो.

नुकतेच रा. ना. चव्हाण प्रतिष्ठानचे हितचिंतक गु. नारायण सुर्वे यांचे दुःखद निधन झाले. ते वाईच्या कार्यक्रमास सन २००० साली आले होते. त्यांच्या हस्ते डॉ. राम ताकवले यांना 'महर्षि विठ्ठल रामजी शिंदे' पुरस्कार देण्यात आला. त्यांच्या निधनाने एक आधार नाहिसा झाला. त्यांच्या नसण्यामुळे समाजाची, साहित्यक्षेत्राची व त्यांच्या कुटुंबियांची जशी हानी झाली आहे, तशी चव्हाण कुटुंबियांचीसुद्धा झाली आहे. त्यांच्या स्मृतीस आदरपूर्वक श्रद्धांजली अर्पण करीत आहे.

रा. ना. चव्हाण परिवारातील सदस्या व शलाका प्रकाशनच्या (मुंबई) प्रमुख, श्रीमती सरोज बाळ देसाई यांचे ४.८.२०१० ला दुःखद निधन झाले. सरोजवहिनींचा प्रेमळ, जिव्हाळ्याचा, मायेचा पाठिंबा लुप्त झाला. यामुळे त्यांचे पती बाळ देसाई व कुटुंबीय यांची झालेली हानी चव्हाण कुटुंबियांचीसुद्धा आहे. चव्हाण परिवारातर्फे त्यांना भावपूर्ण श्रद्धांजली वाहतो.

कृतज्ञता

सदर पुस्तकास सत्यशोधकी वारसा असलेले रॉयवादी कार्यकर्ते श्री. विश्वासराव नाईकनवरे, पुणे यांनी समर्पक व 'रा. नां.'च्या लेखांना न्याय देणारी प्रस्तावना देऊन उपकृत केले आहे. चव्हाण कुटुंबियांतर्फे मी त्यांचे ऋण व्यक्त करतो. त्यांचे प्रोत्साहन आमच्या पुढील कार्यास बहुमोल असेच आहे. त्यांच्याप्रत घेऊन जाणारे श्री. अशोक नाईकवाडे (औरंगाबाद) यांचेसुद्धा आभार. प्राध्यापक डॉ. प्रकाश रा. पवार, अण्णासाहेब मगर महाविद्यालय, हडपसर, पुणे यांचे सहकार्य वादातीत आहे. त्यांनी सदरच्या पुस्तकास समर्पक, प्रदीर्घ असा पुरस्कार/अभिप्राय दिला. त्यामुळे मला मोलाचे मार्गदर्शन झाले. त्यांच्या सुविद्य पत्नी सौ. वैशाली व डॉ. पवार आता माझ्या लेखसंकलनाच्या कामाचे एक अविभाज्य भाग झाले आहेत. मी अनेकवेळा वेळीअवेळी त्या उभयतांना अनेक गोष्टींत मार्गदर्शन विचारतो. ते देण्यास हे कुटुंब तत्पर असते. त्यामुळे काम सुकर होते. त्यांनी दिलेला पुरस्कार वाचकांना आवडेल असाच आहे. त्यांचे ऋण व्यक्त करून आभार मानतो.

तसेच या संकलनाच्या पाठीमागे एक अदृश्य असा हात आहे, तो म्हणजे रा. ना. चव्हाण प्रतिष्ठानचे ज्येष्ठ विश्वस्त डॉ. बाबा आढाव यांचा. त्यांच्या प्रोत्साहनामुळेच 'रा.नां.' चे लेख पुस्तकरूपाने प्रसिद्ध करण्याचा खटाटोप सातत्याने चालू आहे. त्यांच्या ऋणात राहणेच पसंत करीन. रा. ना. चव्हाण प्रतिष्ठानचे अध्यक्ष व माझे थोरले बंधू

रवींद्रनाथ, अन्य विश्वस्त माझे धाकटे बंधू शरच्चंद्र व माझी सुविद्य पत्नी सौ. वैशाली चव्हाण यांचे सहकार्य व पाठिंबा वादातीत आहे. त्यांचेही आभार मानतो.

या पुस्तकाची मुद्रिते तपासण्यास माझी ज्येष्ठ कन्या सौ. नीलांबरी खोत, भाची कु. गौरी काटे व प्रा. डॉ. दिलीप चव्हाण (नांदेड) ह्यांनी सहकार्य केले. या सर्वांचा मी मनापासून कृतज्ञ आहे. पुस्तकाच्या रचनेस मे. अतुल टाइपसेटर्स यांचे सहकार्य लाभले. पुस्तक प्रिंटिंगचे काम मे. जयकुमार ऑफ्सेट प्रा. लि. यांनी अतिशय सुबक केले. त्याबद्दल मी जयकुमार शहा, श्री. अतुल शहा व त्यांचे सहकारी यांचा अत्यंत आभारी आहे. मुखपृष्ठावरील छायाचित्रांचे सुबक रेखाटन व रंगसंगती श्री. मिलिंद जोशी, अनुपम क्रिएशन, पुणे यांनी आपुलकीने सांभाळली. त्यांचा ऋणनिर्देश करणे मोलाचे आहे.

अपेक्षा

सदर लेखसंग्रहात ''सामाजिक सुधारणांचा इतिहास'' असे महाराष्ट्र टाइम्स-मध्ये आलेले २२.०६.१९७० रोजीचे रा. ना. चव्हाण यांचे एक पत्र उद्धृत केले आहे. त्यात यशवंतरावांनी ''सामाजिक सुधारणांचा चिकित्सक इतिहास उपलब्ध व्हावा'' अशी अपेक्षा व्यक्त केली होती असा उल्लेख आहे. अद्यापि असा इतिहास उपलब्ध नाही. तो महाराष्ट्र शासनाने पुढाकार घेऊन पुरा करावा, अशी अपेक्षा व्यक्त करतो.

महर्षि विठ्ठल रामजी शिंदे यांचे स्मरणार्थ भारत सरकारने पोस्टाचे तिकीट काढावे असा प्रयत्न 'रा. ना.' यशवंतराव चव्हाण यांच्या मदतीने करत होते. वाई ब्राह्मसमाजामार्फत पत्रव्यवहारही झाला होता. असा उल्लेख 'रा. नां.' च्या एका लेखात आहे. ते काम आजपर्यंत झाले नाही. त्यासाठी महाराष्ट्र शासन व महर्षी वि. रा. शिंदे यांचेविषयी आस्था असलेल्या संस्था व व्यक्तींनी प्रयत्न करावेत अशी अपेक्षा व्यक्त करतो.

समारोप

'रा. नां.'चे प्रबोधनपर लेख संग्रहित करावेत ह्या 'साहेबांनी' व्यक्त केलेल्या भावनेप्रमाणे मी हळूहळू का होईना ते काम स्वावलंबनाने, वैचारिक वाङ्मय उपेक्षित राहत असणाऱ्या काळात करत आहे. त्यास गती येणे आवश्यक आहे.

''यशवंतराव चव्हाण यांचे समाजकारण'' या विषयावरील 'रा. नां.'च्या लेखसंग्रहाचे हे पुस्तक, यशवंतरावांच्या वैचारिक जडणघडणीची प्रक्रिया अधिक स्पष्ट करणारे असल्यामुळे या पुस्तकास वाचक, अभ्यासक, समाजचिंतक व राजकीय कार्यकर्ते चांगला प्रतिसाद देतील असा विश्वास आहे.

२९ ऑक्टोबर २०१० — **श्री. रमेश चव्हाण**
रा. ना. चव्हाण जयंती — संपादक व प्रकाशक

प्रस्तावना

स्वर्गीय श्री. रा. ना. चव्हाण यांच्या विखुरलेल्या लेखांचं संकलन करून ग्रंथरूपात ते प्रसिद्ध करण्याचा जो फार महत्त्वाचा प्रकल्प त्यांचे पुत्र श्री. रमेश चव्हाण यांनी गेली काही वर्षं सुरू ठेवला आहे, त्यामध्ये हे एक महत्त्वाचं पुस्तक होणार आहे. याचं महत्त्व यासाठी आहे की महाराष्ट्र राज्य निर्माण करणाऱ्या कै. यशवंतरावांच्या कामगिरीचं साक्षेपी विश्लेषण या पुस्तकामध्ये वाचकांना उपलब्ध होत आहे. यशवंतरावांचे कै. रा. ना. चव्हाण समकालीन होते व चव्हाणांचा राजकीय उदय आणि अस्त यांचे ते जवळून निरीक्षण करत होते. कै. रा. ना. चव्हाणांनी ज्या नि:पक्षपातीपणानं यशवंतरावांच्या कामगिरीचं मूल्यमापन केलं आहे, त्याला तोड नाही. श्रेष्ठींची समजूत घालून यशवंतरावांनी 'मंगल कलश' म्हणून महाराष्ट्र मिळवला, हे अर्धसत्य म्हणता येईल. पूर्ण सत्य हे आहे की संयुक्त महाराष्ट्रासाठी आसुसलेल्या मराठी मतदारांनी सार्वत्रिक निवडणुकीत काँग्रेसला धूळ चारली व संयुक्त महाराष्ट्र समितीला भरघोस मतं दिली, त्यामुळे श्रेष्ठींचे मतपरिवर्तन झाले. पण या राजकीय घडामोडींमध्ये यशवंतरावांची भूमिका कशी घडत गेली, याचा मागोवा या पुस्तकाच्या विवेचनातून वाचकांच्या हाती पडणार आहे. सत्यशोधक चळवळीचा न पुसणारा ठसा बरोबर घेऊन पण राजकीय क्षेत्रातलं लोकमान्यांचं श्रेय मानणारे यशवंतराव होते, यात शंका नाही. म्हणूनच यशवंतरावांची वैचारिक जडणघडण स्वच्छ रीतीने मांडणारं हे पुस्तक महत्त्वाचं आहे.

यशवंतरावांचं आत्मचरित्र आहे; पण ते एकतृतीयांश आत्मचरित्र म्हणता येईल. बाकीचा दोनतृतीयांश वृत्तान्त लिहिण्याचा यशवंतरावांचा संकल्प मृत्यूनं अचानक झडप घालून अशक्य केला. या अपूर्ण आत्मचरित्राचा उपयोग कै. रा. ना. चव्हाणांनी पहिल्या सुरुवातीच्या प्रकरणात भरपूर केला आहे. ते वाचलं की यशवंतरावांची भूमिका कशी निर्माण झाली हे स्पष्ट होतं.

"(कराडच्या) टिळक हायस्कूलचे यशवंतराव चव्हाण हे एक विद्यार्थी होते व त्यांच्यावर तेथील वातावरणाचा परिणाम जास्ती होणे अशक्य नव्हते व पूर्ववयातील संस्कार बलवान राहतात, यातही नवल नाही." हे चव्हाणांच्या टिळकनिष्ठेचं निदान त्यांच्याच 'कृष्णाकाठ'च्या आधारानं मांडलं आहे. पण त्याबरोबरच यशवंतरावांच्या घरातच वडील बंधू गणपतराव हे कै. भाऊसाहेब कळंबे या क्रांतिकारक व सत्यशोधक चळवळीशी संबंध असलेल्या व्यक्तींच्या प्रभावाखाली वैचारिक पिंड बनलेले होते. त्यांचीही सावली मार्ग दाखवीत होतीच. "नाही म्हटले तरी सत्यशोधकीय व ब्राह्मणेतर चळवळीचे संस्कार मनावर नकळत होतच होते" असं चव्हाणांनीच आत्मचरित्रात

नोंदवलं होतं. अशा दुहेरी वैचारिक निष्ठांचा यशवंतरावांच्या मनावर जबरदस्त परिणाम होत गेला. जवळकरांची भाषणं ऐकली आणि त्यांचं 'देशाचे दुष्मन' हे पुस्तकही मिळवून वाचलं होतं. कै. पंढरीनाथ पाटील यांचं फुले चरित्रही याच काळात उपलब्ध झालं होतं व यशवंतरावांनी काळजीपूर्वक वाचलं होतं. ''सावध व हुशार बुद्धिवैभव त्यांना जन्मप्राप्तच होतं व वर्धमान वाचनानं ते त्यांनी आमरण वाढीस लावलं. 'कृष्णाकाठ' या आत्मचरित्रात म. फुल्यांच्या संबंधानं जे यशवंतरावांनी लिहिलं आहे, त्यावरून त्यांच्या मनात टिळकांच्याविषयी जो आदर होता, तितकाच म. फुल्यांच्याविषयी होता.'' काही काळ हिंदुत्वाचा विचारही यशवंतरावांना घेरून बसला होता पण लवकरच त्यातला फोलपणा त्यांच्या लक्षात आला व ते त्यातून बाहेर पडले. ''ब्राह्मणेतर चळवळीची चिकित्सा महर्षी शिंदे आणि डॉ. बाबासाहेब आंबेडकरांनी सहानुभूतीने पण कठोर न्यायबुद्धीने केलेली होती. ती चव्हाणांनी वाचली होती. विद्यार्थिदशेपासून चव्हाणांत विवेक दिसतो.'' असा निष्कर्ष कै. रा. ना. चव्हाण काढतात.

महात्मा फुले यांचं चरित्र वाचून यशवंतरावांचे विचार बनले, ''महात्मा फुल्यांचा विचार मूलगामी आहे व तो काही नवीन दिशा दाखवतो आहे, असे मलाही वाटले. त्यांनी उभे केलेले काही प्रश्न तर निरुत्तर करणारे होते. शेतकरी समाजाची होणारी पिळवणूक; दलित समाजावर होणारा अन्याय आणि शिक्षणापासून वंचित ठेवलेला बहुजनसमाज व स्त्रिया यांचे प्रश्न सोडविल्याशिवाय देशाचे कार्य होणार नाही, हा त्यांच्या विचारांचा सारांश माझ्या मनामध्ये ठसला.''

यशवंतरावांना काबाडकष्ट करणाऱ्या ''स्तरातील व परिसरातील मुला-माणसांबद्दल एक प्रकारचे कौतुक व जिव्हाळा असे. मग ती कोणत्याही जातीची का असेनात.'' ही सर्वसंग्राहकता व जातिभेदातीत दृष्टी त्यांनी सर्वत्र व सतत जोपासली. या सामाजिक व्यापकतेतच त्यांचे यश सामावले होते. ''चव्हाण विद्यार्थी या नात्याने कधीही नापास न होणारे होते. परंतु उत्तम मार्क्सही मिळवणारे नव्हते. मध्यम होते. साहित्य, कला व क्रीडा यांचा त्यांना छंद होता.'' राजकारणाच्या धकाधकीतही त्यांनी रसिकता व साहित्याचे प्रेम जपले. पुढे सत्ता हातात आल्यावर 'साहित्य व संस्कृती मंडळ' त्यांनीच स्थापन केलं.

चव्हाणांनी छोट्या-छोट्या जातीय किंवा धार्मिक प्रश्नांसाठी संकुचितपणे जीवन व्यतीत करण्यापेक्षा व्यापक दृष्टीनं कार्य करण्याचा निश्चय केला. सामाजिक-धार्मिक सुधारणांपेक्षा स्वराज्याच्या राष्ट्रीय प्रश्नांना त्यांनी महत्त्व देण्याचे ठरविले. टिळकभक्ती चव्हाणांच्या आत्मचरित्रात ओतप्रोत आढळत असली, तरी ग्रामीण शेतकरी बहुजनसमाजाची नाडी जाणणारे महात्मा गांधी व पुढे पंडित जवाहरलाल नेहरू यांच्या

राष्ट्रीय चळवळीचा प्रभाव चव्हाणांच्यावर तुलनेने जास्त पडला.

कै. रा. ना. चव्हाण यांच्या साक्षेपी दृष्टीतून त्यांना यशवंतरावांच्या 'कृष्णाकाठ'-मध्ये क्वचित काही उणीवही दिसते. ज्या शिंद्यांच्या पुढाकारानं जेधे बहुजनसमाजाला ब्राह्मणेतर चळवळीतून राष्ट्रीय चळवळीत घेऊन गेले होते, त्या गुरुवर्य विठ्ठल रामजी शिंदे यांचा म्हणावा तसा गौरवपूर्ण उल्लेख जेध्यांच्या मानाने यशवंतराव करत नव्हते, असं रा. ना. चव्हाणांना दिसलं व खटकलं. जेधे व शिंदे यांना त्यांनी एकाच मापानं मोजायला नको होतं असं रा. ना. चव्हाण आपलं मत मांडतात. वास्तविक केशवराव जेधे कर्मवीर शिंदे यांना अगदी तरुणपणीदेखील गुरुस्थानी मानत असत. तेव्हा यात यशवंतरावांची खरं म्हणजे चूकच होत होती. डॉ. य. दि. फडकेकृत जेधे चरित्रामध्येही शिंद्यांचं स्थान मोठंच मानलं होतं. महात्मा गांधींच्याजवळ जाणारे शिंदे हे बहुजनसमाजातील पहिले ज्येष्ठ राष्ट्रीय कार्यकर्ते होते, यात काही संशय नाही. त्यांचं हे श्रेय कोणीही नाकारू शकणार नाही. ''लोकमान्य टिळक यांच्यामुळे 'स्वराज्य हा माझा जन्मसिद्ध हक्क आहे.' हा संदेश वरच्या पांढरपेशा विचारवंतांपुरताच मर्यादित राहिला होता; तो खेड्यापाड्यांतील सामान्य शेतकऱ्यांपर्यंत जाऊन पोहोचला, असं चव्हाण निवेदितात.'' या यशवंतरावांच्या मखलाशीलाही कै. रा. ना. चव्हाणांनी फटकारलं आहे.

सत्यशोधकीय चळवळीला यशवंतरावांच्या काळात येऊन ठेपलेलं स्वरूप व म. फुल्यांच्या काळातली चळवळीची अवस्था या दोन्हींतली तफावत मोजक्या शब्दांत यशवंतरावांनी व्यक्त केल्याबद्दल यशवंतरावांना शाबासकी द्यायला कै. रा. ना. चव्हाण तयार होते. त्या तफावतीमुळेच तरुण पिढीला ब्राह्मणेतर चळवळीच्या मर्यादा ओलांडून पुढे जावे लागले व दुसरी गतीच नव्हती असंही नमूद करतात. एकूण सत्यशोधकी ब्राह्मणेतर चळवळ राष्ट्रीय चळवळीनं गिळली. पण झालं ते अटळच होतं. आज स्वातंत्र्यप्राप्तीनंतरच्या वेगळ्या काळात यशवंतरावांनी सत्यशोधकी व ब्राह्मणेतर चळवळीतील गुणदोषांची केलेली चिकित्सा ऐतिहासिक आढाव्यासाठी आवश्यक ठरते. या सर्व मांडणीचा नव्या पिढीने त्या दृष्टीनं विचार केला पाहिजे व वैचारिक संक्रमणाचं खोल चिंतन केलं पाहिजे असाच कै. रा. ना. चव्हाणांचा अभिप्राय आहे.

यशवंतराव मॅट्रिकला असताना एक शास्त्रीबुवा घरी संस्कृत शिकवीत. त्यांच्याकडे यशवंतरावांनी चौकशी करण्यासाठी त्यांचे परम मित्र श्री. अनंतराव कुलकर्णी यांना पाठवलं होतं. पण शास्त्रीबुवांनी मासलेवाईक उत्तर दिलं, ''मी अब्राह्मणांना संस्कृत ही देववाणी शिकवणार नाही'' ही आठवण यशवंतराव सहजासहजी विसरले नसतील. पण ब्राह्मणांना न दुखवता त्यांनी मॅट्रिकला मराठी व कॉलेजमध्ये पुढे अर्धमागधी घेतली. चव्हाणांना संस्कृत घेता आलं असतं तर त्यांच्या बुद्धिमत्तेची असामान्य चमक

विद्वत्तेत अधिक विकसित झाली असती. या गोष्टींबद्दल फुले-आंबेडकरांच्याप्रमाणे चव्हाणांनी ब्राह्मणसमाजाचा राग धरला नाही, हा त्यांचा मोठेपणा !

यशवंतरावांनी शाहूमहाराजांनी कोल्हापुरात उघडलेल्या जातिनिहाय वसतिगृहांचा पर्याय स्वत:साठी स्वीकारला नाही. स्वतंत्र खोली भाड्यानं घेऊनच त्यांनी कोल्हापुरात कॉलेजचं शिक्षण घेतलं. स्वत:ची प्रामाणिक मतं आचरणात आणण्याचा तो प्रयत्न होता. जी काही तत्त्वं त्यांनी उराशी बाळगलेली होती, त्यांच्या बाबतीत तडजोडी करण्याची त्यांची तयारी नसे- मग त्यांचे टीकाकार त्यांना कितीही लबाड व तत्त्वशून्य ठरवोत. वडील बंधू व आई त्यांना प्रोत्साहन द्यायला व ध्येय, तत्त्वांप्रमाणं आचार व शिक्षणाचा पाठपुरावा करायला सदैव सिद्ध असत. या मंडळींमध्ये पुढच्या काळात सौ. वेणूताईही सामील झाल्या. स्वार्थसाधना व तत्त्वशून्य तडजोड म्हणजे यशवंतराव चव्हाण असा सतत गहजब करणारे यशवंतरावांचे कट्टर विरोधक अखेर त्यांचे मित्र बनले. ही किमया एक यशवंतरावच करू जाणे. त्यांच्या चिवट ध्येयवादामुळंच ते हे करू शकले, म्हणूनच कै. रा. ना. चव्हाण म्हणतात, "शाहूमहाराजांनंतर जनतेला मिळालेलं पात्र व मुत्सद्दी नेतृत्व म्हणजे यशवंतरावच होत. नाहीतर दुसरे कोण?" प्रत्यक्ष परिचयातून हा विचार त्यांना सुचला होता.

या पुस्तकात यशवंतरावांच्याच काळात व परिसरात लेखक कै. रा. ना. चव्हाणही त्याच वातावरणात व वैचारिक चळवळींच्या प्रबोधनकारी अनुभवातून जात होते, हे लक्षात घेतलं पाहिजे. त्याच सभा, त्याच वक्त्यांची भाषणे, लेख वगैरे गोष्टींचा या दोन चव्हाणांवर कसकसा परिणाम होत होता हेही वाचकाला पाहायला मिळते. काहीवेळा समान प्रतिक्रिया असत तर काहीवेळा वेगवेगळ्या असत, याची जाणीव होऊन त्यातून यशवंतराव व कै. रा. ना. चव्हाण यांच्या स्वतंत्र व्यक्तिमत्त्वांचीही ओळख आपोआप होत जाते. या प्रतिक्रिया नोंदताना कुठेही अभिनिवेश दिसत नाही व लेखनशैली विनम्र असल्याचा प्रत्यय येतो. यशवंतरावांच्या राजकीय भूमिकेचं, अनेक बारीकसारीक तपशिलांचा उपयोग करून उभं केलेलं शब्दचित्र असंच या पुस्तकाचं स्वरूप आहे. त्यामुळंच मराठी वाचकांना व अभ्यासकांना ही एक बहुमोल भेट ठरेल.

विश्वास नाईकनवरे
१३/४, सकाळनगर, पुणे-७

पुरस्कार

यशवंतराव चव्हाणांच्या सामाजिक विचारांचे तात्त्विक आधार

"He was self made truth seeker"

(रा. ना. चव्हाण, पान क्र. ७७)

यशवंतराव चव्हाण (१२ मार्च १९१३-२५ नोव्हेंबर १९८४) व रा. ना. चव्हाण (२९ ऑक्टोबर १९१३-१० एप्रिल १९९३) यांचा कालखंड समकालीन होता. समान कालखंडातील हे दोन्ही चव्हाण सातारा जिल्ह्यातील होते. मात्र एक असामान्य व्यक्ती व एक सर्वसामान्य व्यक्ती, एक ज्ञात व्यक्ती व एक अज्ञात व्यक्ती असे स्वरूप असले तरी, क्षेत्रस्थानातील (कराड व वाई) दोन्ही चव्हाणांच्या प्रेरणा बहुजनवादी स्वरूपाच्या होत्या. सामाजिक विचार हा दोन्ही चव्हाणांच्या विचारांचा गाभा होता. सत्ता, अधिकार, प्रतिष्ठा व संपत्ती नसलेल्या वर्गासाठी दोन्ही चव्हाणांनी आरंभापासून ते शेवटपर्यंत काम केले. दोन्ही चव्हाणांच्या विचारांचा गाभा हा म. फुले यांच्या विचारांवर आधारित विकास पावला होता. शेतकरी समाज, शिक्षण, मागास जाती व सत्तेचे सामाजिक-सांस्कृतिक अभिसरण या मुद्द्यांवर दोन्ही चव्हाण एकसारखेच होते. मात्र यशवंतराव चव्हाण यांचा मार्ग प्रत्यक्ष राजकारणाचा व सत्ताकारणाचा होता. तर रा. ना. चव्हाण यांचा मार्ग वैचारिक लेखनांचा होता. सामाजिक-आर्थिक लोकशाहीवर दोघांची निष्ठा होती; त्यामुळे रा. ना. चव्हाण यांनी यशवंतराव चव्हाण यांच्यावर लेखन करणे हा वैचारिक पोत समान असण्याचा भाग ठरतो. समकालीन काळातील या दोन व्यक्ती सामाजिक व राजकीय अशा दोन्ही घटकांचा एकत्रितपणे विचार करणाऱ्या होत्या. त्यामुळे न्या. म.गो. रानडे यांनी राजकीय सुधारणांबरोबर सामाजिक सुधारणा कराव्यात या मुद्द्यांचा जो आग्रह धरला होता, तो मुद्दा दोन्ही चव्हाण यांना एकत्र जोडणारा वैचारिक धागा ठरतो. न्या. रानडे यांचा मुद्दा वि. रा. शिंदे यांनी पुढे रेटला होता. तोच मुद्दा दोन्ही चव्हाणांनी महाराष्ट्राच्या सार्वजनिक जीवनात पुढे नेण्याचे काम केले. किंबहुना राजकारण व समाजकारण यांना एकत्र जोडणे हाच दोघांच्याही राजकारणाचा अंतिम हेतू होता. राजकारण व समाजकारण यांना जोडण्याची वैचारिक शक्ती, युक्ती व डावपेच दोन्ही चव्हाणांच्या ठायी होते. अशा दोन व्यक्ती महाराष्ट्राच्या सुवर्ण महोत्सवी वर्षामध्ये या पुस्तकाच्या माध्यमाद्वारे एकत्रितपणे समाजासमोर येत आहेत. रा. ना. चव्हाण यांनी महात्मा फुले यांचे विचार समाजापुढे आणले. त्या पद्धतीनेच रमेश चव्हाण यांनी यशवंतराव चव्हाण व रा. ना. चव्हाण यांच्यातील राजकीय व सामाजिक विचार एकत्रितपणे पुढे आणले, हे या पुस्तकाच्या संपादकांचे योगदान आहे.

यशवंतराव चव्हाण यांच्या सामाजिक विचारांचा परामर्श घेणारे लेख रा. ना. चव्हाण यांनी लिहिले आहेत, ही गोष्ट महाराष्ट्रातील चार-दोन अभ्यासक वगळता अन्य लोकांना माहीत नाही. १६ फेब्रुवारी–१ मार्च १९८५ चा लोकराज्य चा अंक यशवंतराव चव्हाण स्मृती विशेषांक होता. या अंकाच्या वेळी रा. ना. चव्हाण हयात होते. तेव्हा लोकराज्याने रा. ना. चव्हाण यांचा यशवंतराव चव्हाण यांच्यावरील लेख या अंकात समाविष्ट केला नाही. याचा अर्थ यशवंतराव चव्हाण यांच्यावर कोण अभ्यासपूर्ण लिहीत आहे, याची जाणीव लोकराज्याला नव्हती. जर त्याबद्दलची माहिती असेल तर यशवंतराव चव्हाण यांच्यावर अभ्यासपूर्ण लिहिलेला लेख नको होता. ही घटना खुद्द सातारा जिल्ह्यात घडू शकते. त्यामुळे सातारा जिल्ह्याच्या बाहेर, महाराष्ट्राच्या बाहेर किंवा भारताच्या बाहेरील अभ्यासकांनी दखल घेण्याची आशा करणे चुकीचेच ठरते. केवळ यशवंतराव चव्हाण यांच्या अनुयायांची मते नोंदविली गेली. यशवंतराव चव्हाण यांच्यावरील अभ्यासपूर्ण साहित्यांचे संकलन व संपादन झाले नाही. असा मुद्दा आरंभी मांडण्याचे मुख्य कारण म्हणजे यशवंतराव चव्हाण ही केवळ राजकारणी व्यक्ती होती किंवा त्यांनी लिहिलेले साहित्य हे मराठी साहित्याचा भाग होता, एवढाच विचार संपूर्ण महाराष्ट्र करत असावा. या चव्हाण यांच्या ठळक प्रतिमेच्या बाहेर जाऊन केवळ रा. ना. चव्हाण यांनी यशवंतराव चव्हाण यांचे सामाजिक विचार व चळवळी आणि म. फुले-शाहू-शिंदे-सयाजीराव गायकवाड यांच्या विचारांशी असलेले साम्य शोधण्याचे काम केले. यावरून असे म्हणता येते की यशवंतराव चव्हाण यांची दृष्टी रा. ना. चव्हाणांनी लिहिलेल्या लेखामधून व्यक्त झाली आहे.

सामाजिक सार्वजनिक धोरणाची आखणी

यशवंतराव चव्हाण यांनी राजकारण व सत्ताकारण यांच्याबरोबरच समाजकारण-देखील केले, हा मुद्दा रा. ना. चव्हाण यांनी प्रस्तुत पुस्तकात मांडला आहे. रा. ना. चव्हाण यांनी यशवंतराव चव्हाण यांच्या समाजकारणाच्या उदाहरणाची व सामाजिक विचारांची अनेक तथ्ये नोंदविली आहेत. अशा तथ्यांची यादीच या पुस्तकात आली आहे. या तथ्यांवरून असे दिसते की, यशवंतराव चव्हाण यांनी सामाजिक सार्वजनिक धोरणाची आखणी केली होती ती पुढीलप्रमाणे १) यशवंतराव हरिजन वस्तीत शाळा चालविण्यासाठी शिक्षक म्हणून जात होते. शिवाय वि. रा. शिंदे यांच्या अटी मान्य करून शिंदे यांना कऱ्हाडला चव्हाण यांनी आमंत्रण दिले होते. २) महारवतनांचे स्वरूप बदलण्यासाठी त्या समाजातून १९३७ मध्ये आंदोलन केले गेले (महार वतन बिल). तेव्हा महारवतनाचे स्वरूप बदलण्याची बाजू केवळ यशवंतराव चव्हाण व आत्माराम बापू पाटील या दोघांनी घेतली होती. तेव्हा काँग्रेसने आंदोलकांची बाजू घेतली नाही.

१९५८-मध्ये यशवंतराव चव्हाण यांनी पुढाकार घेऊन बॉंबे इन्फिरिअर व्हिलेज वॉन्ट्स अबॉलिश ॲक्ट पास केला. ३) ऑक्टोबर १९५६ मध्ये डॉ. बाबासाहेब आंबेडकरांनी त्यांच्या लाखो अनुयायांसह बौद्धधर्माची दीक्षा घेतली. त्यानंतर हिंदू अनुसूचित जातींना संविधानातील तरतुदीनुसार दिल्या जाणाऱ्या सवलती नवबौद्धांना द्यावयाच्या की नाही यावर मंत्रिमंडळाच्या बैठकीत कडाक्याची चर्चा झाली होती. यशवंतराव चव्हाण व इतर तीन सदस्य सवलती चालू ठेवण्याच्या बाजूचे होते. चव्हाण यांचे असे मत होते की, धर्मबदल झाला म्हणून मागासलेपण जात नाही. या प्रश्नावर मुख्यमंत्रीच अल्पमतामध्ये असा विचित्र प्रसंग प्रथमच निर्माण झाला होता (नेहरूंनी सवलती पुढे चालू ठेवण्याचा आदेश दिला व सवलती पुढे चालू राहिल्या.) ४) पंचायत राज्याची स्थापना झाल्यानंतर जिल्हा परिषदांचे अध्यक्ष व अन्य पदाधिकारी निवडताना सर्व जातिजमातींना विशेषत: मागासवर्गीय जातींना योग्य प्रतिनिधित्व मिळावे असा यशवंतराव चव्हाण यांचा खास आग्रह होता. मागासवर्गीय जमातीचा अध्यक्ष होऊ शकत नाही अशा जिल्ह्यात अध्यक्ष सोडून अन्य पदाधिकाऱ्यांमध्ये संख्या कायद्यात बदल करून वाढविण्यात आली. ती संख्या चार वरून पाचवर नेण्यात आली होती. पुणे महानगरपालिकेचे महापौरपद भाऊसाहेब चव्हाण यांना दिले (नवबौद्ध). ५) दादासाहेब रूपवते यांना विश्वकोशाचे उपसंपादक केले होते. या तथ्य घटकांवरून असे दिसते की यशवंतराव चव्हाण यांनी कायद्यात बदल केला, राखीव जागा नवबौद्ध समाजाला पुढे चालू ठेवण्याची ठाम भूमिका घेतली, पंचायत राज्याच्या संरचनेत मागास जातींना सहभागी करून घेतले व साहित्य आणि संस्कृती मंडळांची सत्ताही दिली. याशिवाय चव्हाण यांना डॉ. बाबासाहेब आंबेडकर यांच्या जीवनावर चरित्र लिहायचे होते, असेही तथ्य नोंदविले आहे.

जातीय विषमता चव्हाण यांनी अनुभवली होती. कोकण विभागातील पंक्तिभेदाचा अनुभव यशवंतराव चव्हाण यांना आला होता. शिक्षणातील मराठी-संस्कृत भाषा भेद त्यांनी अनुभवला होता. उच्चजातीय शास्त्रींनी चव्हाण यांना स्पष्टपणे म्हटले होते की, मी अब्राह्मणांना संस्कृत ही देववाणी शिकविणार नाही. यामुळे चव्हाण यांना इच्छा असूनही संस्कृत शिकता आले नाही. त्यामुळे चव्हाण मराठी व अर्धमागधी शिकले. आईबरोबर त्यांनी पंढरपूर येथे भक्त-ईश्वर यांच्यामधील मध्यस्थाची अरेरावीही अनुभवली होती. देवराष्ट्रे गावांत उच्चजातींना अधिक मिळणाऱ्या प्रतिष्ठेचे व भेदभावपूर्ण वर्तनांचेही निरीक्षण चव्हाण यांनी नोंदविले होते. यशवंतराव चव्हाण यांच्या संदर्भातील अशा अनेक मुद्द्यांचे विश्लेषण रा. ना. चव्हाण यांनी केले आहे. यावरून यशवंतराव चव्हाण यांना शैक्षणिक-सांस्कृतिक, धार्मिक अशा विविध क्षेत्रांत जातीय विषमता आहे हा

मुद्दा समजलेला होता. किंबहुना मराठा जातीतील व्यक्तीला ह्या अनुभव येतो. त्यामुळे मराठा ही जातदेखील जातीय विषमतेमुळे अशुद्ध व अपवित्र मानली जात होती, असा अनुभव त्यांचा होता.

धर्माच्या क्षेत्रात यशवंतराव चव्हाण पुरोगामी होते. चव्हाण धार्मिक होते. त्यांच्या घरीदारी धार्मिक वर्तन होत होते. अर्थातच यशवंतराव चव्हाण अज्ञेयवादी नव्हते. चव्हाण यांची धर्मसंकल्पना टोकांची आग्रही नव्हती. आंतरिक समाधान हा त्यांच्या धर्मसंकल्पनेचा एक भावार्थ होता, तर दुसरा भावार्थ हा मानवमात्राचा विकास हा होता. या संदर्भात यशवंतराव चव्हाण म्हणतात, की युगानुयुगे चंद्रभागा विठ्ठलाच्या पायापासून वाहत होती. तिला उजनी येथे आम्ही अडविली आहे. यानंतर विठ्ठलाने चंद्रभागेला भेटण्यासाठी वारकरी शेतकऱ्यांच्या झोपडीत जावे. यावरून यशवंतराव चव्हाण यांची धर्मसंकल्पना काळ, स्थळ याप्रमाणे बदलते. त्यांच्या धर्मसंकल्पनेत पावित्र्य, शुद्धता, श्रेष्ठ धर्मतत्वे नाहीत. शिवाय त्यांची धर्मसंकल्पना ही नियामक मंडळाचे स्वरूप धारण करत नाही. यामुळे खऱ्या धर्मांचा विकास चव्हाण यांच्या धर्मसंकल्पनेत आहे. याउलट चव्हाण संघपरिवाराची नियामक स्वरूप धारण करणारी धर्मसंकल्पना नाकारतात (कायदेमंडळ, कार्यकारी मंडळ, न्यायमंडळ यांचे अधिकार धर्माकडे घेणे). त्यामुळे यशवंतराव चव्हाण यांचा मूलतत्त्ववाद व जमातवादाला विरोध होता. या मुद्द्यावर यशवंतराव चव्हाण हे वसंतदादा पाटील यांच्यापेक्षा वेगळे होते हे स्पष्टपणे दिसते.

व्यक्तीच्या विकासाचे मुख्य साधन शिक्षण आहे. शिक्षण घेऊन व्यक्ती, समाज व राष्ट्र यांची प्रगती होईल, असे चव्हाण यांचे मत होते. चव्हाण शिक्षणाकडे इंग्रजांप्रमाणे बळ म्हणून पाहत नव्हते किंवा वैदिकांप्रमाणे वर्चस्वाचे साधन म्हणूनही पाहात नव्हते. चव्हाण यांनी शिक्षणाचा विचार म. फुले यांच्या विचारातून घेतला होता. विद्येचा संबंध त्यांनी मनुष्य असण्याशी जोडला होता. ज्ञानवंत होणे हा मुद्दा मनुष्याला पशुपासून वेगळा करतो व पशूचे रूपांतर मनुष्यामध्ये होते. त्यामुळे चव्हाणांनी शिक्षणासाठी मुख्यमंत्रिपद पणाला लावले होते. दारिद्र्यामुळे ज्यांना शिक्षण घेता येत नाही अशा सर्व जातिधर्मांतील गरीबांच्या मुलांना मोफत शिक्षण द्यावे या प्रस्तावाला वित्तमंत्री जीवराज मेहता यांनी विरोध केला. तेव्हा इतकी आवश्यक व पुरोगामी योजनाही आम्ही हाती घेणार नसू तर हे मुख्यमंत्रिपद काय कामाचे असे म्हणून यशवंतराव चव्हाण बैठकीतून उठून गेले. यशवंतराव चव्हाण यांनी शिक्षणासाठी मुख्यमंत्रिपद पणाला लावले होते. यानंतर बीसी व ईबीसींचे नाममात्र फॉर्म भरून घेतले जात व मोफत शिक्षण दिले गेले. शिवाजी विद्यापीठ, डॉ. बाबासाहेब आंबेडकर मराठवाडा विद्यापीठ, स्वामी विवेकानंद शिक्षण संस्था, रयत शिक्षण संस्था यांच्या विकासासाठी यशवंतराव चव्हाण यांनी कष्ट

केले. या संस्थांचे कार्यक्षेत्रच मूलत: मुख्य शहरांच्या बाहेर होते. त्यामुळे चव्हाण यांनी ग्रामीण भागात शिक्षण नेले. तेथे मानवता हा दृष्टिकोन तयार होईल असा आशावाद निर्माण केला. शिक्षणाचे व्यापारीकरण त्यांच्या विचारात नव्हते. शिक्षणाचे व्यापारीकरण हा मुद्दा वसंतदादा पाटील यांनी आणला. त्यांचा संबंध यशवंतराव चव्हाण यांच्या विचारांशी येत नाही. स्वातंत्र्योत्तर भारत सरकारचे शिक्षणविषयक सार्वजनिक धोरण अभिजनांसाठी विशेष शिक्षण व सामान्यांसाठी दुय्यम शिक्षण अशा स्वरूपाचे होते. यशवंतराव चव्हाण याही मुद्द्यापासून वेगळे होते असे दिसते.

यशवंतराव चव्हाण: विचारांचा गाभा सामाजिक

यशवंतराव चव्हाण यांचे विचार हे व्यक्तीचे संस्कार व चळवळी यांच्यापासून घडत गेले. व्यक्तीचे व्यापक ध्येय व चळवळीमधील अजेंडा चव्हाण यांच्या विचारांमध्ये दिसतो. यशवंतराव चव्हाण यांची वैचारिक जडणघडण स्वतंत्रपणे झाली होती. चव्हाण काँग्रेस पक्षात काम करत होते. या पक्षाचा पहिला टप्पा हा उदारमतवादी, आधुनिकतावादी, सामाजिक-राजकीय सुधारणा एकत्र करणारा होता. या टप्प्यातील वरील मुद्दे यशवंतराव चव्हाण यांच्यामध्ये होते. दुसरा टप्पा हा टिळक युगाचा होता. यशवंतराव चव्हाण यांच्यावर लोकमान्य टिळक यांचे संस्कार झाले होते. चव्हाण यांचे टिळक हे स्वराज्याच्या चळवळीसंदर्भात आदर्श होते. राष्ट्रवाद हा मुद्दा टिळक यांच्याकडील होता. मात्र चव्हाण यांनी सामाजिक व धार्मिक क्षेत्रात टिळकांचा विचार स्वीकारला नाही. लोकमान्य टिळक यांच्या तुलनेत यशवंतराव चव्हाण यांच्यावरती त्यांच्या कुटुंबातील सामाजिक-धार्मिक संस्कार जास्त प्रभावी होते. आई व बंधू यांच्याकडून सामाजिक-धार्मिक संस्कार झाले. हे संस्कार यशवंतराव चव्हाण यांना लोकमान्य टिळकांच्या विचारांपासून वेगळे करणारे होते. राष्ट्रीय स्वातंत्र्याचा मुद्दाही टिळक यांच्या संस्काराबाहेर जातो, असे रा. ना. चव्हाण यांनी मत नोंदविले आहे. हा मुद्दा रा. ना. चव्हाण यांनी पुढे आणला आहे. यशवंतराव चव्हाण यांच्यावर टिळक यांचे संस्कार जरी असले तरी राष्ट्रीय स्वातंत्र्याचा पुरस्कार करण्याचे मुख्य कारण भगतसिंग यांच्या फाशीमध्ये होते. म्हणजेच भगतसिंग हे प्रेरणास्त्रोत होते. त्यामुळे यशवंतराव चव्हाण यांच्या राष्ट्रीय स्वातंत्र्याच्या प्रेरणेचा उगम रा. ना. चव्हाण यांनी लोकमान्य टिळक यांच्या बाहेर दाखविला आहे. यासंदर्भामध्ये म. गांधी व पंडित नेहरू यांच्या विचारांचा प्रभाव चव्हाण यांच्यावर पडला होता. जवळजवळ तीन दशके चव्हाण गांधीजीच्या चळवळीशी संबंधित होते (१९२०-१९४७) व पं. नेहरू यांच्याशी राजकीय संबंध चव्हाण यांचे चार दशकांचे होते. त्यामुळे राष्ट्रीय स्वातंत्र्याच्या मुद्द्याच्या संदर्भात चव्हाण यांच्यावरील प्रभावाचे मोजमाप नीटनेटके

केले तर चव्हाण यांचे विचार विविध घडामोडींतून तयार झाले. त्यास केवळ लोकमान्य टिळक हे एकच कारण नव्हते, हा मुद्दा रा. ना. चव्हाण यांनी मांडला आहे.

यशवंतराव चव्हाण यांच्या व्यक्तिमत्त्वावर झालेले संस्कार हे सदसद्विवेकबुद्धीच्या निकषावर आधारित झाले होते. सदसद्विवेकबुद्धीच्या आधारे यशवंतराव चव्हाण यांनी समाजकारण व राजकारण यांत फरक केला. सदसद्विवेकबुद्धी चव्हाणांमध्ये शिक्षण घेण्याच्या काळापासून दिसून येते. ब्राह्मणेतर चळवळीपासून अलिप्त राहण्याचा मुद्दा हा होता की, ब्राह्मणजातीचा द्वेष करून सामाजिक-राजकीय प्रश्न सुटत नाहीत. त्यामुळे यशवंतराव चव्हाण यांनी ब्राह्मणजातीचा द्वेष केला नाही. ब्राह्मणद्वेष हा मुद्दा वेगळा व ब्राह्मण्यवादाला विरोध करणे वेगळे असा फरक म. फुले व डॉ. बाबासाहेब आंबेडकर यांनी केला होता. नेमका तशाच पद्धतीचा फरक यशवंतराव चव्हाण यांनी केला. हा मुद्दा समजून उमजून घेऊन चव्हाण यांनी स्वत:ला ब्राह्मणद्वेषापासून दूर ठेवले. ब्राह्मण हादेखील मनुष्य आहे. तो उच्चजातीय असला तरी त्यालाही समस्या आहेत. हे आत्मभान यशवंतराव चव्हाण यांच्याकडे होते. त्यामुळे यशवंतराव चव्हाण यांनी पानशेत धरण फुटल्यानंतर एक-दोन ब्राह्मण कुटुंबांचे नव्हे तर अनेक ब्राह्मण कुटुंबाचे आर्थिक नुकसान झाले, त्यांना चव्हाण यांनी सरकारमार्फत मदत केली होती. चव्हाण यांनी उच्चभ्रू जातीकडून केला जाणारा जातिभेद, जातीय विषमता अनुभवली होती. शिक्षणातील मराठी-संस्कृत भाषा भेद इत्यादी प्रकारची विषमता चव्हाण यांनी अनुभवली होती. जातीय विषमता, जातिनिष्ठ विचार, मूलतत्त्ववाद व जमातवाद यांना चव्हाण यांनी स्पष्टपणे नाकारले होते. राष्ट्रीय स्वयंसेवक संघाच्या विचारांचे दुष्परिणाम त्यांनी अंत:करणातील कप्प्यात ठेवले होते. अशा उहारणांवरून असे दिसते की चव्हाण हे चांगले-वाईट यांमध्ये फरक करत होते. समाजाच्या हिताचा मुद्दा सदसद्विवेकबुद्धीवर आधारित त्यांनी निवडला होता. हाच निकष त्यांनी ब्राह्मणेतर चळवळीला लावला होता. त्यामुळे चव्हाण यांनी जातीचे हित व राष्ट्राचे हित यांपैकी राष्ट्रीय हिताचा मुद्दा स्वीकारला. जातीचा मुद्दा तर स्वकीयांच्या बद्दलचा होता. एवढेच नव्हे तर ब्राह्मणेतर चळवळीत त्यांच्या भावापासूनचे लोक होते. नातेसंबंधांनादेखील दूर करून विवेकावर आधारित यशवंतराव चव्हाण यांनी निर्णय घेतले. परंतु यशवंतराव चव्हाण यांनी असा फरक करत असताना सत्यशोधक चळवळीने ऐरणीवर आणलेला शिक्षणाचा व शेतकऱ्यांचा मुद्दा सोडून दिला नाही. मागास जातीच्या राखीव जागांचा मुद्दा राजर्षी शाहू महाराज व श्रीमान सयाजीराव गायकवाड यांनी पुढे आणलेला तो सोडून दिला नाही. याचा अर्थ यशवंतराव चव्हाणांनी सत्यशोधक - ब्राह्मणेतर चळवळीतील सत्ता, अधिकार, प्रतिष्ठा व संपत्ती-शिक्षण हे मुद्दे मात्र विचार म्हणून स्वीकारले. त्यामुळे चव्हाण यांच्या वैचारिक जडणघडणीचा केंद्रबिंदू म. फुले,

शाहू, शिंदे, सयाजीराव गायकवाड यांचा विचार हा होता, असा निष्कर्ष रा. ना. चव्हाण यांनी काढलेला आहे.

चव्हाण यांनी महाराष्ट्राच्या सामाजिक-राजकीय चळवळीचे सातत्य पुढे नेले, हा मुद्दा रा. ना. चव्हाण यांनी स्पष्ट केला आहे. यशवंतराव चव्हाण व लोकमान्य टिळक यांच्यामध्ये सामाजिक सुधारणेच्या मुद्द्यावर फरक दिसतो. लोकमत विरोधात जाईल या मुद्द्यावर टिळक सुधारणांच्या बाजूला जात नव्हते. मात्र चव्हाण यांनी लोकमताचा विचार न करता अल्पमतामध्ये येऊन राखीव जागा व शिक्षणाचा मुद्दा लावून धरला होता हे आपण वर पाहिलेच आहे. स्वराज्य, राजकारण, सत्ताकारण यांच्यासाठी चव्हाण कोणतेही साधन वापरत नव्हते. या मुद्द्यावर चव्हाण हे टिळकांच्या विचारांपासून अलिप्त दिसतात. टिळक हे साधनानाम् अनेकतावादी होते. कोणतेही साधन टिळक योग्य मानत होते. चव्हाण मात्र लोकशाही, पक्षशिस्त व नीतिमूल्य मानणारे होते. या अर्थाने चव्हाण टिळकांपेक्षा वेगळे दिसतात. किंबहुना चव्हाण साधनशुचिता पाळणारे होते. त्यामुळे चव्हाणांची वैचारिक परंपरा ही रा. ना. चव्हाण यांनी स्पष्ट केलेली म. फुले-शाहू-शिंदे-सयाजीराव गायकवाड यांची होती.

सत्ताकारणाची कसोटी समाजकारण

रा. ना. चव्हाण यांनी सत्ताकारण, राजकारण, समाजकारण व अर्थकारण हे यशवंतराव चव्हाण यांनी एकत्रितपणे केले असा मुद्दा मांडला आहे. द्वैभाषिक मुंबई राज्याचे मुख्यमंत्री, संरक्षण मंत्री, गृहमंत्री किंवा पंतप्रधान पदाची संधी या सर्वच मुद्द्यांवर चव्हाण सत्ताकारणी, धूर्त, संधिसाधू, कुंपणावरील नेते, व्यवहारकुशल व हिशोबी राजकारणी होते, असे अनेकांना वाटते. त्यांच्या लेखी राजकारणाचा आखाडा सत्ताकारणी, धूर्त, संधिसाधू, कुंपणावरील नेते, व्यवहारकुशल व हिशोबी असा होता. परंतु यशवंतराव चव्हाण यांच्या दृष्टिकोनातून राजकारण व सत्ताकारण हे निर्णयनिश्चितीचे एक क्षेत्र होते. या क्षेत्रात समाजहिताचा व राष्ट्रहिताचा निर्णय यशवंतराव चव्हाण यांनी सामूहिक कल्याणाच्या निकषावर आधारित घेतला. सातत्याने समाजकारण व अर्थकारण हे समाजाच्या व राष्ट्राच्या विकासाचे असावे असा त्यांचा व्यापक दृष्टिकोन होता. हा मुद्दा राजकारण व सत्ताकारणाचा पडदा बाजूला करून समजून देण्याचा प्रयत्न रा. ना. चव्हाण यांनी केला आहे.

कायदेभंगाच्या चळवळीत सहभाग (१९३०-३३), समाजवादी पक्षाची स्थापना (१९३५), एम्. एन. रॉय यांचा प्रभाव व काम (१९३६-३८), सातारा जिल्हा काँग्रेसचे अध्यक्ष (१९४०), चले जाव व भारत छोडो चळवळीत सहभाग (१९४२), राजकीय स्वातंत्र्याच्या मुद्द्यावर कारावास (१९४४-४५) ही कामे त्यांची शुद्ध राजकारणाची व

सत्ताकारणाची नव्हेत. या कामांमधून चव्हाण हे समाजकारण करत होते हा मुद्दा पुढे येतो. द्वैभाषिक मुंबई राज्याचे मुख्यमंत्री यशवंतराव चव्हाण झाले (१ नोव्हेंबर १९५६). तेव्हापर्यंत त्यांनी मुख्यमंत्री पातळीवरील सत्तेची अपेक्षाही केली नव्हती. त्याअगोदरचे काम चव्हाण यांनी सामाजिक व राष्ट्रीय काम म्हणून केले होते. १ नोव्हेंबर १९५६ ते १ मे १९६० पर्यंतचे काम यशवंतराव चव्हाण यांनी खूपच कुशलपणे केले. त्या काळातील चव्हाण यांच्या कामास सामाजिक बाजू होती. मुरारजी देसाई यांनी त्यांच्या विरोधातील असंतोष यशवंतराव चव्हाण यांच्याकडे कळविला होता. हा असंतोष चव्हाण यांनी कमी केला. यशवंतराव चव्हाणांनी मराठी भाषिकांचा असंतोष पंडित नेहरूंच्या लक्षात आणून दिला. नेहरू-पंत व इंदिरा गांधी यांच्या मदतीने संयुक्त महाराष्ट्राच्या वाटाघाटी केल्या. महाराष्ट्रातील वेगवेगळे विभाग, शेतकरी, उद्योगपती, उच्च जाती ते आदिवासी यांना विश्वासात घेतले. काँग्रेसपासून दूर गेलेल्या गटास जवळ केले. देसाई यांनी मुख्यमंत्रिपदाची सत्ता दिली होती त्या मुरारजी देसाई यांच्याबरोबर न राहता यशवंतराव चव्हाण संयुक्त महाराष्ट्राबरोबर गेले. यशवंतराव चव्हाणांचे राजकारण हे समाजकारणाचे ठरले. चव्हाण यांनी मुरारजी देसाई यांच्या विरोधात जाऊन संयुक्त महाराष्ट्राची मागणी नेहरूंकडे केली होती. त्यामुळे चव्हाण सत्तेच्या तुलनेत समाजकारण जास्त महत्त्वाचे मानत होते. महाराष्ट्राच्या स्थापनेनंतर चव्हाणांनी राजकारणातील धोका पत्करून सामाजिक व आर्थिक निर्णय घेतले. पंचायत राज्याची स्थापना झाल्यानंतर जिल्हा परिषदेवर मागास समाजाचा प्रतिनिधी असावा असा चव्हाण यांनी निर्णय घेतला. शिक्षणाचा विस्तार करण्यास सहकाऱ्यांनी नकार दिला तेव्हा चव्हाण यांनी अशिक्षित बंडखोरांच्या तुलनेत सुशिक्षित बंडखोर चालतील अशी भूमिका घेतली होती. शेती व उद्योग या दोन क्षेत्रांचा समतोल चव्हाण यांनी राखला होता. उद्योगाच्या तुलनेत शेतीची परवड व आबाळ होऊ दिली नाही. महाराष्ट्र राज्य साहित्य संस्कृती मंडळाची स्थापना केली (२१ डिसेंबर १९६०). यावरून असे म्हणता येते की, यशवंतराव चव्हाण यांचे सत्ताकारण व राजकारण हे समाजकारणाच्या ध्येयाने प्रेरित झालेले होते.

भारत सरकारचे यशवंतराव चव्हाण संरक्षणमंत्री झाले (२२ नोव्हेंबर १९६२) तेव्हा ते महाराष्ट्राप्रमाणे दिल्लीमध्ये निर्णय घेण्याचे मुखत्यार नव्हते. नेहरूंप्रमाणे शास्त्री यांनीदेखील चव्हाण यांना निर्णय घेण्याची मुखत्यारी दिली नव्हती. तरीही त्यांनी या पातळीवरील सत्ता राष्ट्रकारणासाठी वापरली. सीमावर्ती सडकांच्या निर्मितीसाठी स्थापन केलेल्या संघटनेत कृष्ण मेनन यांचा समावेश केला होता व चव्हाण यांना उपाध्यक्षपद न देता ते पद रद्द केले होते. चव्हाण यांच्यावर समन्वयमंत्री म्हणून टी. टी. कृष्णम्माचारी यांना नेमले होते. बिजू पटनाईक यांना परराष्ट्रीय खात्यात एक स्वतंत्र खोली दिली होती.

या तथ्यावरून असे म्हणता येते की त्यांना महाराष्ट्राप्रमाणे दिल्लीमध्ये निर्णय घेण्याची मुखत्यारी नव्हती. संरक्षणमंत्र्यांना विश्वासात घेतले जात नव्हते. मात्र त्यांच्यावर जबाबदारी टाकली जात होती. असे दिल्लीतील राजकारणाचे स्वरूप होते. या पार्श्वभूमीवर चव्हाण यांनी काम केले. चव्हाण यांनी सैन्य प्रबळ करण्याचे काम केले. संरक्षणखात्यावरील खर्च वाढविला. चीनबरोबरच्या युद्धात भारताची नामुष्की झाली होती. पुढील दोन वर्षांत चव्हाण यांनी सैन्याचे शिक्षण, नैतिक बळ व आधुनिक शस्त्रास्त्रे या पातळीवर भारताची परिस्थिती सुधारली होती. १९६५ मध्ये कच्छवर आक्रमण झाले, काश्मीरमध्ये पाकिस्तानने घुसखोर घुसवले तेव्हा भारताला प्रचंड यश मिळाले. पाकिस्तानला धडा शिकविला. असे वास्तववादी धोरण यशवंतराव चव्हाण यांनी आखले. त्या धोरणाप्रमाणे पुढे गेले. त्यामुळे भारताची पत जागतिक पातळीवर पुन्हा उंचावली गेली. हे यशवंतराव चव्हाण यांचे राजकारण किंवा सत्ताकारण नव्हते तर ते राष्ट्रकारण होते. राष्ट्रकारण हा समाजकारणाचा गाभा आहे. लता मंगेशकर यांनी गायलेल्या 'ऐ मेरे वतन के लोगो' या गीतातील आशय चव्हाण यांच्या कामातून व्यक्त झाला होता. यानंतर यशवंतराव चव्हाण गृहमंत्री झाले (१४ नोव्हेंबर १९६६). या कालावधीत भारतीय राजकारणात बदल झाले. काँग्रेस पक्षाचे बहुमत आणि अमर्याद सत्ता कमी झाली होती. राज्यांत बिगर काँग्रेस मंत्रिमंडळे सत्तेवर आली होती. केंद्र व राज्य यांच्यात नवा समतोल निर्माण झाला होता. गृहखात्याचा कारभार गुलझारीलाल नंदा यांच्या नियंत्रणाच्या बाहेर गेला होता. गोवधबंदीच्या मुद्द्यावर आंदोलन उभे राहिले होते. अशा पार्श्वभूमीवर यशवंतराव चव्हाण गृहमंत्री झाले. विद्यार्थ्यांचे आंदोलन, गोवधविरोधी आंदोलन, संत फत्तेसिंगांचे उपोषण हे तीन प्रश्न युवाशक्ती, धर्म व भावनिक अशा स्वरूपाचे होते. ते यशवंतराव चव्हाणांनी गृहमंत्री झाल्यानंतर सोडविले. युवकांमधील असंतोष सामाजिक व आर्थिक परिस्थितीतून निर्माण झाला आहे, असे चव्हाण यांचे सूक्ष्म निरीक्षण होते. चव्हाण यांनी पोलिस खात्यामध्ये संशोधनविभाग सुरू केला. शेतकऱ्यांतील असंतोष व हिंदू-मुस्लिम जातीय दंगे या विषयावर शास्त्रशुद्ध संशोधने करून घेतली. किमान वेतन कायदा मृतवत झाला आहे, या मुद्द्यापर्यंत चव्हाण आले होते. राजकीय पक्ष जात किंवा जमातींना चिथावणी देतात. राजकीय पक्षांनी सत्ता मिळविण्यासाठी धर्माचा वापर करण्यास कायद्याने बंदी घालावी, असे चव्हाण यांचे मत होते. या उदाहरणावरून यशवंतराव चव्हाण गृहमंत्रिपद अभ्यासपूर्ण पद्धतीने चालवत होते. सत्ता उपभोगण्यासाठी त्यांनी खात्यांचा वापर केला नाही.

यशवंतराव चव्हाण यांना पंतप्रधानपदाची संधी दोन वेळा चालून आली होती,

असे शरद पवार व मधू लिमये यांचे मत आहे. यशवंतराव चव्हाण हे केवळ सत्तेचा विचार करणारे असते तर त्यांनी या दोनपैकी एक संधी घेतली असती. परंतु पक्षशिस्त व पक्षनिष्ठा ही त्यांची सत्तेच्या तुलनेत जास्त मोठी होती. त्यामुळे यशवंतराव चव्हाण हे सत्ताकारण करणारे असले तरी सत्तेशिवाय समाजकारणाचा विचार करणारे नेते होते, या मुद्द्याला रा. ना. चव्हाण यांनी ठळकपणे पुढे आणले. त्यामुळे रा. ना. चव्हाण हे सत्यशोधक चळवळ, ब्राह्मणेतर चळवळ, न्या. म. गो. रानडे, वि. रा. शिंदे, डॉ. बाबासाहेब आंबेडकर व म. गांधी आणि १९५६ ते १९८४ दरम्यानचा महाराष्ट्र यांचे सामाजिक-सांस्कृतिक संबंध कसे समान होते, हे स्पष्ट करतात. हा सांस्कृतिक-सामाजिक धागा जोडणारा दुवा ठरणार आहे.

या पुस्तकाचे महत्त्व दुहेरी स्वरूपाचे आहे. कारण रा. ना. चव्हाण यांनी हे लिखाण मराठी भाषेमध्ये केलेले आहे. तसेच या पुस्तकामध्ये एक लेख इंग्रजीमध्ये लिहिलेला आहे. त्यामध्ये संपूर्ण पुस्तकाचा आशय व्यक्त झाला आहे. असे दुर्मिळ पुस्तक महाराष्ट्राच्या सुवर्णमहोत्सवी वर्षात प्रकाशित होत आहे याचे श्रेय श्री. रमेश चव्हाण यांना जाते, त्याबद्दल त्यांचे अभिनंदन. मला पुरस्कार लिहिण्याची संधी दिली त्याबद्दलही त्यांचे आभार.

डॉ. प्रकाश रा. पवार
अप्पासाहेब मगर विद्यालय,
हडपसर, पुणे

अभिप्राय

नामदार यशवंतराव चव्हाणांच्या विचारकर्तृत्वाचा महाराष्ट्राच्या जडणघडणीवर मोठा परिणाम झालेला आहे. आर्थिक क्षेत्रात कृषि औद्योगिकता व सहकार यांचा पाया यशवंरावांनी घातला, असे म्हटले तर वावगे ठरू नये. राज्यकर्ते या नात्याने छत्रपती शिवाजीमहाराज, राजर्षि शाहू महाराज या नामावळीत त्यांचे नांव सहजपणे पुढे येते. राजकारणांत चव्हाण राष्ट्रीय पातळीवर भारताच्या उपपंतप्रधानपदापर्यंत पोचले. चीनच्या आक्रमणानंतर चव्हाण देशाचे संरक्षणमंत्री बनले. **महाराष्ट्राचा सह्याद्री हिमालयाच्या संरक्षणाला** असे वृत्त प्रसिद्ध झाले. महाराष्ट्राचे मुख्यमंत्रिपद सोडून चव्हाण दिल्लीला जाताना पुण्याच्या शनिवारवाड्यासमोर त्यांचे भाषण झाले. मंत्रिपदाचे ओझे त्या दिवशी पाठीवर नव्हते. त्याचा उल्लेख करून ते अत्यंत मनमोकळेपणाने बोलले. शनिवारवाड्याच्या इतिहासात पेशवे दिल्लीच्या बादशहाच्या मदतीला गेल्याची नोंद आहे. पुढे पानिपत झाले. या घटनेचा उल्लेख त्यावेळी अनेकांनी केला. चव्हाणंना पानिपतचा अनुभव घ्यावा लागला नाही. परंतु **राजकारणी हिमालयाच्या अत्युच्च शिखरावर पोचलेल्या चव्हाणांची** पुढील वाटचाल अडथळ्यांच्या शर्यतीसारखी झालेली दिसते. पंतप्रधान पंडित जवाहरलाल नेहरू १९६४ साली गेले. त्यानंतर अल्पकाळ लालबहादूर शास्त्रींनी पंतप्रधानपद भूषविले. त्यानंतर इंदिरा गांधी नेहरूंचा जमाना सुरु झाला.

१९७५-७६ ची आणीबाणी-कराडच्या प्रीतिसंगमावर झालेल्या साहित्य-संमेलनातील खडाखडी-अशा अनेक आठवणी आहेत. राजकीय अंगाने चव्हाणांच्या वाटचालीचा वेध अनेकांनी घेतला आहे. चव्हाणांच्या सामाजिक विचारसरणीचा वेध त्यांचे समकालीन वाईच्या रा. ना. चव्हाणांनी वेळोवेळी घेतला आहे. ती अेक प्रकारची बखरच म्हणावी लागेल. चव्हाणांनी फक्त यशवंतरावांच्या भूमिकेची समीक्षा केलेली नाही तर महाराष्ट्रातील सत्यशोधक, ब्राह्मणेतर, दलित, स्त्रीमुक्ती, प्रार्थना समाज, ब्राह्मणेतर समाज, आर्य समाज अशा अनेकविध चळवळींचा परामर्श जिव्हाळ्याने घेतला आहे.

प्रस्तुतचे पुस्तक हा त्याचाच भाग आहे. यशवंतराव चव्हाणांनी सत्यशोधक-ब्राह्मणेतर-दलित-आदिवासी-स्त्री मुक्ती चळवळींचा वारसा मनोमन स्वीकारला होता कां? त्या परंपरेचे पाईकत्व मान्य होते कां? अशा प्रश्नांवर खूप खल झालेला आहे. यशवंतरावांनी आपल्या आत्मवृत्तात त्यावर काही लिहिले आहे. सत्यशोधक चळवळीतील दिनकरराव जवळकरांची भाषा व टिळकांवरील टीका यशवंतरावांना भावलेली नाही. मात्र दलित चळवळीतील भटक्या विमुक्त लक्ष्मण मानेंना अपत्य मानून त्यांच्या मागे बळ उभे करण्यास मागेपुढे पाहिलेले नाही. शिक्षणासाठी कोल्हापुरात राहूनही शाहू-

छत्रपतींनी सुरू केलेल्या मराठा वसतिगृहांऐवजी बाहेर राहणे पसंत केले आहे. राजकारणात यशवंतराव रॉयवादापर्यंत पोचलेले दिसतात. तर्कतीर्थ लक्ष्मणशास्त्री जोशींशी त्यांची दृढमैत्री होती. रा. ना. चव्हाणांच्या समोरच हे घडले. यशवंतरावांच्या बरोबर दिल्लीत झालेल्या मुलाखतीनंतर रा. ना. चव्हाणांच्या मनांत खूप बदल घडलेला आहे. या विषयांवर आमच्या सतत चर्चा होत. यशवंतरावांचा वैचारिक पिंड वेगळा होता. त्यांना सत्यशोधक चळवळीविषयी आपुलकी होती. परंतु बांधिलकी नव्हती. मी त्याचा वेगळ्या अंगाने विचार करतो. १९६२-६३ सालात डॉ. राम म्नोहर लोहिया लोकसभेवर निवडून गेले. लोहियांनी राजकारणात आगडा-पिछडा लाइन मांडली. महाराष्ट्रातील सत्यशोधक चळवळीबद्दल डॉक्टरांची काही मते राखीव होती. त्या काळात बार्शीला नाना पाटलांची व त्यांची संयुक्त जाहीर सभा झाली. नाना पाटलांच्या भूमिकेवर डॉक्टरांनी मतभेद स्पष्ट केले. ब्राह्मण की ब्राह्मण्य? मद्रासच्या पेरियार रामस्वामी नायकरांबद्दलही असेच घडले. यशवंतराव चव्हाण व डॉ. राम मनोहर लोहिया या बाबतीत समविचारी होते. परंतु डॉ. लोहियांच्या मांडणीला यशवंतरावांनी दुजोरा दिल्याचे दिसत नाही. महाराष्ट्रातील समाजवादी नेतृत्व ब्राह्मणी असल्याची टीका लोहिया यांनी जाहीरपणे केली. महाराष्ट्रातील बहुजनांना लोहिया आवाहन करीत असत. डॉ. बाबासाहेब आंबेडकरांनी पत्र पाठवून दाद दिली. परंतु एक-दीड महिन्यातच बाबासाहेबांचे परिनिर्वाण झाले. यशवंतराव चव्हाणांनी राष्ट्रीय पातळींवर काँग्रेस व नेहरू निष्ठा मानली.

महर्षि विठ्ठल रामजी शिंदेंनी मांडलेली बहुजन विचारधारा तिचा उगम महात्मा फुलेंच्या विचारधारेतून झालेला आहे. यशवंतराव चव्हाणांना बहुजनांनी मनोमन नेता मानले. महाराष्ट्रातील बहुजन सतत आघाडीवर राहात आले आहेत. बहुजन शब्द आता महाराष्ट्रापुरता मर्यादित राहिलेला नाही. त्याला राष्ट्रीय स्वरूप आलेले आहे. अशावेळी सामाजिक चळवळीतील नेत्यांच्या जीवनाचे मूल्यमापन उपयोगी ठरू शकते, मार्गदर्शक ठरू शकते. रा. ना. चव्हाणांच्या कुटुंबियांनी चालविलेल्या प्रकाशनकार्याबद्दल त्यांना मनोमन धन्यवाद द्यावेसे वाटतात. छत्रपती शिवाजीमहाराजांच्या नंतरचा इतिहास विशेषत: महात्मा फुल्यांच्या नंतरचा इतिहास आता साक्षेपाने पुढे येत आहे. चव्हाण कुटुंबियांनी अत्यंत निर्लेपपणे-नि:पक्षपातीपणे हे कार्य चालविले आहे. चळवळींच्या अभ्यासकांसाठी हे दालनच खुले केले आहे.

डॉ. बाबा आढाव

७३, नाना पेठ, पुणे -४११००२

डॉ. राम मनोहर लोहिया स्मृतिदिन -२०१०

दि. १२.१०.२०१०

१. बहुजन समाजाची चळवळ आणि यशवंतराव चव्हाण

आदरणीय यशवंतराव यांच्या निधनाने एक 'कोहिनूर' नाहिसा झाला आहे. शाहूमहाराजांनंतर ग्रामीण व शेतकरी समाजाला अखिल भारतीय मिळालेले कीर्तिवंत नेतृत्व म्हणजे यशवंतरावच होत. परंतु त्यांनी त्यांच्या आत्मचरित्रात 'शाहू व टिळक' यांमधून टिळक निवडले. त्यामुळे त्यांचे हे आत्मचरित्र कित्येक उच्चभ्रूंना विलोभनीय वाटले! त्यांचा समशीतोष्ण स्वभाव व प्रकृती विवेकवंतांना मानविली व मानवते. परंतु प्रत्यक्ष कामगिरी पहाता म. फुले-शाहू-शिंदे-सयाजीराव वगैरेंच्या परंपरेच्या बाहेरचे चव्हाण होते काय? त्यांची पाटी कोरी नव्हती. महाराष्ट्रात म. फुले, टिळक-आगरकर-आंबेडकर झाले म्हणूनही यशवंतरावांना महाराष्ट्रात पार्श्वभूमी मिळाली व महाराष्ट्र राज्य प्रगत करता आले, असा आशय 'सकाळ' (पुणे) यांनी त्यांच्या मृत्यूवरील अग्रलेखात व्यक्त केला होता. त्यांच्याच आत्मचरित्राच्याद्वारे हे इथे सिद्ध करावयाचे आहे. यासाठी त्यांच्या 'कृष्णाकाठ' ह्या आत्मचरित्रातीलच उतारे आधारासाठी घेतले आहेत.

कृष्णाकोयना काठावरचे कऱ्हाड

या गावाचे सांस्कृतिक व राजकीय वर्णन देताना तेथे निघालेल्या टिळक हायस्कूलची माहिती व महत्त्व यशवंतराव सांगतात (पृ. २७). टिळक हायस्कूलचे चव्हाण हे एक विद्यार्थी होते व त्यांच्यावर तेथील वातावरणाचा परिणाम जास्ती होणे अशक्य नव्हते व पूर्ववयातील संस्कार बलवान रहातात, यातही नवल नाही; राहिलेच तर हे पूर्ववयातील संस्कार तपासले पाहिजेत. त्यांच्या घरीदारी एक दुसरा प्रवाह वाहात होता. त्याविषयी चव्हाणसाहेब लिहितात :...''आम्हाला समजू लागले की बहुजनसमाजाच्या उन्नतीसाठी सत्यशोधक चळवळ किंवा पुढे तिला राजकारणामध्ये ब्राह्मणेतर चळवळ असे स्वरूप आले; ती वाढविण्यासाठी प्रयत्नशील राहिले पाहिजे. त्यासाठी बहुजनसमाजाच्या मुला-मुलींनी शिक्षण घेतले पाहिजे, वाचन केले पाहिजे, सार्वजनिक कामात भाग घेतला पाहिजे. अशा तऱ्हेचे मानसिक व वैचारिक वातावरण त्यावेळी तेथे होते.'' (पृ.२८)

चळवळीतील विधायक भाग जो वरीलप्रमाणे दिसला तो यशवंतरावांनी प्रथमत:च व्यक्त केला आहे. यात त्यांना काही वाईट दिसले नाही. स्वत: ते शिकले व पुढे विविध सार्वजनिक शैक्षणिक वगैरे कामांतून त्यांनी फार मोठा भाग घेतला.

यशवंतरावांचा जन्म सर्वसामान्य मराठे कुळात झाला होता. त्या काळात मराठा

समाज शिक्षणाभिमुख नव्हता. त्यांच्या बंधूंनी त्यांना शाळेत घातले, हा एक त्यावेळचा शिक्षणप्रसारक चळवळीचा प्रत्यक्ष परिणाम असावा. त्यांनी हे प्रत्यक्ष नमूद केलेले नाही.

'कैवारी' कर्ते कै. भाऊसाहेब कळंबे

कै. भाऊसाहेब कळंबे या क्रांतिकारकाचा सत्यशोधक चळवळीशी असलेल्या संबंधाचा व त्यांच्या कार्याचा परिचय करून दिलेला आहे. बहुजन समाजातील तरुण पिढीला सत्यशोधकीय विचार व संस्कार देण्याच्या हेतूने कळंब्यांनी कराडला 'विजयाश्रम' चालविला होता. यशवंतरावांचे मधले बंधू गणपतराव हे कळंबे यांच्या आश्रमातील होणारे संस्कार यशवंतरावाप्रत नेत होते. चव्हाणांच्या मनात कळंबे यांचे विचार घोळत असत. ''नाही म्हटले तरी सत्यशोधकीय व ब्राह्मणेतर चळवळीचे संस्कार मनावर न कळत होतच होते''. अशी मान्यता चव्हाणांनी दिली आहे. (पृ.२९) कळंबे यांनी प्रथमत: चालू केलेले पत्र 'कैवारी' नंतर जवळकर मुंबईस प्रसिद्ध करू लागले (पृ.२८). आज कळंबे यांना लोक विसरले आहेत, पण चव्हाणांना त्यांचे विस्मरण झाले नाही यालाही महत्त्व आहे. कळंबे यांच्यासारखी निष्ठावान माणसे सत्यशोधक चळवळीत होऊन गेली.

भास्करराव जाधव

भास्करराव जाधव मुंबई कौन्सिलसाठी उभे राहिले होते. त्यांचा प्रचार यशवंतरावांनी चार दोन खेड्यांत केला. निवडणुकीशी जो त्यांचा संबंध ह्या वेळेपासून आला, तो आजतागायत टिकला असे चव्हाण या आत्मचरित्रात लिहितात. 'भास्करराव जाधव निवडून आले व आम्ही सर्व मंडळी आनंदी झालो.' निवडणुकीसंबंधीचा पहिला अनुभव यशवंतरावजींना वरील चळवळीत मिळाला. पुढे सतत वाढत गेला, म्हणजे श्रीगणेशा वरील चळवळीत झाला.

'जेधे–जवळकर' यांचे व्याख्यान

कऱ्हाडला चव्हाणांच्या घराशेजारीच जेधे–जवळकरांचे व्याख्यान झाले. जेधे–जवळकरांचा उल्लेख यशवंतरावांनी 'राजकीय जोडी' अशा शब्दात केला आहे. 'ब्राह्मणांचे भवितव्य' या विषयावर जवळकरांचे खळबळजनक भाषण झाले. ते यशवंतरावांनी लक्षपूर्वक ऐकले. जवळकर कठोर टीका करण्यात अग्रेसर होते. वाई येथे ह्याच काळात यांचे एक व्याख्यान गणपती घाटावर झाले. ते मला ऐकावयास मिळाले. 'जवळकर काय शिव्या द्यावयाचे' असा उल्लेख यशवंतरावांनी आमच्याजवळ दिल्ली येथील खाजगी चर्चेत केला. 'जशी ही चळवळ झाली तशीच पुन: होणार नाही' असेही यशवंतराव म्हणाले. ते पूर्ण आठवते. या काळात अत्यंत गाजलेले 'देशाचे दुष्मन' हे पुस्तक मिळवून पुढे यशवंतरावांनी वाचून काढले.

मानसिक संघर्ष

कऱ्हाड क्षेत्रातील पांढरपेशांच्या टिळकभक्तीचा यशवंतरावांवरील प्रभाव तुलनेने जास्ती बलवान ठरला. चव्हाण त्यांच्या बंधूंशी चर्चा करू लागले. शंका विचारू लागले. जवळकरांनी टिळकांवर केलेली टीका यशवंतरावांना मुळीच आवडली नाही. 'अशा थोर माणसावरती टीका करणारी माणसे ही इंग्रजांचे मित्र तर नाहीत ना?' या छोट्या वयात ही जी शंका चव्हाणांना आली त्यामुळेच ज्या सत्यशोधक वातावरणात ते वाढत होते. त्यापेक्षा वेगळे वातावरण चव्हाण शोधू लागले. येथेच त्यांच्या जीवनातील पहिला Turning point त्यांनी स्वीकारला. जात्याच ते स्वतंत्र बुद्धीचे व चिकित्सक, पुढेही झाले. याचे धागेदोरे वरील घटनेत आढळतात. सत्यशोधकीय ब्राह्मणेतर चळवळ व्यंगपुराणात्मक होती. हे प्रस्तुत लेखकासही मान्य आहेच. सत्यशोधक चळवळीच्या पुढाऱ्यांचे लक्ष कऱ्हाड, वाई व नासिक या क्षेत्रांवर विशेष होते. जवळकरांचे भाषण ही प्रतिक्रिया होती. पण शिव्याशापामुळे जवळकरांच्या विषयी त्यांचे मन विटले. जवळकर पुढे स्वातंत्र्यसैनिक होऊन तुरुंगात गेले (जेधेही गेले). हे राष्ट्रीय परिवर्तन यशवंतरावांच्या कृष्णाकाठाने लक्षात घेतले नाही. उलट स्वराज्यवादी 'टिळक-केसरी' पक्ष प्रतियोगी सहकारिता व लोकशाही स्वराज्यपक्ष काढून गांधी व काँग्रेस यांच्या विरोधातच उभा राहिला. बहुजनसमाज तिरंगी झेंड्याखाली गेला व टिळकानुयायी जास्तीत-जास्त प्रमाणात गांधीविरोधी राहिले. पूर्ववयात गणपतराव चव्हाण या मधल्या बंधूंनी यशवंतरावांच्या निवडणुकीस पाठिंबा दिला. ही उलट बाजू पुढे कृष्णाकाठात निवेदिली आहेच. सत्यशोधक चळवळीतील शाहूमहाराजांच्या काळानंतर 'जेधे-जवळकर' यांच्या चळवळीचा हा कालखंड एका दशकाचा होता. सर्व महाराष्ट्रात सातारा जिल्हा ह्या दशकात वरील चळवळीत आघाडीवर होता. कै. पंढरीनाथ पाटील यांचे फुलेचरित्र याच काळात उपलब्ध झाले.

विद्यार्थिवयात असलेल्या यशवंतराव यांनी म. फुले चरित्र वाचले व त्यांचे पुढील विचार बनले. "महात्मा फुल्यांचा विचार मूलगामी आहे व तो काही नवीन दिशा दाखवतो आहे असे मलाही वाटले यांनी उभे केलेले काही प्रश्न तर निरुत्तर करणारे होते. शेतकरी समाजाची होणारी पिळवणूक; दलित समाजावर होणारा अन्याय आणि शिक्षणापासून वंचित ठेवलेला बहुजनसमाज व स्त्रिया यांचे प्रश्न सोडविल्याखेरीज देशाचे कार्य होणार नाही, हा त्यांच्या विचारांचा सारांश माझ्या मनामध्ये ठसला." (पृ.३४)

स्थित्यंतरातून वाटचाल

एवढ्या पोर वयात जोतिबांच्या शिकवणुकीचे मुख्य सार यशवंतरावांना

यथातथ्यपणे आकलन करता आले याचा विस्मय आजही कोणास वाटेल, लेखकाने वरील वयातच सदर चरित्र अनेकदा वाचले, पण जी नवी बुद्धी यशवंतरावांना सुचली ती मला सुचवू शकली नाही. यावरून यशवंतरावांचे असामान्यत्व ध्यानात येते. सावध व हुशार बुद्धिवैभव त्यांना जन्मप्राप्तच होते व वर्धमान वाचनाने ते त्यांनी वाढीस आमरण लाविले. 'कृष्णाकाठ' या आत्मचरित्रात म. फुल्यांच्या संबंधाने जे यशवंतरावांनी लिहिले आहे, यावरून त्यांच्या मनात टिळकांच्या विषयी जो आदर होता. तितकाच म. फुल्यांच्या विषयी होता (पृ.३५)

वाचनाची आवड

सत्यशोधक चळवळीत भाग घेणारे चव्हाणांचे बंधू गणपतराव यांच्यामुळे पूर्ववयात चव्हाणांना पुण्याचा 'विजयी मराठा' व बेळगावचा राष्ट्रवीर ही दोन वर्तमानपत्रे वाचावयास मिळत, परंतु त्यामुळे चव्हाणांचे मत झाले की–ही त्या काळातील एकाच व एकांगी विचारांचा परखड प्रचार सतत करीत असल्यामुळे त्याचा थोडाफार परिणाम मनावर झालेला होता. (पृ.३३) प्रस्तुत लेखक समकालीन असल्यामुळे त्यांच्यावर किंवा सातारा जिल्ह्यावरही ह्या पत्रांचा आठ–दहा वर्षे जो परिणाम होत असे; तो पहिली शेतकऱ्यांची जागृती होण्यास उपयोगी पडला. पुढे चव्हाण 'मजूर' व 'श्रद्धानंद' वगैरे पत्रे वाचू लागले. त्यांच्या वाचनाची आवड, ग्रंथ व साहित्यप्रेम त्यांनी राजकारणात असूनही शेवटपर्यंत वर्धमान ठेविले. हा गुण त्यांना मानणाऱ्यांनी जरूर घ्यावा. कक्षा ओलांडाव्या लागतात. 'विजयी मराठा' व 'राष्ट्रवीर' यांच्यापुरते त्यांचे वाचन मर्यादित होते; पुढे केळूस्कर–कृत 'शिवाजी व 'शिवरामपंत परांजपे' यांचा 'काळ' वाचू लागले. केळूस्कर हे फुले–लोखंडे काळापासून ब्राह्मणेतर चळवळीत होते व शिवाजी चरित्रात शिवाजी महाराजांवर इतिहाससंशोधकांनी जे काही अन्याय केले होते; ते निवारणार्थच त्यांच्याकडून लिहून घेऊन प्रसिद्ध करण्यात आले. मराठा शिक्षण परिषदेने यात पुढाकार घेतल्याचे मला स्मरते. शिवाजीमहाराजदेखील सर्वांनाच स्फूर्तिप्रद वाटत होते.

हिंदुत्ववादी विचाराकडे

कऱ्हाड क्षेत्राचे गाव असल्यामुळे हिंदुत्ववादी विचार–प्रवाह तेथे असणे अटळ होते. हरिभाऊ लाड यांचा ब्राह्मणेतर चळवळीला विरोध नव्हता. तरी त्यांचा कल हिंदुत्ववादी विचाराकडे असे. 'मी नाही म्हटले, तरी त्यांच्या या मताला काही काळ पाठिंबा व काही काळ होकार देत राहिलो' असे चव्हाणांनी नमूद केले आहे (पृ.३१). ज्याप्रमाणे ब्राह्मणेतर चळवळीत त्यांना दूषित वातावरण आढळले त्याप्रमाणे ह्याही विचारप्रवाहात त्यांचे समाधान झाले नाही. त्यांचे महत्वाचे एक मित्र हरिभाऊ लाड यांच्या मदतीने त्यांनी 'शिवाजी उत्सव' व 'गणेश उत्सव मेळे' या सार्वजनिक कार्याची आवड त्यांना त्यांच्या घरातूनच प्रथम प्राप्त

झाली. ब्राह्मणेतर चळवळीतील गुणदोष त्यांनी स्पष्ट केले आहेत (पृ.२८, ३२). पण त्यांना 'सार्वजनिक' कार्याचे पहिले धडे, ह्या बऱ्यावाईट वाटलेल्या चळवळीत मिळाले. हे त्यांचे आत्मकथन दर्शविते. आत्यंतिक ब्राह्मणद्वेष व विरोध १९२० ते ३० ह्या दशकात बळावला होता. ब्राह्मणेतर चळवळीची चिकित्सा त्याच काळात महर्षी शिंदे व डॉ. आंबेडकर यांनी सहानुभूतीने पण कठोर न्यायबुद्धीने केलेली आजही वाचनीय आहे. चव्हाणांचे साधक-बाधक विचार मोठे अभ्यसनीय आहेत.

म. फुले व यशवंतराव चव्हाण

विद्यार्थिदशेपासून चव्हाणात विवेक दिसतो. समकालोन सर्वच विचारप्रवाह व चळवळी त्यांनी तपासल्या. खरे-खोटे निवडले. सत्यशोधक चळवळीत आत्मीयतेने भाग घेणारे त्यांचे बंधू गणपतराव यांना प्रश्न विचारतच राहिले. दोघात फरक पडत चालला; पण जेव्हा प्रत्यक्ष यशवंतराव राष्ट्रीय चळवळीत भाग घेऊ लागले; तेव्हा हा सर्व मागील फरक इतिहासजमा झाला. हे दोघे बंधू व सर्वच त्यांचे घर 'बहुजन समाजाने शिकले पाहिजे हे खरे; पण कशासाठी? नोकरीसाठी की देशासाठी?... निव्वळ ब्राह्मणांना विरोध करून बहुजन समाजाचे हित कसे होईल? या त्यांच्या प्रश्नांना समाधानकारक उत्तरे मिळत नसत (पृ.३४).

चव्हाण यशवंतराव पुढे लिहितात-

ब्राह्मणांचा द्वेष केलाच पाहिजे हे टोक मान्य न करणारी कित्येक माणसे जोतिरावांच्या समकाळात व नंतरही होती. यशवंतरावांना यांपैकी पुढील अग्रगण्य मानावे लागते. बंधू गणपतराव यांनाही ब्राह्मणविरोध फक्त महत्त्वाचा वाटत होता, असेही नव्हते. "सांस्कृतिक, आर्थिक व सामाजिक बाबतीत या (ब्राह्मण) मंडळींनी इतर समाजाची गळचेपी केलेली आहे, यातून मुक्त नको का व्हायला?" बंधुद्वय गणपतराव व यशवंतराव यांच्यामधील संवादाचे मुद्देसूद स्वरूप असे वरीलप्रमाणे होते. गणपतराव यांनी यशवंतरावांची समजूत पटावी म्हणून त्यांना पंढरीनाथ पाटील यांनी लिहिलेले म. जोतिराव फुले यांचे पहिलेच असे एक छोटे चरित्र वाचावयास दिले. यशवंतरावांनी हे चरित्र लक्षपूर्वक वाचले 'जेधे-जवळकर' कालखंडात चळवळीला क्रिया-प्रतिक्रियेचे स्वरूप आले होते.

'ब्राह्मणद्वेष' वावडा वाटला

ह्या काळात बहुजनसमाजाच्या चळवळीत न भूतो न भविष्यति! असे द्वेषाचे व ब्राह्मणसमाजाच्या विरोधाचे स्वरूप प्राप्त झाले होते; हे खरे! बंधुराज गणपतराव यांच्याशी यशवंतराव चर्चा करीतच राहिले. चर्चा करणे हा एक सत्यशोधनाचा मार्ग

ठरतो. यशवंतराव सांगतात :- ''फुल्यांचे चरित्र वाचल्यानंतर मला काही तरी नवीन वाचल्यासारखे वाटले. त्यांनी उभे केलेले प्रश्न महत्वाचे आहेत. पण त्यासाठी कोणत्या तरी एका जातीचा द्वेष केला पाहिजे, ही गोष्ट मला पटली नाही. जे समाज मागे पडले आहेत. त्यांना जागृत करणे त्यांच्यात नवीन धारणा निर्माण करणे हाच एक मार्ग उत्तम आहे. अशी माझी बाजू होती'' (पृ.३४). कै. गणपतराव त्यांची बाजू त्यांना सांगत. कै. कळब्यांच्या 'विजयाश्रमात' जी फुल्यांची शिकवण त्या काळात दिली जात होती; तिच्यापेक्षा मूलभूत व विधायक दृष्टी म. फुल्यांच्यात यशवंतरावांनी पाहिली. गणपतराव व यशवंतराव यांच्यामधले हे अंतर पुढे म. गांधींच्या राष्ट्रीय चळवळीत संपलेच. दोघेही स्वातंत्र्यसैनिक झाले. मातोश्री विठाबाई, पत्नी कै. सौ. वेणूबाई आदीकरून सर्वांनी चव्हाणांच्या देशभक्तीला साथ दिली. चव्हाणांच्या कुटुंबियांवर जो राष्ट्रीय स्वराज्यवादी परिणाम होऊ लागला; त्यांचे कारण म. गांधी यांचे नवे नेतृत्व होय. टिळकांचेच जुने नेतृत्व असते तर हा बदल अशक्य होता. डॉ. आंबेडकर व टिळक--गांधी-नेहरू वगैरे राष्ट्रीय पुढाऱ्यांत का फरक पडला हे चव्हाणांच्या पुढे प्रश्न असत.

लो. टिळकांचा परिणाम

चव्हाणांना सामाजिक स्वातंत्र्यापेक्षा राजकीय स्वातंत्र्याची चळवळ अगत्याची वाटली. कऱ्हाडच्या टिळक हायस्कूलमधील यशवंतराव चव्हाण हे एक विद्यार्थी होते; त्यांना टिळकांविषयी खूप वाचावयास मिळाले व टिळकांच्या विषयीचा आदरभाव आमरण राहिला. महर्षी शिंदे व डॉ. आंबेडकर यांनी टिळकांच्या पडत्या सामाजिक मनाबद्दल त्यांचा कठोर समाचार घेतला होता. जवळकरांची भाषा उग्र होती. डॉ. आंबेडकर यांनी 'मूकनायकाच्या' पहिल्या अंकात जवळकरांचे टिळकविरोध विचार भारदस्त मांडले आहेत. यशवंतरावांना महाराष्ट्र ब्राह्मणेतर चळवळीची काही काळ जरुरी का वाटली व ह्या चळवळीला ग्रामीण जनतेने काही काळ तरी पाठिंबा का दिला? वगैरे प्रश्न उद्भवतात.

चव्हाण लिहितात:- 'टिळकांच्या व्यक्तिमत्त्वाचा जबरदस्त परिणाम भावनांवर झाला आणि जाती-जमातींचे जे प्रश्न आहेत; त्यांच्या बाहेर राहून काही राष्ट्रीय स्वरूपाचे असे जे प्रश्न आहेत, त्यांसाठी आपण काहीतरी केले पाहिजे हा विचार माझ्या मनामध्ये आला' (पृ.३५).

जाती-जमातींचे प्रश्न किंवा स्वसमाजाचा उद्धार व उन्नती ह्या संकुचित क्षेत्रांपेक्षा सर्व देशाच्या प्रश्नाकडे यशवंतराव वळले; हे खरे व आमरण ही व्यापक दृष्टी त्यांनी जोपासली. ही निवडलेली अखिल भारतीय दृष्टी हा चव्हाणांच्या जीवनाचा पुढील पाया

ठरला. ह्यावरच पुढील भव्य इमारत उभी राहिली. यामुळे ते शेवटपर्यंत काँग्रेसवादीच होते.

'टिळक-फुले'

यांच्या संबंधाने यशवंतरावांनी लिहिले आहे की:- ''ह्या दोघांच्या विचारांमध्ये मला कोठे साम्य दिसले नाही. यामुळे थोडी खंत होती; पग शेवटी ही दोन्ही मोठी माणसे आहेत..... दोघांनी सांगितलेले विचार हे महत्त्वाचे आहेत. स्वराज्याचा विस्तार टिळकांनी सांगितला आणि गरिबांची शिक्षणाने प्रगती झाली पाहिजे व समाजात समानता निर्माण झाली पाहिजे हा विचार महत्वाचे म्हणून दोन्ही माणसे आपल्या दृष्टीने मोठीच आहेत,'' या निर्णयाला यशवंतराव विद्यार्थिवयातच असताना आले (पृ.३५). जीवनाच्या शेवटी म्हणजे प्रौढावस्थेतच फुले व टिळक यांच्यासंबंधी यशवंतरावांना मागे काय वाटले ते सांगितले आहे. पण म. फुले यांचे शेतकरी लोकांसंबंधीचे विचार अनुभवाने योग्य व जरूरीचे वाटले. म. फुले यांच्याकडे त्यांना पुढील जीवनातही पाठ करता आली नाही. आत्मचरित्रात पुढे उल्लेख येणे अनुभवाने अटळ झाले.

चव्हाणांनी शिक्षण पुरे केले

सार्वजनिक कार्यात विद्यार्थिदशेतच भाग घेत असतानाही त्यांनी जिद्दीने शिक्षण पुरे केले. बी. ए. झाले व पुढे वकिलीचीदेखील परीक्षा पास झाले. वडील बळवंतराव सातव्या वर्षीच वारले. बंधू गणपतराव यांच्यामुळे त्यांचे शिक्षण पुरे झाले. श्रद्धापूर्वक या भावाचे वर्णन त्यांनी केले आहे (पृ.२९५). स्वतः मान-ठाण न घेता सत्याग्रही वीर म्हणून त्यांनी त्यावेळीदेखील स्वराज्यार्थ तिरंगी झेंडा खांद्यावर घेतला. तो अखेरपर्यंत त्यांच्याभोवती राहिला. काँग्रेसवरील त्यांची श्रद्धा अंतर्गत मतभेदांना वारंवार तोंड देत देत शेवटपर्यंत अचल राहिली.

शिक्षण घेतले पाहिजे हा जो मुद्दा यशवंतरावांनी फुले प्रवाहातून घेतला तो जिद्दीने पुरा केला व ते विद्वन्मामान्यही झाले. विद्वान व प्रज्ञावंताकडून वाहवा मिळणे व मिळवणे दुर्घट होते. पण या वर्गाची इतरांशी विरोध ओढवून न घेता, त्यांचेही नेतृत्व केले; व महाराष्ट्र एकसंघ केला.

चव्हाणांच्या ठायी जातीयता व जातिभेद अगदी लहानपणापासून नव्हते. काबाडकष्ट करणाऱ्या ''अशा स्तरातील व परिसरातील मुला-माणसांबद्दल एक प्रकारचे कौतुक व जिव्हाळा आहे. मग ती कोणत्याही जातीची का असेनात'' (पृ.१५). ही सर्वसंग्राहकता व जातिभेदातीत दृष्टी त्यांनी सर्वत्र व सतत जोपासली. ह्या सामाजिक व्यापकतेतच त्यांचे यश सामावले होते.

देवराष्ट्र या चव्हाणांच्या गावी दहा पंधरा जमीनदार ब्राह्मण कुटुंबेही होती...

''माझ्या लहानपणी या मंडळींबद्दल गावात एक प्रकारचा आदर असल्याचे मी पाहिले होते. पण या आदराच्या पदराखाली झाकेलेले असे एक अंतर होते, त्याची जाणीव नंतर मला पुढे पुढे होऊ लागली'' (पृ.१९-२०). जे अनुभव मागे फुल्यांना आले, तसले काही अनुभव यशवंतरावांनादेखील आले. पण प्रतिकार म्हणून सातारा जिल्ह्यात जो सामाजिक बंडाचा वणवा पेटला होता, त्याच्याशी समरस होऊन प्रतिकारात्मक चळवळीत यांनी भाग घेतला नाही. ही त्यांची तटस्थता मोठी चिंत्य वाटते.

भाऊराव पाटील सामाजिक बंडाच्या अग्रणी होते. पण १९४६ सालपर्यंत आत्मचरित्र सांगणाऱ्या 'कृष्णाकाठ' ह्या पहिल्या खंडात भाऊरावांचा नामोल्लेख मुळीच नाही. पण उत्तर आयुष्यात रयत शिक्षण संस्थेचे अध्यक्षपद यशवंतरावांनी यशस्वीपणे भूषविले. रयत शिक्षण संस्था कऱ्हाड तालुक्यातील काले या गावी झालेल्या सत्यशोधक समाज परिषदेतून निघाली. ग्रामीण संस्कृतीच्या अनुभवातून त्यांची जडण-घडण झाली व ग्रामीण नेतृत्वाला पुढे आणण्याच्या कामी सिंहाचा वाटा त्यांच्याकडे जातो. जवळ-जवळ तीस वर्षे महाराष्ट्रावर त्यांनी त्यांची राजकीय पक्कड कायम राखिली होती.

चव्हाण विद्यार्थी या नात्याने कधीही नापास न होणारे होते. परंतु उत्तम मार्क्सही मिळविणारे नव्हते. (पृ.४१). मध्यम होते. साहित्य, कला व क्रीडा यांचा त्यांना छंद होता. सत्तेचे व निवडणुकीचे राजकारण खेळणारे होते तरी ह्याही धक्काधक्कीच्या जीवनात देखील रसिकता व साहित्यप्रियता त्यांनी वाढविली. सत्ता हातात आल्यावर साहित्य व संस्कृती मंडळ त्यांनीच स्थापिले. हा प्रयोग महत्त्वाचा ठरला.

लाहोर कटाशी संबंध दाखवून यतींद्र दास यांना इंग्रज सरकारने तुरुंगात डांबले. उपोषण करून दास यांनी मृत्यूला कवटाळले. ही घटना राष्ट्रीय चळवळीकडे कायमच ओढून घेण्यास चव्हाणांच्या जीवनात कारणीभूत झाली (पृ.४४). केवळ टिळकांचाच एकमेव प्रभाव त्यांच्यावर पडला होता हे पूर्ण सत्य नव्हे.

निश्चय ठरला

छोट्या-छोट्या जातीय किंवा धार्मिक प्रश्नासाठी आकुंचितपणे जीवन व्यथित करण्यापेक्षा व्यापक दृष्टीने कार्य करण्याचा चव्हाणांचा निश्चय कायम झाला.

सामाजिक-धार्मिक सुधारणापेक्षा स्वराज्याच्या राष्ट्रीय प्रश्नांना त्यांनी महत्त्व देण्याचे ठरविले. ईश्वरी व्यापक शक्तीवर त्यांचा विश्वास होता. मूर्ती म्हणजेच परमेश्वर असा पार्थिव भाव त्यांच्यात होता असे नव्हे (पृ.५३). समाजपुरुष जेथे नतमस्तक होतो, तेथे ते परमेश्वर पहात व त्यांना समाधान मिळे! धर्मपर प्रश्नावर वादविवाद करण्यात ते वेळ घालवीत नसत. राजकारण हेच त्यांचे जास्ती आवडीचे झाले.

टिळकभक्ती त्यांच्या आत्मचरित्रात ओतप्रोत आढळली, तरी ग्रामीण शेतकरी

बहुजनसमाजाची नाडी जाणणारे महात्मा गांधी यांचा व त्यांच्या राष्ट्रीय चळवळीचा प्रभाव चव्हाणांच्यावर तुलनेने जास्तीत-जास्त पडला! नंतर पंडित जवाहरलाल नेहरूंचा पडला!

महर्षी शिंदे व केशवराव जेधे

मागे कै. केशवराव जेधे (व जवळकर) यांचा उल्लेख इंग्रज सरकाराकडे तर त्यांचा कल नाही ना? अशी शंका यशवंतरावांना जवळकरांची तुफानी व्याख्याने ऐकून आली होती (पृ.३०). पण तीस सालच्या चळवळीत महर्षि शिंदे व केशवराव जेधे तुरुंगात गेले याचा परिणाम ग्रामीण तरुणांवर फार झाला. "ब्राह्मणेतर चळवळीपासून बाजूला निघून केशवराव जेध्यासारखा तरुण नेता स्वातंत्र्यचळवळीच्या मुख्य प्रवाहात सामील झाला, याचा आम्हाला आनंद झाला" असे चव्हाण म्हणतात (पृ.९२). पण जेधे यांना प्रोत्साहन देणारे व बहुजनसमाजाने गांधी-नेहरूंच्या काँग्रेसमध्ये जावे; असा उघड उघड सल्ला देणारे महर्षि शिंदे यांचे या बाबतीतील ज्येष्ठत्व चव्हाणांनी वाचकांच्या ध्यानात आणून दिलेले नाही ही त्रुटी वाटते. 'जेधे व शिंदे' यांना एकाच मापनाने मापले. सायमन कमिशनवर बहिष्कार घाला असा विचार ब्राह्मणेतर पक्षाच्या सभेत कर्मवीर शिंदे यांनी मांडला. भाऊराव पाटीलदेखील बहिष्काराच्या बाजूचे होते. ब्राह्मणेतर पक्षात व चळवळीत जहाल व मवाळ (सहकारवादी नेमस्त) असे दोन पक्ष पडले. जहाल पक्षाचे बहुमत होऊन उत्तरोत्तर गांधींच्या तिरंगी झेंड्याखाली बहुतेक बहुजनसमाज गेला. तेव्हा सन १९३४ साली मराठा विद्यार्थ्यांच्या सभेत पुणे येथे शिवाजी हायस्कूलातील भाषणात म. शिंदे म्हणाले की-"ब्राह्मणेतर पक्ष बरखास्त झाला नसून त्याने काँग्रेस व्यापली." ब्राह्मणेत्तरांचे राष्ट्रीयकरण करण्यात शिंदे विजयी झाले. कै. भास्करराव जाधव वगैरे तत्सम इंग्रजधार्जिण्यांचे राजकारण संपले व पुढे शिंदे म्हणाले की-'वेगळ्या ब्राह्मणेतर पक्षाची व त्याच्या अधिवेशनाची गरजच नाही' पस्तीस सालानंतर ब्राह्मणेतर पक्ष संपला. चव्हाणांनी जे परिवर्तन केले; ते त्यांच्यापुरते व्यक्तिगत मर्यादित नव्हते. नाना पाटील, बागल, जेधे, लठ्ठे वगैरे अनेक ह्यात सामावतात. परिवर्तन सामाजिक होते व ही बहुजन समाजातील क्रांती सर्व त्यावेळच्या मुंबई इलाख्यात व त्यातील महाराष्ट्रात झाली. टिळकांच्याप्रमाणे म. गांधी यांची समाजसुधारणा व अस्पृश्यता-निवारक क्षेत्रात पडती बाजू नव्हती. शिवाय त्यांचा दृष्टिकोन ग्रामाभिमुख होता. स्वत: गांधी जन्माने ब्राह्मण नव्हते. त्यांना काँग्रेस शेतकऱ्यांची व सर्वसामान्य जनतेची समाजसुधारणा करावयाची होती व प्रत्यक्ष केली. ब्राह्मणेतर पुढाऱ्यांना भेटून त्यांच्याशी संवाद व संपर्क साधून गांधींनी सर्व वर्ग व सर्व थर आणि जाती जमाती व अनेक धर्म यांचा स्वराज्याप्रीत्यर्थ विश्वास संपादण्यात टिळकांच्यापेक्षा व्यापक व

सर्वत्र भारतात जय मिळविला. 'गांधी-नेहरू बद्दल श्रद्धा हीही कारणीभूत झाली' (पृ.९२). असे निवेदून चव्हाण मान्य करतात की, 'पण महाराष्ट्राबद्दल बोलायचे झाले तर हा जो ग्रामीण समाज हलला त्याचे काही श्रेय विठ्ठल रामजी शिंदे आणि केशवराव जेधे यांना दिले पाहिजे'. शिंदे-जेधे यांनी प्रथम सत्याग्रहात उडी घेतली नसती तर गांधींच्या मागे महाराष्ट्र जाण्यास फार वेळ लागला असता.

ब्राह्मणेतर चळवळीपासून बाजूला होत केशवराव राष्ट्रीय चळवळीत गेले; याचा चव्हाणांना आंनद वाटला. पण केशवराव जेधे हे कर्मवीर शिंदे यांना अगदी तरुणापासून गुरुस्थानी मानीत. अस्पृश्योद्धारक कार्यात पडण्याची स्फूर्तीदेखील गुरुवर्य शिंदे यांच्यापासून केशवरावांनी घेतली व तुरुंगात सत्याग्रह करून जाण्याचा आग्रह व तगादा शिंद्यांनीच केला. जेधे-गाडगीळ मध्यवर्ती कौन्सिलला उभे राहिले; तेव्हा महर्षि शिंदे यांनी पाठिंबा दिला. पुढे महर्षि शिंदे आजारी पडले व १९४४ साली निवर्तले. जेधे महाराष्ट्र काँग्रेसचे प्रांताध्यक्ष झाले. शिंद्यांच्या राजकीय आशाआकांक्षा 'जेधे केशवराव' यांच्या चरित्रात श्री. य. दि. फडके यांनी दिला आहे. तो सर्व कृपया वाचावा.

हरीभाऊ लाड यांनी विठ्ठल रामजी यांनी येरवडा तुरुंगातील चव्हाणांना सांगितलेली आठवण मोठी हृद्य आहे (पृ.९१-९२). त्यावरून दुसऱ्यांना मदत करणारा शिंद्यांचा स्वभाव समजतो. लाड हे अपंग असत.

हरीभाऊ लाड यांच्याकडून जेवढे समजले तेवढेच विचार चव्हाणांनी मांडले आहेत. वास्तविक महर्षि शिंदे व केशवराव जेधे हे महाराष्ट्रातील प्रभावी पुढारी होते. इंग्रज सरकारने येरवडा तुरुंगात दिवाण कै. भास्करराव जाधव यांना शिंद्यांचे मन वळविण्यास पाठविले होते. तरी शिंद्यांनी माफी मागितली नाही. चव्हाण म्हणतात त्याप्रमाणे :- 'विठ्ठल रामजी शिंद्यांचे व्यक्तिमत्व वेगळ्या तऱ्हेचे होते. त्यांची बैठक समाजसुधारकाची आणि काहीशी अध्यात्मिक होती'. पण एवढ्याच पुरते त्यांचे कार्य मर्यादित नव्हते. शिंद्यांनी व्यापकपणे न्याय देणे, जरुरीचे वाटते.

मुसलमान, ब्राह्मणेतर व दलित या वर्गांनी राष्ट्रीय प्रवाहापासून दूर राहून इंग्रजांच्या फुसीनुसार स्वराज्याच्या चळवळीला विरोध करू नये. त्यांनी त्यांची उन्नती करावी. पण इंग्रजांचा कक्षा ओळखावा. शिंद्यांची दुसरी धारणा अशी होती की-सत्यशोधक समाजाचे कार्य मूळच्या ब्राह्मोसमाजाच्या एकात्मक पायावर करावे. शिंदे इहवाद व अध्यात्मवाद ह्यात फरक करत नव्हते. शिंदे समन्वयवादी होते; संसार व राजकारण धर्म्य झाले पाहिजे. 'विठ्ठल रामजींच्या मनात गांधींबद्दल आत्यंतिक आदर होता' असे जे हरिभाऊ लाड यांनी चव्हाणांना सांगितले होते, ते (पृ.९२) गुरुवर्य अण्णासाहेब शिंदे यांच्या सहवासात आलेल्या प्रस्तुत लेखकाने अनुभविले होते. म. गांधींच्या

जवळ जाणारे शिंदे हे बहुजनसमाजातील पहिले ज्येष्ठ राष्ट्रीय कार्यकर्ते होते.

'शहरातून स्वराज्याची चळवळ जी खेडेगावात गेली, ती १९३०च्या आंदोलनात आणि त्यामुळे एक महत्त्वाचा सामाजिक बदल झाला' (पृ.९७) चव्हाणांनी जो येथे 'सामाजिक बदल' सांगितला आहे, तो टिळक काळात का होऊ शकला नव्हता? व १९३० च्या गांधी चळवळीपासून महाराष्ट्रातील बहुजनसमाज व विशेषत: जो ग्रामीण समाज स्वराज्याच्या लढ्यात मोठ्या संख्येने उतरू लागला; यांची स्वानुभवपूर्वक मीमांसा व त्यांच्या स्वत:चा प्रयत्न पुढे सांगितला आहे (पृ.९७). लो. टिळक यांच्यामुळे 'स्वराज्य हा माझा जन्मसिद्ध हक्क आहे' हा संदेश वरच्या पांढरपेशा विचारवंतांपुरताच मर्यादित राहिला होता; तो खेड्यापाड्यांतील सामान्य शेतकऱ्यापर्यंत जाऊन पोहोचला, असे चव्हाण निवेदतात.

सत्यशोधक माधवराव बागल

या संबंधाने कोल्हापूरचे प्रसिद्ध सत्यशोधक पुढारी माधवराव बागल यांच्या अध्यक्षत्वाखाली मसूर (ता. कराड) येथे झालेल्या परिषदेचा वृत्तान्त दिला आहे व मालवीय यांच्या भाषणप्रसंगी कऱ्हाड येथील सभेला पुण्याचे श्री. न. चिं. केळकर यांना अध्यक्ष म्हणून नेमण्याच्या घटनेचा वृत्तान्त दिला आहे. वादळ शमविण्यासाठी भाऊसाहेब बटाणे व केळकर यांना अर्धे-अर्धे अध्यक्षपद देण्यात आले. ही जरी तडजोड असली; तरी सर्वसामान्य जनता व तिचे पुढारी जागृत झाल्याचे चिन्ह होते. हळूवार भाषेत चव्हाण कृष्णाकाठच्या घटना मांडतात (पृ.१०५-१०६).

माधवराव बागल यांनी काँग्रेसच्या वरील सभेत शेतकऱ्यांचा आवाज उठवून त्यांचे प्रश्न मांडले. 'पिळल्या जाणाऱ्या शेतकरी समाजाचे जे प्रश्न होते. ते या राजकीय व्यासपीठावर मांडण्याच्या कामात माधवराव व पर्यायाने आम्हीही यशस्वी झालो' (पृ.१०४). चव्हाण आनंदाने हे वाचकांना सांगतात.

राजकीय परिषदेत शेतकऱ्यांचे म्हणजे ग्रामीण जनतेचे प्रश्न मांडले गेले. यामुळे उच्चभ्रू व शहरी पुढारी नाराज झाले! पण माधवरावांच्या मताशी यशवंतराव सहमत झाले. चव्हाण लिहितात :- ''स्वराज्याच्या चळवळीला काही अर्थप्राप्त करून द्यायचा असेल, तर सामाजिक आणि आर्थिक प्रश्न यांना स्पर्श केल्याशिवाय आपली स्वातंत्र्याची चळवळ पुढेच जाऊ शकणार नाही; असे माझे मत झाले होते'' (पृ.१०४). 'माझ्या राजकीय आयुष्यातील एक उत्तम धडा मी शिकलो' चव्हाणांतील हा दुसरा बदल होय.

म. जोतिबा फुल्यांची पुन: आठवण

म. फुल्यांची आठवण चव्हाणांना झाली व पुढे ते म्हणाले :- ''लहानपणी

वाचलेले जोतिबा फुल्यांचे चरित्र आठवले आणि माझ्या बंधूंनी मला सांगितल्याचे स्मरले की :-

"तुम्ही विचारता, शेतकरी समाज चळवळीत सामील का होत नाही, पण तुम्ही शेतकरी समाजापुढील प्रश्नांचा कधी विचार केला आहे का?" (पृ.१०४). मसूरच्या राजकीय परिषदेने चव्हाण खूप शहाणे झाले. 'गरिबांचे कैवारी कोण' आणि विरोधी कोण, हे लक्षात घेऊन स्वातंत्र्याची चळवळ चालविली पाहिजे असा विचार चव्हाणांना प्राप्त झाला.

मात्र माधवराव बागल व यशवंतराव चव्हाण यांचे पिंड वेगळे होते. बागल हे या काळात सत्यशोधक विचाराला समाजवाद जोडीत होते. पुढे चव्हाण हे येरवडा तुरुंगात समाजवादाशी परिचित झाले; माधवराव बागल कडवे सत्यशोधक होते व आहेत.

भाई बागल सत्यशोधक होते, हे दुर्दैव कसे? सुदैवच होय!

चव्हाण यशवंतराव व भाई बागल

"माधवराव बागल बोलल्यामुळे त्याला ब्राह्मण-ब्राह्मणेतर असा रंग देण्यापेक्षा गरीब शेतकऱ्यांच्या वर्गाचे प्रश्न सोडविण्याच्या दृष्टीने आपण त्याचा विचार केला पाहिजे. कारण दुर्दैवाने माधवराव बागल हे कोल्हापूरचे होते आणि सत्यशोधक चळवळीत मनापासून भाग घेत होते." (पृ.१०५)

'दुर्दैवाने माधवराव...' असे 'दुर्दैवाने' हा शब्द बागलांच्यामागे चव्हाणांनी योजला आहे! वाळवे - कऱ्हाड भागात शेतकरी लोकांच्या प्रश्नावर अनेक सभा घेऊन यात शेतकरी लोकांच्या प्रश्नावर बागलांनी तात्त्विक मांडणी केली. ही जोतिबा फुल्यांची परंपरा होती. त्या परंपरेशी सुसंगत अशी मानसिक भूमी राष्ट्रीय स्वातंत्र्याच्या चळवळीतही निर्माण केली पाहिजे. हा त्याचा खरा अर्थ होता. "निव्वळ इंग्रजांना दोष देण्याची सवय लागलेल्या मंडळींना ही गोष्ट नवीन होती. त्यांना वाटत होते, की देशातून इंग्रजांचे राज्य जावे, पण सामाजिक व आर्थिक प्रश्नांना कोणी हात लावू नये" (पृ.१०५). 'सामाजिक आणि आर्थिक प्रश्नांना हात लावू नये' हा विचारच 'दुर्दैवी' होता. फक्त निव्वळ ब्राह्मणांना दोष देण्याची सत्यशोधकीय ब्राह्मणेत्तरांची सवय यशवंतरावांना आवडली नव्हती. त्याचप्रमाणे निव्वळ इंग्रजांना दोष देण्याची उच्चभ्रूंची प्रथा यशवंतरावांना आवडली नाही (पृ.१०५). मसूर व कऱ्हाड येथील सभातून त्यांना जो अनुभव आला त्यामुळे सत्यशोधकीय चळवळीचा त्यांना मनातून अजिबात विसर होणे अशक्य होते. उदा.

सत्यशोधक चळवळीचे स्वरूप

'महाराष्ट्रात सत्यशोधक विचारांची एक चळवळ १९२२-२३ सालपर्यंत झाली.

त्यावेळी तिच्यामध्ये मूळ जोतिबा फुल्यांच्या प्रेरणा कार्य करीत होत्या. जिल्ह्यातल्या जुन्या कार्यकर्त्या मंडळींशी बोलले की, याची थोडी फार कल्पना येत असे. त्यानंतरही सत्यशोधक विचारांचा प्रसार करणारे केशवराव विचारे यांच्यासारखी निष्ठावान मंडळी काम करीत होती आणि त्यांना या सामाजिक प्रेरणा अजूनही महत्त्वाच्या वाटत होत्या. पण सत्यशोधक समाजाच्या पाठीमागच्या सामाजिक प्रेरणा कुठे तरी मध्येच गळून पडल्या असाव्यात आणि मुख्यत: जो प्रवाह शिल्लक राहिला, तो ब्राह्मणेतर चळवळीचा. सरकारी नोकऱ्यांमध्ये महत्त्वाचा हिस्सा असावा, राजकीय सत्ता जी थोडी फार होती किंवा मिळेल; अशी आशा होती, तीमध्ये योग्य तो वाटा मिळावा, ही त्या चळवळीची ध्येये होती, असे दिसते' (पृ.९२ व ९३).

वरील उताऱ्यावरून म. फुले यांच्या वेळची चळवळ व यशवंतरावांच्या काळात चाललेली चळवळ यांतील तफावत मोजक्या शब्दात यशवंतरावांनी व्यक्त केली आहे. इंग्रज सरकारने जे हक्क दिले होते व देणार! देणार!! म्हणून जाहीर होत होते; त्यामुळे ब्राह्मणेतर पक्षाचेही समाधान होणे अशक्य झाले. यामुळे तरुण पिढीला ब्राह्मणेतर चळवळीच्या मर्यादा ओलांडून पुढे जावे लागले. दुसरी गतीच नव्हती!

वरील चळवळीत आपला समाज कसा पुढे येईल असा विचार करणारे केशवराव विचाऱ्यांच्यासारखी निष्ठावान माणसे होती. सत्यशोधक चळवळीत निष्ठावान काही माणसे होती हे चव्हाणांना दिसले होते. पण देशाला स्वराज्य मिळाले पाहिजे; हा राष्ट्रव्यापी गांधींचा विचार त्यांच्या मनात व सर्वत्र प्रभावी ठरला व लहान मोठ्या सामाजिक-धार्मिक सुधारणापर चळवळी व उपक्रम मागे पडले. सत्यशोधकीय ब्राह्मणेतर चळवळ राष्ट्रीय चळवळीने गिळली.

आज स्वातंत्र्य आले आहे व अशा नव्या काळात यशवंतरावजींनी वरील चळवळीतील गुणदोष स्वच्छपणे दर्शविले याचे चिंतन नव्या पिढीने करावे.

सत्यशोधकीय ब्राह्मणेतर चळवळ हे मूठभर प्रस्थापितांच्या विरुद्ध एक बंड होते. बंडाची कारणे चालू पिढीला आता बोथट झाली आहेत. एक इतिहास म्हणून अभ्यास होत असतो म्हणून हे भाष्य साकार केले आहे हा लेख म्हणजे 'कृष्णाकाठ' आत्मचरित्राचे समग्र ग्रंथपरीक्षण नव्हे.

जातीय विचाराच्या पलीकडे

यशवंतरावांनी झेप घेतली. कोल्हापूरला राजर्षि शाहू महाराजांच्या नेतृत्वाखाली गोरगरीब विद्यार्थ्यांसाठी जातवारीने बोर्डिंगे निघाली होती. मराठा बोर्डिंगदेखील चांगले चालले होते. कृष्णाकाठच्या ह्या आत्मचरित्रात शाहू महाराजांचा शेवटी जोडलेल्या सूचीमध्ये उल्लेख मिळत नाही. पण तो पृ.१४८ वर एकदा आढळतो. चव्हाणांनी

मराठा बोर्डिंगमध्ये राहाण्याचा विचार मनातदेखील न आणता १९३४ सालापासून राजाराम कॉलेजमध्ये शिक्षण घेण्यासाठी एक स्वतंत्र खोली कोल्हापुरात घेऊन बी. ए. पर्यंतचे शिक्षण पुरे केले. समाजासाठी अगर देशासाठी काही तरी कार्य करावे असा चव्हाणांच्या त्यावेळच्या पिढीत ध्येयवाद होता. विद्यार्थी असतानाही चव्हाणांचे राष्ट्रीय चळवळीकडे लक्ष होतेच. प्रिं. बाळकृष्ण यांचे त्यांना सहाय्य व सहकार्य झाले. राजाराम कॉलेजचा विकास शाहूछत्रपती व राजाराममहाराज यांच्या कारकिर्दीत झाला. पुण्यापेक्षा उच्च शिक्षणासाठी कोल्हापूरच यशवंतरावांनी पत्करले. साताऱ्यास कॉलेज नव्हते. शाहू- महाराजांचा पाया चव्हाणांना उपयोगी पडलाच नाही; असे म्हणता येत नाही. लोकमान्य टिळकांच्यापेक्षा शाहूमहाराजांच्यामुळे बहुजनसमाजात सामाजिक जागृती होऊन स्वतंत्र 'अस्मिता' निर्माण झाली हे खरे नव्हे काय?

चव्हाणांना संस्कृत घेता आले नाही!

खुद्द चव्हाणांना विशिष्ट वर्गाचा आर. एस. एस. चा मार्ग अमान्य होता. मॅट्रिकचा अभ्यास करताना एक शास्त्री घरी संस्कृत शिकवीत. चव्हाणांनी त्यांचे जिगर मित्र अनंतराव कुलकर्णी यांना वरील शास्त्री यांच्याकडे चौकशी करण्यास सांगितले ''मी अब्राह्मणांना संस्कृत ही देववाणी शिकविणार नाही'' ही आठवण महत्त्वाची आहे. पण ब्राह्मणांना न दुखवता यशवंतराव चव्हाणांनी मॅट्रिकला मराठी घेतले व कॉलेजमध्ये पुढे अर्धमागधी घेतली (पृ.१५० व १५१). हा अनुभव त्या काळात पुष्कळांना आला. चव्हाणसाहेब पुढे असामान्य झाले. पण मला सामान्यालादेखील इंग्रजी पाचवीत संस्कृत घ्यावयाचे होते, पण वाई येथील द्रविड हायस्कूलमधील संस्कृत शिक्षक कै. गोडखिंडीकर जवळ येऊन म्हणाले की, ''आता मराठी घेण्याची सोय झाली आहे.'' पण जास्तीत जास्त अब्राह्मण विद्यार्थ्यांनी संस्कृत घ्यावे; असा उदारभाव त्यांनी प्रकट केला नाही? मग मराठी घेण्याचाच मार्ग बहुतेकांनी पत्करला, असो.

यशवंतरावांना संस्कृतचे अधिकाधिक शिक्षण मिळाले असते तर त्यांच्या विद्वत्तेची असामान्य चमक अधिक दिसू शकली असती. फुले-आंबेडकरांच्याप्रमाणे चव्हाणांनी ब्राह्मणसमाजाचा राग धरला नाही हा त्यांचा विशेष होय.

कोल्हापूरचा शैक्षणिक दृष्ट्या त्यांना मोठा फायदा झाला. तथापि कोट्यवधी गरीब शेतकऱ्यांची मुले विद्या-वंचित आहेत; त्यांच्या शिक्षणाची व्यवस्था झाली पाहिजे; ही काळजी चव्हाणांनी व्यक्त केली आहे (पृ.१५५). समाजवादाचा परिचय त्यांना कोल्हापुरात आला व गोरगरीब शेतकरी यांची स्थिती सुधारली नाही, तर स्वराज्याला अर्थ नाही असाही त्यांना साक्षात्कार झाला. पण ही त्यांची इच्छा आलेल्या स्वातंत्र्याने अद्याप अपुरीच राहिली आहे.

त्यांचे बंधू गणपतराव यांनी त्यांचे शिक्षण पुरे व्हावे, म्हणून वारंवार प्रयत्न केला; याचे उल्लेख वरचेवर येतात (पृ.१६५). गणतपराव थोडेच शिकले होते; पण घरादारातील विद्यार्थ्यांचे शिक्षण व्हावे. ही आस्था त्यांना त्यांच्यावेळच्या विद्याप्रसारक चळवळीतूनच मिळाली एवढे म्हणता येते. त्याचा उपयोग यशवंतराव चव्हाण यांना झाला. त्यांचे वडील व बंधू साक्षर व प्राथमिक शिक्षण घेतलेले होते, हे विशेष होय. त्यांच्या जीवनाची व राष्ट्रीय कार्याची जडण-घडण होण्यास आई विठाबाई ह्या कारणीभूत झाल्या, हे वारंवार कृतज्ञतेने प्रगट केले आहे. त्यांची खरी गुरू म्हणजे त्यांची आईच!

काँग्रेस ग्रामीण जनतेची करण्याचा चव्हाणांचा प्रयत्न

शेतकरी ग्रामीण वर्गाची काँग्रेस झाली पाहिजे. हा यशवंतरावांचा प्रमुख विचार होता. कै. आत्माराम बापू पाटील यांना त्यांनी कौन्सिलमध्ये उभे राहून निवडून आणले. कै. सोमण, गोसावी वगैरे तत्कालीन शहरी काँग्रेस पुढाऱ्यांशी त्यांना चर्चा करावी लागली. त्या काळापर्यंत शहरातील डॉक्टर, वकील व तत्सम मंडळी सर्व जनतेच्या तर्फे निवडून जात. बहुतेक प्रातिनिधिक संस्था उच्चभ्रूंच्या ताब्यात असत. चव्हाणांना ही परिस्थिती बदलावी अशी महत्वाकांक्षा होती. श्री. बाबासाहेब शिंदे यांना मुंबई कौन्सिलला व बाळासाहेब देसाई यांना जिल्हा बोर्डाचे प्रेसिडेंट करण्यात यशवंतरावांनी मोठा भाग घेतला (पृ.२२६ व २२९). कुपरशाहीचा अस्त व्हावा म्हणूनही चव्हाण कार्यरत राहिले. ग्रामीण नेतृत्व पुढे यावे म्हणून चव्हाणांनी जो प्रयत्न केला व आरंभिला तो सतत वर्धमान राहिला व त्यांच्याही पश्चात मागे जाईल, असे वाटत नाही. फुले-शाहू-शिंदे यांची ही इच्छा होतीच.

"स्वराज्य हा माझा जन्मसिद्ध हक्क आहे." हे खरेच (पृ.९७). पण हे हक्क सर्वांना सारखे प्राप्त व्हावेत ही बहुजन समाजाच्या व दलित चळवळीची महत्त्वाकांक्षा होती. स्वत: चव्हाण ग्रामीण व शेतकरी समाजातूनच पुढे आले होते चव्हाणांची सामाजिक सर्वसंग्राहक अभेददृष्टी येथे दर्शित करावयाची होती.

उपसंहार

फुले-शाहू-आंबेडकर यांना सामाजिक जातिवर्णव्यवस्थेचा विपरीत परिणाम अनुभविण्यास मिळाला. चव्हाण याला अपवाद नव्हते. उदा. चव्हाणांचे मित्र कै. हे. भ. राघुअण्णा लिमये यांच्याबरोबर ग्रामीण भागात दौऱ्यावर गेले होते. दोघांचा मुक्काम जुन्या मताच्या ब्राह्मण कुटुंबात झाला. पण जेवण प्रसंगी तेथे चव्हाणांचे पान बाहेर मांडले व राघुअण्णा यांचे पान आत वाढले. राघुअण्णा उठून चव्हाणांच्या शेजारी येऊन बसले (पृ.८६). त्यांच्या मनात राष्ट्रीय भावना होत्या. गांधींच्या चळवळीत सर्वत्र खांद्याला खांदा लावून एकत्र लढले. यामुळेही येथील जातिभेद बोथट होण्यास मदत मिळाली. पण ह्या वरील घटनेमुळे चव्हाणांच्या मनात कित्येक विचार येऊन गेले

असतील. सत्यशोधक चळवळ का झाली; याची कारणेही त्यांच्या मनापुढे उभी राहिली असतील. काही असो-नसो, पण त्यांनी यानंतरही स्वत:ला सत्यशोधकीय ब्राह्मणेतर चळवळीतील म्हणून कधीच संबोधून घेतले नाही. पण यादृष्टीने अप्रत्यक्षपणे त्यांनी फुले व शाहूंनंतर महाराष्ट्र पुढे रेटला. **शाहू महाराजांनंतर जनतेला मिळालेले पात्र व मुत्सद्दी नेतृत्व म्हणजे यशवंतरावच होत. नाहीतर दुसरे कोण?** 'शाहू-फुले' ही सामाजिक-धार्मिक नेतृत्वे होती व चव्हाण राष्ट्रीय नेतृत्व पुढील काळानुसार होऊन गेले. त्यांनी सत्ता गौण मानली नाही. सत्तेवर येऊन व दुसऱ्यांना आणून त्यांनी शैक्षणिक, सहकारी वगैरे क्षेत्रांत महाराष्ट्र समाज पुढे आणला. ओघाने ब्राह्मणेतर मराठे समाज व दलित समाजदेखील पुढे आणला. संयुक्त महाराष्ट्र झाल्यावर आता मराठ्यांचे राज्य होणार, ही ब्राह्मणी भीती खोटी पाडली. दिल्लीला खासदार असताना दलितांच्या राखीव जागा सवलतींची मुदत आणखी दहा वर्षे वाढविण्याच्या ठरावाला पाठिंबा दिला. मराठा महासंघाच्या या संबंधाच्या उलट्या धोरणाला मान्यता दिली नाही. महाराष्ट्राचा गुजरात झाला नाही; यांचे श्रेयही त्यांना द्यावे लागते. महाराष्ट्र राज्यात धर्मांतरित बौद्धांनाही सवलती अद्याप कायम ठेवल्या आहेत. चव्हाणांशी समक्ष बातचीत झाली तेव्हा सवलती इतक्यात काढल्यास दलित मागे रहातील असे ते म्हणाले.

आर. एस. एस. चे सांप्रदायिक धोरण त्यांना मान्य नव्हते. आर. एस. एस. च्या पुण्यात भरलेल्या शिबिरात दत्तो वामन व गोळवलकर तत्समांशी एक संवाद झाला. दत्तो वामन पोतदार म्हणाले की 'कलेक्टर वगैरे सनदी नोकर होण्यासाठी जी परीक्षा लागते, त्यात उत्तीर्ण होणारे ब्राह्मण तयार होईल व नोकरशाहीतील उच्च जागा पटकावतील तर ब्राह्मणी सत्ता होईल. सैन्यातही उच्च जागेवर ब्राह्मण जात असतात.' दत्तो वामन यांनी हे जे मत व्यक्त केले, ते मी अंत:करणातील कप्प्यात ठेवले आहे; ठेवीत आहे; असे चव्हाणांनी आम्हांस सांगितले. आर. एस. एस. बद्दलचे कै. चव्हाणांचे प्रतिकूल मत त्यांच्या आत्मचरित्रात पृ.२१८ वर सापडते.

चव्हाणांना मी म्हणालो की-''वरिष्ठ सुशिक्षित घरासाठी तुम्ही खूप केले. पण त्यांना एवढे करूनही बरे वाटत नाही.'' त्यावेळी यशवंतराव म्हणाले की-''त्यांना बरे कसे वाटेल?''

चव्हाणांनी महाराष्ट्रावर राखलेली पक्कड वरील मध्यम वर्गाला जातीय वाटे व आतून असह्य होई. काही असो नसो!

दिल्ली येथील त्यांच्या निवासस्थानात पंचेचाळीस मिनिटे आम्ही खुली खाजगीत चर्चा केली. ह्या राजकीय भेटीगाठी नव्हत्या. चव्हाणांनी केलेले निकोप समाजकारण सर्वांनाच मार्गदर्शक होणारे आहे.

(हस्तलिखित)

२. यशवंतरावांचे समाजकारण

राजकारण म्हणजे निकोप समाजकारण. चव्हाणांचे समाजकारण निरोगी कसे होते, हे दर्शवायचे आहे यामुळेच चव्हाण पुढे आले. मात्र विवेचनाचा हा उद्देश साधताना राजकारण व समाजकारण यांची संपूर्ण ताटातूट करावयाची नाही.

पुष्कळ पुढारी शहरी वातावरणातून पुढे आलेले आढळतात. सत्तेवर येऊन विराजमान झालेल्या लोकांना बहुसंख्य ग्रामीण जीवनाचा अनुभव नसतो. गरिबी म्हणजे काय असते, याचीही कल्पना फार थोड्यांना असते. यामुळे सर्वसामान्यांच्या दुःखांची, प्रश्नांची व अडचणींची कल्पना उच्चभ्रूंना नसते.

आजच्या सांगली जिल्ह्यातील देवराष्ट्रे हे यशवंतरावांचे जन्मगाव. 'इतिहास-भूगोल' असा क्रम वापरला जातो. पण भूगोल अगोदर नैसर्गिकपणे असतो. मग भूगोलातील कारणे तेथील प्रादेशिक इतिहास बनण्यास कारणीभूत ठरतात. या दृष्टीने यशवंतरावांनी त्यांच्या 'कृष्णाकाठ' या आत्मचरित्रात अगोदर परिसराचा भूगोल दिला आहे. भौगोलिक माहितीनंतर इतिहास निवेदिला आहे. या ग्रामीण पार्श्वभूमीमध्ये त्यांच्या ठायी सर्वसामान्य जनतेविषयी पुढे जी कणव व कैवार दिसून आला त्याची बीजे आढळतात. यशवंतराव अर्थात जनतेचे, रयतेचे होते. कार्य व कीर्ती टिकाऊ असते. यशवंतरावांशिवाय महाराष्ट्र आता पोरका वाटतो.

यशवंतरावांची निश्चित जन्मतारीख त्यांना अवगत नव्हती. ती त्यांनी सांगी-वांगीवरून निश्चित केली. या बाबीवरूनदेखील सर्वसामान्य रयत (प्रजा) किती मागास होती याची कल्पना येते. शिक्षणाने समाज आता बराच पुढे आला आहे. जोतिरावांनादेखील त्यांची जन्मतारीख निश्चित ठाऊक नव्हती. ते १८२७ च्या सुमारास जन्मले असे त्यांच्या अगदी पहिल्या त्रोटक चरित्रात नमूद केलेले स्वच्छ आढळते. यशवंतरावांच्या मानाने जोतिबांच्या काळात शेतकरी-समाज फारच मागे होता. दोघेही अतिसामान्य शेतकरी-समाजातून पुढे आले. ''सामान्य शेतकऱ्याच्या आयुष्यात वाट्याला येणाऱ्या ज्या गोष्टी असतात. त्या सर्व आमच्याही वाट्याला आल्या होत्या...'' ''सणगर, धनगर, मुसलमान, रामोशी यांचा शेजार हा माझ्या आयुष्यातील एक विशेष ठेवा आहे असे मी नेहमीच मानत आलो आहे..'' (पृ.२५)

रामोशी समाज हा पश्चिम महाराष्ट्रात शिवकालापासून महत्त्वाचा गणला जात असे. यशवंतरावांनी देवराष्ट्रे या गावातील रामोशी समाजाचा आवर्जून उल्लेख केला आहे व हा समाज अस्पृश्य मानला जात नसे, असाही अनुभव त्यांनी सांगितला आहे.

यशवंतरावांचे विविध समाजांच्या संबंधाचे निरीक्षण व परीक्षण मोठे महत्त्वाचे व आताही अभ्यसनीय ठरते.

यशवंतराव ब्राह्मण समाजासंबंधी उलटा पवित्रा घेणारे नव्हते. हे या लेखातील विवेचनावरून वाचकांना पुढे सांगावयाचे आहे व हा त्यांचा राजकारणात गुणच ठरला. तरी त्यांनी त्यांच्या देवराष्ट्रे खेडेगावातील उच्चभ्रूंसंबंधाने जो स्वानुभव प्रगट केला आहे, नव्हे हळूच सूचित केला आहे. तो त्या काळात तर प्रातिनिधिक व सार्वजनिक होता.

''गावात मध्यम स्थितीपासून ते उत्तम स्थितीत असलेली दहा-पंधरा ब्राह्मण कुटुंबेही होती. त्यांची काहीशी जमीनदारी होती. मुलेबाळे शिक्षणासाठी बाहेरगावी जात. परंतु माझ्या लहानपणी या मंडळींबद्दल गावात एक प्रकारचा आदर असल्याचे मी पाहिले होते. पण या आदराच्या पदराखाली झाकलेले असे एक अंतर होते, त्याची जाणीव नंतर मला पुढे होऊ लागली.'' (पृ.२०)

यशवंतरावांचे भाऊ गणपतराव यांचेप्रमाणे प्रत्यक्ष सत्यशोधक म्हणून यशवंतराव कधीच पुढे नव्हते तरी जोतिबा फुल्यांना जसे अनुभव आले, तसे चव्हाणांनाही काही आले.

सातारा जिल्ह्यात चव्हाणांच्या पूर्ववयात जो ब्राह्मण समाजाविरुद्ध उठाव झाला त्याचे कारण खुद्द चव्हाणांच्या अनुभवातही मिळू शकते. तो काळ आता राहिला नाही ही बाब वेगळी. चव्हाणांचा एक नमूद करण्यासारखा विशेष असा की, त्यांना स्वत:ला अनुभवास आलेली विषमता, सामाजिक पक्षपात वगैरे तत्सम बाबी ते प्रतिक्रियात्मक भाषेत मांडीत नाहीत. उलट, कोमल शब्दात या नाजूक बाबी अधूनमधून नमूद करतात. या मुद्दाम शोधाव्या लागतात.

म. फुले, डॉ. आंबेडकर यांचा बंडखोर मार्ग न स्वीकारता मवाळ-नेमस्त व प्रागतिक मार्गाचे ते सामाजिक क्षेत्रात भोक्ते होते. आक्रमक नव्हते. बंडखोर नव्हते.

चव्हाण म्हणजे राजकारण असा सरळ अर्थ होता; त्यांच्यावर 'गांधी-नेहरू' यांच्या राजकारणाचा परिणाम तरुण वयात झाला. गांधी टोपी त्यांनी शेवटपर्यंत धारण केली. त्यांच्यासारखी काही प्रमाणात तिरकी टोपी घालणे व तत्समान खादी पोषाख करण्याचे अनुकरण लहानसहान पुढाऱ्यांनी केले. त्यांच्या राजकारणाला साथ दिली. पण त्यांचे समाजकारणाचे स्वरूप अभ्यासले नाही. त्यांचे समाजकारण म्हणजे एक 'चव्हाण मार्ग' होता. हा मुत्सद्दीपणाचा ठरला. चव्हाणांचा पूर्वार्धातील काळ कसा होता?

इंग्रजांचे शासन होते. तालुक्यातील मामलेदाराला खेड्यापाड्यातील लोक भिऊन वागत. गावात मामलेदार आला म्हणजे त्याचा केवढा दरारा! शासनाविरुद्ध आवाज

उठविण्याच्या मार्गाला फारसे कोणी लागत नव्हते. शासनाला धरूनच ग्रामीण समाज चाले. ग्रामीण समाजाचे समाजकारण असे चाले.

चव्हाणांनी बी. ए. होऊन एल्.एल्. बी. अखेरपर्यंतचे शिक्षण घेतले किंवा त्यांना मिळू शकले हे आजही आश्चर्याचे वाटते. कऱ्हाडला त्यांचे स्थलांतर होऊन तेथील टिळक हायस्कूलमध्ये त्यांचे शिक्षण झाले. या बाबीला फार सामाजिक महत्त्व द्यावे लागते. ज्या काळात टिळकांच्या समाजकारणाला (सनातनी मतांना) मागे पुढे महाराष्ट्रात तीव्र विरोध झाला, असा जरी तो काळ होता, तरी लोकमान्यांविषयी त्यांची जी आदराची बुद्धी कऱ्हाडात निर्माण झाली ती कायम राहिली. लोकमान्यांवर त्यांनी कधीच टीका केली नाही. उलट पुण्यातील लोकमान्य स्मारक प्रयत्नांना भरघोस मदत देण्यासाठी त्यांनी त्यांची सत्ता वापरली व टिळकांनंतर अखिल भारतीय नेतृत्व करण्याचा मान महाराष्ट्रात चव्हाणांएवढा दुसऱ्या कोणीच मिळविला नाही हे सर्वच मान्य करतात.

राजकारण हे वारांगनेसारखे अस्थिर व चंचल मानले जाते. राजकारणात समाज-विज्ञानशास्त्रासारखी स्थिर मूल्ये तुलनेने फार थोडी असतात. भारतात जरी राज्ये झाली-गेली. राजवटी आल्या-गेल्या. राजेलोकांत सत्तास्पर्धा झाल्या तरी शतकानुशतके समाज हा परिवर्तनाकडे वळला नाही. रूढी व परंपरा घट्ट व मठ्ठ राहिल्या. अजूनही पूर्वीच्या कित्येक रूढी पुन्हा येत आहेत. वाडवडिलार्जित पद्धतीने वागणे हा येथील स्वभाव होता व ग्रामीण भागात हाच अद्याप जारी आहे. राजकारणी माणसाला बहुमताप्रमाणेच वागावे लागते. पण समाजसुधारकांचे कार्य लोकमान्य होत नाही. दुर्घट असते.

वरील सनातनी प्रवृत्तींना जोरदार धक्का प्रथम दिला तो खेड्यापाड्यांपर्यंत जाऊन पोहोचला. तो मोठा धक्का व तो तीव्र आघात सत्यशोधक चळवळीने केला. या चळवळीचा संक्षिप्त उल्लेख चव्हाण 'कृष्णाकाठ' या आत्मचरित्रात चार पाच ठिकाणी करतात. यामुळे त्या गत चळवळीचे व्यंग-पुराणात्मक स्वरूप समजून येते. प्रस्तुत लेखकाला सत्यशोधक-ब्राह्मणेतर चळवळ निर्दोष होती असे मुळीच म्हणायचे नाही. चव्हाणांनी जे दोष व दुर्गुण या चळवळीतील म्हणून खास दाखविले आहेत, ते होतेच.

प्रस्तुत लेखकाचे आडनाव चव्हाणच. परंतु यशवंतराव आमच्या जिल्ह्यात व वाईत सतत वावरत असून, त्यांच्या समीप जाण्याचे कारण पडले नाही. चव्हाणांचे एक पत्र मला आले. त्यात ते म्हणतात की- 'तुम्ही जिल्ह्यातील असून तुमची माझी ओळख कशी नाही?' वास्तविक चव्हाण यशवंतराव आमच्या नात्यातील लोकांच्या संबंधित पदरातील होते. दिल्ली येथे १९८२ साली चव्हाण इंदिरा काँग्रेसमध्ये जाण्यापूर्वी त्यांच्या निवासस्थानी जाऊन त्यांच्याशी शेहेचाळीस मिनिटे विविध चर्चा करण्याचा अमूल्य

योग प्राप्त झाला. अर्थात ही राजकीय भेट नव्हती. मी महर्षी शिंदे यांच्या आचार-विचार प्रवाहातील होतो व आहे म्हणून त्यांच्याप्रमाणे 'समाजकारण' हा माझा विषय झाला आहे. अर्थात समाजकारण करणाऱ्यांना अज्ञात राहूनच जीवन जगावे लागते. राजकारणात चटकन माणूस वर येतो, पण अस्पृश्योद्धार व तत्सम अप्रिय वाटणारी कार्ये करणारी माणसे उपेक्षितच राहात असत. शिंदे उपेक्षितच राहिले.

चव्हाणांचे समाजकारण हा उपेक्षित विषय समजावून घेण्यासाठी व देण्यासाठी त्यांच्यापाशी दिल्लीला झालेली बातचीत आधारार्थ घ्यावयाची आहे. 'कृष्णाकाठ' आत्मचरित्राचा तर मुख्य आधार आहेच. होऊन गेलेल्या सत्यशोधक चळवळीविषयी यशवंतराव चव्हाण म्हणाले की, 'जशी चळवळ झाली तशी पुन्हा होणार नाही.' देवराष्ट्रे या खेडेगावात ते असताना या चळवळीचा सुगावा त्यांना लागला नव्हता. त्यांच्या बाळपणीही ती नव्हती. कऱ्हाड (जि. सातारा) येथे ते डुबल आळीत रहावयास आले त्यावेळी 'महाराष्ट्राच्या सामाजिक जीवनामध्ये काही नवे प्रवाह आणि नव्या शक्ती काम करीत होत्या.' चव्हाणांना वरील चळवळीचा सुगावा डुबल आळीत रहावयास आल्यानंतर लागला. तो पुढीलप्रमाणे होता- 'बहुजनसमाजाच्या उन्नतीसाठी सत्यशोधक चळवळ किंवा पुढे तिला राजकारणामध्ये ब्राह्मणेतर चळवळ असे स्वरूप आले, ती वाढविण्यासाठी प्रयत्नशील राहिले पाहिजे. त्यासाठी बहुजन समाजातील मुलामुलींनी शिक्षण घेतले पाहिजे, वाचन केले पाहिजे. अशा तऱ्हेचे मानसिक व वैचारिक वातावरण त्यावेळी तेथे होते.' (पृ.२८)

महाराष्ट्राच्या आधुनिक समाजकारणाच्या इतिहासात 'समाजविज्ञान' याही दृष्टीने सत्यशोधक चळवळ महत्त्वाची होती. युगानुयुगे बौद्धिकदृष्ट्या झोपलेला स्त्री-पुरुष बहुसंख्य समाज जागा होऊन शिक्षणाच्या मार्गाला लागला.

विजयाश्रम नावाचा आश्रम चालविणारे कै. भाऊसाहेब कळंबे यांच्याबद्दल चव्हाणांनी गौरवाने लिहिले आहे. माझे बंधू गणपतराव या आश्रमात विद्यार्थी म्हणून राहायला गेले आणि त्यांच्या मनावर त्या विजयाश्रमाचे संस्कार झाले. भाऊसाहेब कळंब्यांचे कर्तृत्व किती मोठे आहे याची कल्पना देत असत. यशवंतरावांवर त्यांचे बंधू गणपतराव यांच्यामुळे सामाजिक संस्कार झाले हे यशवंतराव नाकबूल करीत नाहीत. कै. कळंबे 'कैवारी' पत्राचे संपादक- यांच्याविषयी यशवंतराव यांना आकर्षण व आदर वाटतच होता. सत्यशोधक चळवळीत नाव घेण्याजोगी काही व्यक्तिमत्त्वे झाली. माझे वडील कै. नारायणराव कृष्णराव चव्हाण (वाई, जि. सातारा) हे त्या काळात वरील चळवळीकडे आकृष्ट झाले व मलादेखील कळंब्यांचा 'कैवारी' आमच्या घरी त्यावेळी पहावयास मिळे. माझ्यासारख्या सामान्यावर सत्यशोधक चळवळीचे संस्कार झाले यात

आश्चर्य नाही. आजही माझ्या मनात सत्यशोधक चळवळीच्या काळात जे संस्कार झाले ते शिल्लक आहेत. परंतु तिच्यातील दोषांचे समर्थन करणारा मीदेखील नाही. सत्यशोधक हे एक बंड होते. उठाव होता. प्रतिक्रिया होती. यशवंतराव लिहितात– 'नाही म्हटले तरी सत्यशोधकीय व ब्राह्मणेतर चळवळीचे संस्कार नकळत होतच होते' (पृ.२९) म्हणूनच कृष्णाकाठात वरचेवर हा विषय येतो.

यशवंतराव यांचे मधले बंधू गणपतराव यांचा वरील सामाजिक चळवळीशी संबंध निकटचा होता. म्हणून असे म्हणण्यास हरकत नाही की, यशवंतरावांच्या घरीदारी (म्हणजे कराडात) ही चळवळ होती. शाहूमहाराज चळवळीचे नेतृत्व करीत होते. ते १९२२ साली वारले. नंतर भास्करराव जाधव कोल्हापूर सोडून साताऱ्यास वकिली करू लागले. यशवंतरावांनी सातारा जिल्ह्यावरील नेतृत्वाची पकड राखिली होती. सन १९२३–१९२४ साली जाधवराव मुंबई कौन्सिलमध्ये निवडून जाण्यासाठी उभे राहिले व त्यांचा प्रचारही यशवंतराव यांनी केला. निवडणुकीच्या राजकारणाशी लहान वयातच यशवंतरावांचा संबंध आला व तो शेवटपर्यंत टिकला. भास्करराव जाधव निवडून आले व पुढे दिवाण (मंत्री) झाले. 'आम्ही सर्व मंडळी आनंदी झालो' असे यशवंतरावांनी म्हटले आहे लहान वयातच जाधवराव यांच्या बाजूचा प्रचारही यशवंतरावांनी केला होता. पुढेमागे महर्षी शिंदे यांचे राजकारण मात्र यशवंतरावांना पायाभूत वाटले व शिंदे यांचा गौरव चव्हाणांच्या आत्मचरित्रात पुढे आहेच.

जाधवरावांचे राजकारण नाही म्हटले तरी इंग्रज सरकारच्या बाजूचे होते. राष्ट्रीय चळवळीकडे यशवंतराव १९२९ नंतर उत्तरोत्तर आकृष्ट झाले. त्यामुळे जाधवरावांच्या गोटात यशवंतराव पुढे कधीच गेले नाहीत. इंग्रजधार्जिणेपणा यशवंतरावांना मुळीच आवडत नसे.

जाधवराव व यशवंतराव या दोघांनाही मी म्हणजे प्रस्तुत लेखकाने पाहिले होते. दोघांशीही बोलण्याचा प्रसंग आला. दोघेही राजकारणी, विद्याव्यासंगप्रिय होते. दोघांच्याही बोलण्यात 'रसवंती' होती. दोघेही पाताळयंत्री होते. मुत्सद्दी होते. विद्वत्ता, बहुश्रुतता व राज्यकारभार चालविण्याची प्रशासकीय पात्रता दोघांतही होती. महाराष्ट्रातील उच्चभ्रू दोघांचीही योग्यता जाणीत होते. दोघांत काही साम्ये आढळली तरी दोघांत तुलना करणे फारसे ठीक नाही. जाधवराव व यशवंतराव सत्तेत व सत्तेवर फार दिवस राहिले पण यशवंतरावांनी संस्थानी व इंग्रजी खालसा मुलखातील नोकरी पुढे–मागे कधीच केली नाही. स्वातंत्र्य मिळाल्यानंतर यशवंतराव १९४७ सालापासून राजकारणात पुढे येऊ लागले. जाधवरावांचा सारा ब्राह्मणेतर पक्ष काँग्रेसमध्ये गेला तरी जाधवराव का होईना अब्राह्मण प्रतिनिधी निवडून येऊ शकले; शकतात. पूर्वी अभावच होता. नंतर काँग्रेसचे

ब्राह्मणेतरीकरण झाले. देवगिरीकर वगैरे काँग्रेसवाल्यांच्या हातातील काँग्रेस यशवंतरावांनी कबज्यात घेऊन काँग्रेसचा पूर्ण ताबा मिळविला. महर्षी शिंदे सांगत होते की– ब्राह्मणेतर पक्षाने काँग्रेसचा कब्जा घ्यावा. स्वराज्यसंपादनार्थ गांधी–नेहरूंच्या काँग्रेसमध्ये बहुजन– समाजाने जावे. हा शिंद्यांचा उद्देश यशवंतरावांनी पार पाडला. नव्हे. पूर्ण केला. आता तर प्रश्नच संपला.

जाधवरावांना शिंद्यांचे राष्ट्रीय राजकारण व म. गांधीनिष्ठा मुळीच मान्य नव्हती. शेवटी जाधवराव एकटे राहिले! शिंद्यांची राष्ट्रीय मराठा संघाची कल्पना चव्हाणांनी एकपरी पुरी केली. 'बहुजन समाज म्हणजे ज्यांची सुखदुःखे समान आहेत तो' अशी व्याख्या यशवंतरावांनी केलेली आढळली. **मराठा म्हणजे मराठी सर्व भाषिक, अशी म. फुल्यांची व्याख्या व व्याप्ती होती.** ती यशवंतरावांच्या समाजकारण (व राजकारण) कृतीत उतरली. सांगण्याचा मुद्दा हा की–राष्ट्रीय अखिल भारतीय दृष्टी व काँग्रेसनिष्ठा हे दोन मुद्दे शिंदे व यशवंतराव यांच्यात समान दिसले. अशी काही अधिकाधिक वैषम्यातही साम्ये सांगता येतात. जाधवरावांनी मराठा शिक्षण परिषद जोपासली होती. हिच्यामार्फत पुण्यास निघालेल्या शाहू कॉलेजला यशवंतरावांनी अरण्येश्वर विभागात मोठी जागा–जमीन सरकारातून दिली. सहकारी चळवळीचा प्रसार हा समान मुद्दा होता.

विवाद्य झालेले पुण्याचे भांबुर्डा (शिवाजीनगर) येथील शिवस्मारक व शिवाजी प्रिपरेटरी स्कूल ही मिलिटरी शाळा उभारण्यात जाधवरावांनी महत्त्वाची कामगिरी केली. यशवंतरावांनी प्रतापगडावर शिवाजी पुतळा उभारला. इतिहासात भूत व भविष्यकाळ यांच्यात संबंध आढळतात.

मराठी भाषा बाळबोध लिहावी. संस्कृत शब्द वापरून ती बोजड करू नये असा 'दीनबंधू' कर्ते संताजी लिंगोजी बिर्जे पाटील व जाधवरावांचा बिर्जे व जाधवरावांचा आग्रह असे. 'कृष्णाकाठ' आत्मचरित्र असे सोप्या व बोली मराठी भाषेत लिहिले आहे. त्यात पंडिती मराठीचा बडेजाव नाही. जाधवराव व यशवंतराव साहित्यिक होते.

लोकमान्य टिळक हे सत्यशोधक–ब्राह्मणेतर परिषदांतून जो राज्यनिष्ठेचा (साम्राज्यनिष्ठेचा) पहिला हमखास ठराव पास होई, त्याविरुद्ध होते. यशवंतरावांवर लोकमान्यांच्या जहाल राजकारणाचा प्रभाव होता. टिळकांच्या समाजसुधारणांविरोधी पवित्र्यावर चव्हाणांनी टीका केल्याचे सापडले नाही. चव्हाणांचे राष्ट्रीय समाजकारण समजावे म्हणून प्रास्ताविक हा विस्तार केला आहे एवढेच. शेवटपर्यंत एकाकी राहून जाधवरावांनी सत्यशोधक समाजाचे कार्य पाहिले. काँग्रेसमध्ये ते कधीच गेले नाहीत.

'जाधवराव व भाऊराव पाटील' यांनी सातारा जिल्ह्यात जी समाजजागृती

केली. तिचा उपयोग चव्हाणांना झालाच नाही असे नव्हे. 'जागृत सातारा' चव्हाणांना उपलब्ध होता.

दिल्ली असेंब्लीमध्ये जाधवराव खासदार म्हणून सातारा जिल्ह्यातून निवडून गेले होते. चव्हाण तर पुढे २५-२६ वर्षे दिल्लीच्या राजकारणात तेथेच राहून राजकारण करीत होते. अर्थात जाधवरावांचे इंग्रज सरकारधार्जिणे राजकारण यशवंतरावांना मुळीच पटले नाही. म्हणून उभयतांचा संबंध आलाच नाही. पण जाधवरावांना बहुलोकसमाज विद्येत पुढे यावा असे जरूर वाटत होते व त्या काळच्या नर्यादेत राहून त्यांनी प्रयत्न केला. एवढेच चव्हाणांना मान्य होते. यशवंतरावांनी स्वातंत्र्य आल्यावर शिक्षणप्रसाराच्या बाबतीत मनस्वी भर घातली. दिल्लीतील त्यांच्याशी झालेल्या संभाषणात जाधवरावांचा उल्लेख झाला. अर्थात राष्ट्रीय चळवळीचा प्रभाव यशवंतरावांवर असल्याने जाधवरावांची प्रशस्ती-गौरव त्यांच्याकडून होणे अशक्य होते. भास्करराव यांनी विद्यावेतने वगैरे देण्याची चळवळ केली. ही बाब मात्र यशवंतरावांनी मान्य केली. रावबहादूर, रावसाहेब, जे. पी. वगैरे किताब मिळविणाऱ्या नेमस्तांच्या प्रवाहातील भास्करराव होते. राष्ट्रीय जहालांना अर्थात नेमस्त पक्ष अमान्य होता. सांगण्याचे तात्पर्य हे की- विद्यार्थिवयात भास्करराव जाधवरावांना निवडून आणावे म्हणून यशवंतराव प्रयत्नशील राहिले; पण पुढे हे दोघे एकत्रित कधीच आले नाहीत. जाधवरावांचा चव्हाणांनी निर्देश केला आहे, म्हणूनही हे लिहावे लागले. राष्ट्रीय वृत्तीचे शिंदे व जाधवरावदेखील फारसे एकत्रित कधीच आले नाहीत. 'शिंदे-जेधे' यांच्या राष्ट्रीय चळवळीकडील ओढ्यासही भास्करराव जाधवरावांनी उघड पाठिंबा दिला नाही. मंत्रिमंडळात असताना त्यांना राष्ट्रीय चळवळीच्या विरोधीच पवित्रा घ्यावा लागला. बहुजन समाज शिकला पाहिजे या मुद्द्यावर दोघांचे एकमत होते. ग्रामीण शेतकरी वर्गातील प्रतिनिधी निवडून यावेत हा एक मुद्दा भास्कररावांच्या मागील राजकारणात होता. यादृष्टीने सुरुवात झाली होती. ब्राह्मणेतर लोक त्यांचेच प्रतिनिधी निवडून देऊ लागले. ही जी सामाजिक जागृती झाली ती यशवंतराव व त्यांच्या पक्षातील उमेदवारांना पुढे प्रत्यक्ष निवडून येण्यास सहाय्यक झाली. प्रचार उघड न करताही काँग्रेसतर्फे का आशंका निर्माण झाल्या व ते ब्राह्मणेतर चळवळीपासून दूर झाले. ते वेगळे ठिकाण व वेगळी माणसे शोधू लागले. ही क्रांती होती.

चव्हाणांचे निवासस्थान कऱ्हाडातील सोमवार पेठ या टिळकाभिमानी ब्राह्मणी वस्तीस लागून होते. लोकमान्यांविषयी आदर असणाऱ्या टिळक हायस्कूलमध्ये चव्हाण शिकले. सामाजिक स्वातंत्र्यापेक्षा राजकीय स्वातंत्र्य महत्त्वाचे असा त्यांचा विचारपिंड तयार झाला. मात्र सामाजिक स्वातंत्र्याला चव्हाणांचा विरोध नव्हता.

यशवंतराव व प्रस्तुत लेखक समवयस्क. परंतु वाईसारखा क्षेत्रस्थ ब्राह्मण्यावर

असा जोरदार झालेला जवळकरी हल्ला ब्राह्मणेतरांना हवा होता. जवळकरांविषयी माझे मत वाईट झाले नाही. हा फरक होय.

दिल्लीत चव्हाणांशी बोलताना खाजगी चर्चा झाली. यावेळी चव्हाण इंदिरा गांधी पक्षात जाण्याच्या विचारात होते. याबद्दल मी त्यांना प्रश्न विचारला. 'इंदिराबाई बदलत नाहीत' असे त्यांनी आम्हास उत्तर दिले. पुढच्या आठवड्यात आम्हास समजले की-त्यांना इंदिराबाईंनी त्यांच्या पक्षात स्वीकारले. त्यांच्या त्यावेळच्या मनोव्यापाराची कल्पना नंतर आली. ते गंभीर होते तरी आमच्याशी उघड उघड बोलत होते. 'जवळकर काय शिव्या द्यायचा!' असा जवळकर यांच्याविषयी त्यांनी उल्लेख केला. ही वस्तुस्थिती होती. पण ती पश्चिम महाराष्ट्रात निर्माण का झाली यालाही कारणे होती. तरी जवळकरांच्या बाजूचे समर्थन त्यांच्यापुढे मी केले नाही. जरुरी वाटली नाही व केले असते तर त्यांना पटले नसते. माझी टिळकांच्या विषयींची जवळकर यांच्या भाषणाने निर्माण केलेली मते आता जशीच्या तशी राहिली नाहीत. प्रगल्भता आली. पण मी टिळकसंप्रदायी कधीच झालो नाही. सत्यशोधक चळवळ गुणदोषात्मक होती. पण लोक प्रथम जागे होऊन शिक्षणमार्गी होऊ लागले होते. यामुळे पुढे म. गांधींच्या काँग्रेसविषयी आदर निर्माण होऊनही मागील सत्यशोधक चळवळ सर्वथा व्यर्थ होती, असे मला अद्याप वाटत नाही. जेवढे त्यातील चांगले तेवढ्याचे समर्थनच करीत राहिलो. महर्षी शिंदे याच भूमिकेचे होते. ब्राह्मणेतर राजकीय पक्ष सन १९३३ नंतर बरखास्त करावा अशा राजकीय मताचे शिंदे उघडपणे होते. पण सत्यशोधक समाज सुसंघटित व सुव्यवस्थित करावा असे त्यांचे उघड लेखी व तोंडी मत होते. डॉ. आंबेडकर यांचे यशवंतरावजी शेवटी चरित्र लिहिणार होते. ही चव्हाणांची इच्छा अपुरी राहिली. हे देशाचे दुर्दैव होय. आंबेडकरांच्या मते चव्हाणांचे टिळक हे प्रथमचे दैवत होय.

राजकारणी व्यक्ती वादग्रस्त होतात. त्यांच्या हातून राजकारणात चुकाही होतात. सातारा जिल्ह्यातून निवडून जावे म्हणून मराठा म्हणजे मराठा जात असे मत मिळविण्यासाठी प्रचार केला. मराठा-मराठेतर सामाजिक विग्रहाचे जनकत्व जाधवांकडे दिले गेले. काही सरकारी बिले जनतेच्या हिताची नव्हती. तरीही ब्राह्मणेतर मंत्री, आमदारांनी त्यांना पाठिंबा दिला. समाजकारण बरेच पुरोगामी असूनही, राजकीय इंग्रजाळलेल्या धोरणामुळे यशवंतराव व त्यांच्या वेळच्या म. गांधींच्या प्रभावाखाली आलेल्या बहुजन समाजाच्या तरुण पिढीने ब्राह्मणेतर पक्षाशी विग्रह घेतला. राजकीय महत्त्वाकांक्षा वाढत चालल्या होत्या व मिळालेले राजकीय हक्क व देऊ केलेले राजकीय हक्क प्रयोगानंतर असमाधानकारक ठरले. म. फुले यांची सक्ती शिक्षणाची मागणी नेमस्त पक्षाला दूर सारून पुढे त्या

काळानुसार थोड्या फार सत्तेवर आलेल्या ब्राह्मणेतर पक्षाला पुरी करता आली नाही. चव्हाणांना वरील पक्षाविषयी आस्था वाटली नाही यात नवल नव्हते.

चव्हाणांच्या वरील काळात म्हणजे विद्यार्थिदशेतच कऱ्हाडला जेधे–जवळकरांची सभा झाली व त्यात ब्राह्मणसमाजावर (व लोकमान्यांवरही) कडाडून तुफान हल्ला चढविला. वाईसही याच काळात जवळकरांचे पहिले व्याख्यान झाले होते. (दि.१३.१२.१९२५ रोजी) त्याला मी विद्यार्थी असताना श्रोता होतो. पण वाईच्या ब्रह्मवृंदांनी त्यांना फारसे बोलूच दिले नाही. जवळकरांचा हल्ला तीव्र असे. एवढे सांगण्यासाठी हे सांगत आहे. कऱ्हाडला 'ब्राह्मणांचे भवितव्य' हा विषय होता. चव्हाणांनी हे व्याख्यान लक्षपूर्वक ऐकिले. जवळकरांचे 'देशाचे दुश्मन' हे त्या काळात सर्वत्र गाजणारे पुस्तक त्यांनी वाचले. जेधे–जवळकरांना या पुस्तकामुळे शिक्षा झाली. तेव्हा तुरुंगात महर्षी शिंदे त्यांना भेटावयास गेले; कडकडून भेटले. डॉ. आंबेडकर यांनी हायकोर्टात मोठे बुद्धिचातुर्य दाखवून जेधे–जवळकरांना निर्दोष सोडविले.

जवळकरांच्या भाषणामुळे चव्हाणांच्या मनात संघर्ष चालू झाला. 'श्री. जवळकरांनी टिळकांवर केलेली टीका ही बरोबरच नव्हती, असे (चव्हाणांच्या) माझ्या मनाने घेतले. कारण मी थोडे फार वाचू लागलो होतो. लोकमान्य टिळक हे इंग्रजांविरुद्ध लढणारे एक सेनापती आहेत अशी माझी भावना होती. त्यामुळे अशा थोर माणसांवरती टीका करणारी माणसे इंग्रजांचे मित्र तर नाहीत ना?' (पृ.३०) जवळकरांच्या व्याख्यानांमुळे विचारी व चिकित्सक यशवंतरावांना ''ब्राह्मणेतर पक्ष बरखास्त करू नये'' असे वाटत होते. आंबेडकर व भास्करराव यांची राजकीय नेमस्त व सहकारवादी मते फारशी भिन्न नव्हती. आंबेडकरांनी म. फुले यांच्याकडे ब्राह्मणेतरांनी पाठ केली, या वर्तनाला ''निर्लज्जपणा'' म्हणून संबोधिले आहे. **सत्यशोधक समाजाने विधायक मूळ घेतले असते तर आजकालचा अंधश्रद्धेच्या वाढीचा विघातक प्रसंग आला नसता.** ''शिंदे–आंबेडकर'' सत्यशोधक ब्राह्मणेतर चळवळीचे समीक्षक–मीमांसक व सहानुभूतिदार, हितचिंतक व संबंधित होते. मात्र जवळकरांसारखी कडवी कठोर व जळजळीत भाषा वापरावी असे वरील यांचेदेखील मत नव्हते. कर्मवीर शिंदे सत्यशोधक चळवळीवर व समाजावर बोलू–लिहू लागले, म्हणजे वरील गावठी व असंघटित चळवळीला तत्त्वज्ञानाचे स्वरूप प्राप्त होई. प्रवक्त्याच्या उंचीवर सर्व काही अवलंबून राहाते. माझ्याही विचारांची उंची शिंदे यांच्या सहवासातून वाढली. अर्थात यशवंतराव यांच्या मानाने मी फारच क्षुद्र (मागास) राहिलो. यशवंतरावांचे उत्तुंग मोठेपण मान्य करूनच हे मी सर्व लिहीत आहे. मात्र ही सर्व टीका नव्हे.

''...विजयी मराठा आणि बेळगावहून प्रसिद्ध होणारा 'राष्ट्रवीर' ही ब्राह्मणेतर

चळवळीचा पुरस्कार करणारी होती. ती एकाच व एकांगी विचाराचा परखड प्रचार सतत करत असल्यामुळे त्यांचा थोडाफार परिणाम मनावर झालेला होता.'' (पृ.३१) नाही म्हटले तरी चव्हाण यशवंतरावांना परिणाम चुकविता आला नाही. यातही वरील चळवळीतील इंगित दडलेले उघड होते. यशवंतरावांना टिळक हायस्कूलमध्ये वाचनाचा नाद लागला. तो शेवटपर्यंत वर्धमान राहिला.

"विजयी मराठा आणि राष्ट्रवीर या मर्यादित वाचनाच्या कक्षेबाहेर गेलो...''(पृ.३३)

"त्यानंतर, तेव्हा मी या संकुचित व दूषित क्षेत्रातून प्रयत्न करून बाहेर पडलो व इतर मंडळींच्या संपर्कात आलो.'' (पृ.३९)

"ब्राह्मणेतर चळवळीच्या संकुचित दृष्टिकोनातून बाहेर पडून काही केले पाहिजे.''

"श्री. भाऊसाहेब कळंबे यांच्या 'विजयाश्रमात' त्यांचे (थोरले बंधू गणपतराव) आणि माझे (यशवंतरावांचे) संस्कार यांत फरक पडत चालला.'' (पृ.३३)

कै. केशवराव विचारे यांच्या सत्यशोधक निष्ठेचा चव्हाणांनी गौरवपूर्वक उल्लेख केला आहे. तरी चव्हाणांनी संबंध सोडला.

चव्हाणांत जे परिवर्तन वरीलप्रमाणे झाले ही इष्टापत्ती आता तरी मानावी लागते. याला मुख्य कारण चव्हाण कऱ्हाडच्या टिळक हायस्कूलचे विद्यार्थी होते. तेथील ब्राह्मणी संस्कार त्यांच्यावर होत होते. यांनी सत्यशोधक संस्कारावर मात केली व ती शेवटपर्यंत राहिली. ''टिळकांच्या व्यक्तिमत्त्वाचा जबरदस्त परिणाम भावनांवर झाला आणि जाती-जमातींचे जे प्रश्न आहेत त्यांच्याबाहेर राहून काही राष्ट्रीय स्वरूपाचे असे जे प्रश्न आहेत. त्यासाठी आपण काहीतरी केले पाहिजे हा विचार माझ्या मनामध्ये आला'' (पृ.३१) या उद्गारावरून असे म्हणता येते की-त्या काळात जाती जमातींचे प्रश्न होतेच. नव्हतेच असे चव्हाण म्हणत नाहीत. पण त्यांना राष्ट्रव्यापी राष्ट्रीय प्रश्न (म्हणजे स्वातंत्र्याचा - स्वराज्याचा) जास्ती महत्त्वाचा वाटला. फुले-आंबेडकर-राजर्षि शाहू यांना त्यांच्या बहुजन समाजाचे प्रश्न महत्त्वाचे वाटले. याचे कारण महाराष्ट्रात उत्तर पेशवाई होऊन गेली व ती पुन्हा येईल किंवा काय? ही भीती वरील समाजकारणी नेत्यांच्या मनात प्रभावी होती. भारताच्या उत्तरेतील इतर प्रांतांत दक्षिण हिंदुस्थानाएवढे ब्राह्मणी महत्त्व नव्हते.

थोरले बंधू गणपतराव व धाकटे यशवंतराव यांच्यात चर्चा, प्रश्नोत्तरे व संवाद चालू लागला!

"बहुजन समाजाने शिकले पाहिजे हे खरे, पण कशासाठी? निव्वळ नोकरीसाठी की देशासाठी काही विशेष करण्यासाठी?... निव्वळ ब्राह्मणांना विरोध करून बहुजन समाजाचे हित कसे होईल?'' यावर गणपतरावांनी उत्तर दिले :- ''ब्राह्मणांचा द्वेष

केलाच पाहिजे असा आग्रह नाही. पण सांस्कृतिक, आर्थिक, सामाजिक बाबतीत या मंडळींनी इतर समाजाची गळचेपी केलेली आहे. यातून मुक्त नको का व्हायला...? (पृ.३४)

यशवंतरावांना सत्यशोधक–ब्राह्मणेतर चळवळीचा उद्देश समजावा म्हणून गणपतराव यांनी त्यांना पंढरीनाथ पाटीलकृत महात्मा फुले चरित्र वाचावयास दिले. ते यशवंतरावांनी वाचले व निर्णयास आले :– ''म. फुल्यांचा विचार मूलगामी आहे व तो काही नवीन दिशा दाखवतो आहे असे मलाही वाटले. त्यांनी उभे केलेले काही प्रश्न तर निरुत्तर करणारे होते. शेतकरी समाजाची होणारी पिळवणूक, दलित समाजावर होणारा अन्याय आणि शिक्षणापासून वंचित ठेवलेला बहुजन समाज व स्त्रिया यांचे प्रश्न सोडविल्याखेरीज देशाचे कार्य होणार नाही. हा त्यांच्या विचारांचा सारांश माझ्या मनामध्ये ठसला.'' सत्यशोधक गणपतराव व टिळकाभिमानी यशवंतराव यांच्यात चर्चा चालूच राहाते!

यशवंतराव त्यांना म्हणतात :– ''त्यांनी (फुल्यांनी) उभे केलेले प्रश्न महत्त्वाचे आहेत; पण त्यासाठी कुठल्यातरी एका जातीचा द्वेष केला पाहिजे... हे मला पटत नाही. जे समाज मागे पडले आहेत. त्यांना जागृत करणे, त्यांच्यात नवीन धारणा निर्माण करणे हाच मार्ग उत्तम आहे...'' (पृ.३४)

चव्हाणांचेच मूळ उतारे आधारास घेण्यामुळे त्यांनी त्यांच्या ''कृष्णाकाठ'' या आत्मचरित्रात किती सोपी, सुबोध, प्रसन्न व बालबोध मराठी भाषा वापरली आहे, हे समजून येते. आत्मचरित्र त्यांनी तोंडी सांगितले व ते उतरून घेतले. यामुळेही हा सोपेपणा, सहजपणा आला. निरक्षर शेतकरी व बाया बापडी यांना समजेल अशी ही मराठी आहे. हा एक या आत्मचरित्राचा विशेष आहे. गणपतराव त्यांचा सत्यशोधकी विचार मांडतात व यशवंतराव त्यांची स्वतःची बनलेली स्वतंत्र मतेदेखील स्वच्छ सांगतात. दोघा बंधूंमधील हा संवाद व वादळेवाद आणि त्यावेळेचा मतभेद समाजकारणाच्या अभ्यासात उपयोगी होणारा आहे. हल्ली 'सत्यशोधक समाज'' ही संस्था, परिषद किंवा चळवळ म्हणून वर्तमान नाही. हा सर्व विषय ब्रिटिश साम्राज्यसत्ता येथे असताना पुढे आला होता.

परंतु इतिहास म्हणून हा विषय ॲकॅडमिक झाला आहे. देशी व परदेशी विद्वान या विषयावर अभ्यासांती लिहीत–बोलत असतात. म्हणूनही हा विषय प्राध्यापकांना, दुय्यम व विश्वविद्यालयीन विद्यार्थ्यांना उपयोगी व्हावा म्हणूनही मी येथे घेतला आहे. असो. यशवंतराव म्हणतात :–

'माझ्या मनामध्ये टिळक आणि ज्योतिराव फुले यांची तुलना होऊन गेली.

याउलट दोघांच्या विचारांमध्ये मला कोठे साम्य दिसले नाही. यामुळे थोडी खंत होती. पण शेवटी ही दोन्ही मोठी माणसे आहेत.' (पृ.३५) दोघांच्यामध्ये कोण मोठा व कोण लहान हा तुलनेचा विचार चव्हाणांनी सोडून दिला. स्वराज्याचा विचार टिळकांनी सांगितला आणि गरिबांची शिक्षणाने प्रगती झाली पाहिजे हा विचार महात्मा ज्योतिराव फुल्यांनी सांगितला.' (पृ.३५) 'हे दोन्ही विचार महत्त्वाचे म्हणून दोन्ही माणसे आपल्या दृष्टीने मोठीच आहेत. या निर्णयाला मी माझ्या मनाशी आलो.' सत्यशोधक चळवळीच्या 'जेधे-जवळकर' कालखंडात टिळक-फुले वेगळे वाटले. महात्मा फुले ब्राह्मणेतरांचे व दलितांचे आणि लोकमान्य ब्राह्मणांचे असा अर्थ त्या काळात होत होता. पण एवढ्या पूर्ववयात चव्हाणांनी दोघांचा भिन्न उद्देश सांगून समन्वयाने दोघांचे महत्त्वही त्यांच्या त्यांच्या परीने ओळखले, यावरून त्यांची बुद्धिमत्ता, समतोलवृत्ती व तटस्थता यांचे आज आश्चर्य वाटते. 'कृष्णाकाठ' या आत्मचरित्रात अतिशय सूत्रबद्धतेने, संक्षेपाने काळाच्या काठाकाठाने पुढे जातात. गणपतराव बंधूंबद्दल ते फार आपुलकीने व जिव्हाळ्याने लिहितात- 'माझ्यासाठी त्यांनी आपल्या शिक्षणाचाही पुढे त्याग केला आणि माझे शिक्षण पुरे व्हावे म्हणून प्रयत्न केला.' (पृ.४२) शिक्षणाचे महत्त्व व शिक्षणाची योग्यता गणपतरावांना सत्यशोधक चळवळीमुळे समजली. एवढे विधान स्वावलंबनाने इथे करावेसे वाटते. 'यशवंतराव-इतिहासाचे एक पान' या चरित्राच्या प्रस्तावनेत तर्कतीर्थांनीही वरीलप्रमाणे विधान केलेले आहे.

मातोश्री विठाबाई यांच्याबद्दल त्यांनी अनेक ठिकाणीं कृतज्ञता व्यक्त केली आहे. त्यांची आई हीच त्यांची गुरू होती. 'मार्गदर्शक' आई झाली. तिने आधार दिला.

बहुजन समाजातील जी माणसे त्यावेळी आमदार-नामदार-दिवाण-मंत्री होत, त्यांना सरकारात मान मिळे असा मान त्याकाळात चव्हाणांना पटकाविता आला असता. मोठी नोकरीदेखील मिळाली असती. पण हा सहज उपलब्ध होणारा मार्ग सोडून, तुरुंगातील हालअपेष्टा त्यांनी भोगल्या. लोखंडाचे चणे खाल्ले. यामुळे चव्हाणचरित्र व कार्य मोठे झाले हे सार आहे. रहस्य आहे.

यशवंतरावांचे समाजकारण (व राजकारणही) पुरोगामी होते. पण त्यांची धर्मविषयक मते व अनुभवदेखील चिंत्य आहेत. त्यांच्यावर त्यांच्या आईचे-विठाबाईंचे देवधर्मविषयक संस्कार दृढ राहिले. **'मीपणा सोड आणि जे तुझे काम तू केले पाहिजेस, ते तू करीत रहा'** हे जे 'गीतासार' त्यांच्या आईने त्यांना सांगितले. ते त्यांनी दुसऱ्या कोणा पंडिताकडूनही ऐकिले नव्हते. रामायण व ज्ञानेश्वरी यांचाही लाभ आईमुळे त्यांना प्राप्त झाला. (पृ.५०-५१)

एकदा त्यांच्या आईबरोबर ते पंढरपूरला विठ्ठल-दर्शनास गेले. 'तेथे असलेले

पुजारी–बडवे देवासमोर एक क्षणदेखील कोणाला थांबू देत नव्हते. ढकलून काढीत होते... कोणी एक पुजारी माझ्या आईवर खेकसला' बडव्यांचा वरील अनुभव असंख्यांना आला व येतो. हा प्रस्तुत लेखकानेही घेतला होता.

चव्हाण तुळजापूरला व प्रतापगडावरही जात असत. यात देवभोळेपणाचा भाग नसतो. आंतरिक समाधान लाभते. तरी कुठल्याही दगडाच्या मूर्तीत ईश्वर आहे असे कधी ते मानीत नसत. बुद्धिवादाने ईश्वर सिद्ध करता येत नाही. तसेच तो नाही हेही सिद्ध करता येत नाही. समाजपुरुष जेथे नतमस्तक होत आला. तेथे चव्हाण नतमस्तक होते व हे त्यांना श्रेयस्कर वाटे. चव्हाण धर्मसुधारकांत किंवा समाजसुधारकांत मोडत नव्हते. 'फुले–शाहू–शिंदे' व त्यांच्यात यादृष्टीने मनस्वी अंतर होते. चव्हाणांची धर्ममते त्यांच्या सामाजिक सर्वसंग्राहक प्रयत्नांच्या आड येत नसत. ही घरची खाजगी ठरत. राजकारणात ते सांप्रदायिकतेचा पुरस्कार करीत नव्हते. निधर्मी राजकारण व निधर्मी भारत यांचे ते अभिमानी होते असे त्यांची जी काही निवडणुकीतील व्याख्याने वाईस ऐकण्यास मिळाली. त्यावरून सांगता येते. चव्हाणांचे धार्मिक वर्तन घरीदारी परंपरेचे होते. तरी त्यांचे समाजकारण पुरोगामी होते. निधर्मी समाजकारणाचे ते भोक्ते होते. आगरकरांच्या परंपरेतील यशवंतराव अज्ञेयवादी नव्हते. 'लोकमान्य टिळक यांच्यावर लिहिलेल्या माझ्या (यशवंतरावांच्या) एका निबंधाला पहिले बक्षीस (शाळेमध्ये) मिळाले होते.' (पृ.६१) टिळकांकडे त्यांचा ओढा अधिक होता. नंतर तो महात्मा गांधींकडे जास्त वळला. टिळकांपेक्षा गांधींची धर्म व समाज यासंबंधीची मते जास्ती प्रागतिक होती. टिळकांच्या राजकारणापेक्षा गांधींचे राजकारण जहाल व सर्वांना म्हणजे बहुजनसमाजाला घेऊन चालणारे होते. टिळकांपेक्षा जे जास्त ग्रामाभिमुख होते. चव्हाण हे गांधी–नेहरू काळात जास्तीच गांधीवादी झाले. सातारा जिल्ह्यातर्फे ते राष्ट्रीय राजकारण करू लागले. हा भाग किंवा समग्र चरित्र सांगावयाचे नाही. त्यांच्या शाळेतील शिक्षक–देखील कऱ्हाडात राष्ट्रीय वृत्तीचे होते. पण टिळककाळात राष्ट्रीय व स्वराज्यवादी चळवळ खेड्यापाड्यात पोचली नव्हती. सातारा जिल्ह्यात सत्यशोधक चळवळ मात्र खेड्यापाड्यांपर्यंत पोहोचली होती. नंतर म. गांधी यांची असहकारवादी चळवळ खेड्यापाड्यांत पोहोचली.

चव्हाणांचे परिवर्तन हे सार्वजनिक होते. सत्यशोधक हे ब्राह्मणेतर चळवळ व राष्ट्रीय गांधी चळवळ यांतून फक्त चव्हाणांनीच गांधी काँग्रेस पक्ष घेतला असे नसून १९२९ पासून ब्राह्मणेतर बहुतेक पुढारी व 'सत्यशोधक वीर' काँग्रेसमध्ये गेले. १९३४–३५ नंतर ही राजकीय संक्रमणाची प्रक्रिया फारच पूर्ण झाली. बागल, जेधे, नाना पाटील, महर्षी शिंदे, तुळशीदास जाधव वगैरे मोठमोठे व लहानसहान बहुतेक सत्यशोधक

ब्राह्मणेतर पुढारी कार्यकर्ते काँग्रेसमध्ये गेले. याचे एक बाह्य कारण गांधी हे स्वत: ब्राह्मणेतर होते व त्यांनी बहुजन समाजाला अभयदान देऊन भेटीगाठी घेऊन विश्वासात घेतले. टिळककाळात हे झाले नाही. म्हणून 'सार्वजनिक सभा' व 'राष्ट्रीय सभा' ब्राह्मणी होती, हे पाहून म. फुले यांनी यासंबंधाने कडाडून टीका केली होती.

चव्हाणांच्या शब्दांतच 'चव्हाण' सांगण्याचा येथे प्रयत्न केला आहे. १९१९ सालानंतर (लखनौ काँग्रेसच्या अधिवेशनानंतर) महर्षी शिंदे यांनी 'राष्ट्रीय मराठा संघ' काढला होता. यावेळी व अगोदर महर्षी शिंदे 'टिळकाइट' होते. दिल्लीच्या चव्हाणांच्या बरोबरच्या बोलण्यात मी त्यांना सांगितले की, 'महर्षी शिंदे १९१७ पासून (स्पष्टपणे १९१९-२० नंतर) बहुजनसमाजाने राष्ट्रीय प्रवाहापासून दूर राहू नये असा प्रयत्न चालवीत होते.' हे ऐकून चव्हाणांना आश्चर्य वाटले! जणू काय ही माहिती त्यांना नवी वाटली. एकटे यशवंतराव फक्त टिळकभक्त होते असे नव्हे, तर भारतातील बहुजन समाजातील अनेक टिळकांचे चाहते होते. भक्त होते व आता अमाप आहेत. सक्ती शिक्षणाला विरोध, स्त्री शिक्षणाला विरोध, सती वयाच्या बिलाला विरोध, सामाजिक परिषदेला विरोध, (BRAHMO) ब्राह्मो व प्रार्थना आणि सत्यशोधक समाजांना विरोध यामुळे नेमस्तांचा व ब्राह्मणेतर चळवळीचा विरोध टिळकांनी स्वत:च ओढवून घेतला. वेदोक्त प्रकरणातही जुन्यांची बाजू टिळकांनी घेतली. त्यामुळे स्वत: कर्मवीर शिंदे परम टिळकभक्त असूनही, टिळकांपासून शेवटी दूर झाले. आगरकर, रँ. परांजपे, गोखले, रानडे वगैरेंना टिळकांनी केलेला विरोध यांमुळे लोकमान्यांची देशभक्ती वगैरे अनेक सद्गुण मान्य असूनही त्यांना महाराष्ट्रात विरोध सहन करावा लागला. अस्पृश्यता निवारण्याच्या जाहीरनाम्यावर ऐनवेळी सही केली नाही, म्हणून डॉ. आंबेडकरांनी लो. टिळकांना धारेवर धरले. हे आंबेडकरांच्या साउथबरो साक्षीत आढळते.

चिपळूणकर-टिळक यांच्या प्रतिगामी समाजकारणामुळे 'जवळकर' यांची निर्मिती झाली व 'देशाचे दुश्मन' हे पुस्तक निघाले. जवळकर यांनीदेखील पुढे सत्याग्रहात भाग घेतला व स्वातंत्र्यसैनिक झाले. चव्हाणांचा 'कृष्णाकाठ' ही दुसरी बाजू मांडीत नाही.

जसजसा बहुजन समाज काँग्रेसमध्ये जाऊ लागला तसतसा केसरी पक्ष हिंदुत्ववादी होऊन काँग्रेसपासून महाराष्ट्रात वेगळा झाला. चिपळूणकर-टिळकांची पडती बाजू चव्हाणांना मान्य आहे किंवा होती असे नव्हे. पण त्यांचा स्वभाव लोकांच्या चुकांकडे दुर्लक्ष करणारा व संघर्ष टाळणारा होता. टिळकभक्ती व ब्राह्मण समाजाविषयी आदर व सहानुभूती यांमुळे चव्हाणांनी जो विरोध पूर्वी ज्योतिराव व शाहू यांना झाला तो संपूर्णत: होता. जो बदल झाला, जे समाजपरिवर्तन झाले ते स्वत:च चव्हाण सांगतात. एम्. एन्. रॉय यांच्या प्रभावळीतील तर्कतीर्थ व ह. रा. महाजनी वगैरे अनेक पुरोगामी साह्यक मित्र

जे चव्हाणांना पुढे भेटले ते समाजकारणात पुरोगामी होते. बदलत्या काळात सर्वच ब्राह्मण समाजाला दोषी ठरवणे अन्यायाचे होते. ज्योतिराव व डॉ. आंबेडकर व शाहू महाराज यांनादेखील उदारमतवादी ब्राह्मणांचे साह्य झाले. राजारामशास्त्री भागवत यांनी शाहूंचा पक्ष घेतला. आता सर्वांनी नवा सारासार विचार केलाच पाहिजे. हा चव्हाणांत आढळतो. यामुळेही उच्चभ्रूंमध्ये चव्हाण लोकप्रिय होऊन त्यांना जवळचे वाटले.

स्वत: काँग्रेस पूर्वीप्रमाणे सोवळी राहिली नाही. 'तीस सालच्या चळवळीचे एक वैशिष्ट्य असे आहे की, या चळवळीत ग्रामीण समाजाचा प्रतिनिधी-वर्ग मोठ्या प्रमाणात जेलमध्ये गेला' (पृ.९२) याचे काही श्रेय विठ्ठल रामजी शिंदे आणि केशवराव जेधे यांना दिले पाहिजे. (पृ.९२) पुढील विवेचनातही बरेचसे श्रेय या दोघांना यशवंतरावांनी दिले. जेध्यांनी अस्पृश्यतानिवारण व काँग्रेसप्रवेश यासबंधीची स्फूर्ती महर्षी शिंद्यांकडून घेतली. पण जेधे व शिंदे यांच्यामधील फरक सांगून महर्षी शिंदे यांचे ओझरते दर्शन 'कृष्णाकाठ' हे आत्मचरित्र देते. ब्राह्मणेतर पक्षाची स्थापना वेगळी झाली तेव्हापासूनच त्यातील त्रुटी शिंदे निर्भीडपणे सांगत होते. **चळवळ जातीयतेवर न आधारता ती प्रतिगाम्यांच्या विरुद्ध पुरोगामी अशी तात्त्विक पायावर चालवावी असे शिंदे सांगत असत** व त्यांनी जे तत्त्वनिष्ठ राहून केलेले सर्व कार्य दलित, स्त्री-शूद्रातिशूद्र बहुजनांच्या उद्धारार्थच होते.

'त्यांची (शिंद्यांची) बैठक समाजसुधारकांची आणि काहीशी आध्यात्मिक अशी होती.' चव्हाणांच्या पृ.९२ वरील या विधानाबद्दल शिंद्यांच्या सहवासात वाढलेल्या मला खुलासा करणे भाग आहे. **शिंदे पूर्ण आध्यात्मिक होते; तरी समाजकारण व राजकारण यांना अध्यात्माची बैठक असावी अशा मताचे होते. अध्यात्म हाच पाया समजत.** अध्यात्म वेगळे-स्वतंत्र व समाजकारण व राजकारण वगैरे क्षेत्रे भिन्न भिन्न समजत नसत. **अवघ्या प्रपंचाला अध्यात्माची बैठक त्यांना मंजूर होती व अध्यात्म स्वर्गात किंवा मूर्तात नसून ते प्रत्येक व्यक्तीच्या आत असते असा त्यांचा एकमय दृष्टिकोन होता.** म. गांधी यांच्याबद्दल विठ्ठल रामजींना आमरण आदर होता. याचे मूळ कारण वरील दोघांचा आध्यात्मिक धर्म (स्वभाव) होय. शुष्क वादावादीच्या भरीस न पडता विरोधकांना जिंकणे, आपलेसे करणे, त्यांना स्वपक्षात घेणे, पूर्वीचे विसरून जाणे इत्यादी गुणांमुळे चव्हाणांनी सर्वच विरोधकांना बोथट केले व महाराष्ट्र सामाजिकदृष्ट्या एकजिनसी केला. चव्हाणांचे सनाजकारण समजण्यासाठी वरील परिच्छेद दिला आहे. अर्थात चव्हाणांच्या समाजकारणाबद्दल आता जास्त महत्त्व वाटते. म्हणून हा विचारप्रपंच केला आहे.

चव्हाणांना प्रत्यक्ष काँग्रेसचे कार्य करू लागल्यावरही सामाजिक अनुभव आले.

शेतकरी वर्गाची अवस्था त्यांना ज्ञात होती? शिंदे-जेधे यांमुळे ग्रामीण शेतकरी वर्ग काँग्रेस-गांधी लढ्यात गेला. तसेच यशवंतरावांमुळेही जाऊन तेथे स्थिरावला. हे संक्रमण होण्यासाठी अनेकांची शक्ती उपयोगात आली. 'शेतकरी मंडळींनी तुमच्या या चळवळीत का यावे? तुम्ही शेतकरी मंडळीकडे जाऊन त्यांचे प्रश्न काय आहेत, हे कधी बोललात किंवा चर्चा केली आहे का?' (पृ.६९) बंधू गणपतराव यांच्या जनसंपर्कामुळेदेखील यशवंतरावांना शेतकरी बहुजन समाजाची अवस्था चांगली ज्ञात होण्यास मदत झाली. पूर्वी सत्यशोधक चळवळीत भाग घेणाऱ्या गणपतरावांनी यशवंतरावांच्या राष्ट्रीय चळवळीस पुढे मोठा पाठिंबाच दिला. पण गणपतरावांचीही पूर्वी एक बाजू होती; तिला कारणे होती.

मित्रवर्य राघुअण्णा लिमये यांच्याबरोबर यशवंतराव कोकणात गेले होते. राघुअण्णा यांच्या नातेवाइकांकडे चव्हाणांना जेवणाचा प्रसंग आला. चव्हाण जन्माने 'मराठा' होते. चव्हाणांना बाहेर बसून जेवावे लागले! राघुअण्णा या चव्हाणांच्या मित्रालादेखील पंक्तिभेद मान्य नव्हता. शेवटी चव्हाण व राघुअण्णा बाहेर बसून जेवले! चव्हाण या संबंधाने लिहितात की– 'एक वेळ माझ्या मनात आले की, मी या घरात आलो नसतो तर बरे झाले असते.' (पृ.८६) राघुअण्णांच्या मूळ कोकणातील घराचा अनुभव होता. पण राघुअण्णा लिमये यांना पंक्तिभेद मान्य नव्हता. पुढे रत्नागिरीस जाऊन या दोघांनी सावरकरांची भेट घेतली. रत्नागिरीच्या या मुक्कामात राघुअण्णा यांचा नातलग नव्या मनूतला होता. तेथे चव्हाणांना पंक्तिभेद आढळला नाही. जास्त सनातनी व थोडेच सुधारक प्रत्येक समाजात होते. ज्योतिबा फुले, शाहू महाराज, डॉ. आंबेडकर यांना जसे अनुभव आले तसेच पुढे चव्हाणांना मुळीच आले नाहीत असे नाही! पण चव्हाणांनी ब्राह्मणविरोधी पवित्रा घेतला नाही. त्यांची सहनशक्ती अर्थात मोठी ठरली. संयमी होते. त्यांच्या एकात्मक समाजकारणाचा हा अपूर्व पैलू आहे.

अर्थात 'कृष्णाकाठ' आत्मचरित्रावर आधारित असलेला हा लेख म्हणजे 'परीक्षण' मुळीच नव्हे. तसा माझा अधिकारही नाही. विषय आहे तो यशवंतरावांच्या समाजकारणाचा. यशवंतरावांचे समाजकारण व्यापक होते. कोणाचा द्वेष नव्हता. भेद नव्हता.

'महाराष्ट्रात सत्यशोधक विचाराची एक चळवळ १९२२-२३ सालपर्यंत झाली. त्यावेळी तिच्यामध्ये मूळ ज्योतिबा फुल्यांच्या प्रेरणा कार्य करीत होत्या. जिल्ह्यातल्या जुन्या कार्यकर्त्या मंडळींशी बोलले की याची थोडीफार कल्पना येत असे. त्यानंतरही सत्यशोधक विचाराचा प्रसार करणारे केशवराव विचारे यांच्यासारखी निष्ठावान मंडळी काम करीत होती आणि यांना या सामाजिक प्रेरणा अजूनही महत्त्वाच्या वाटत होत्या.

पण सत्यशोधक समाजाच्या पाठीमागच्या या सामाजिक प्रेरणा कुठेतरी मध्येच गळून पडल्या असाव्यात आणि मुख्यत: जो प्रवाह शिल्लक राहिला, तो ब्राह्मणेतर चळवळीचा. सरकारी नोकऱ्यांमध्ये महत्त्वाचा हिस्सा असावा. राजकीय सत्ता जी थोडी फार होती किंवा मिळेल अशी आशा होती, तीमध्ये योग्य तो वाटा मिळावा ही त्या चळवळीची ध्येये होती असे दिसते.' (पृ.९२)

महर्षी शिंदे हे म. फुल्यांच्या मूळ प्रेरणा संरक्षित व वर्धमान व्हाव्यात यासाठी जन्मभर खपले. पण त्या प्रेरणा मागे पडल्या हे मात्र खरे.

म. गांधी–टिळक यांच्यापूर्वीची काँग्रेस आय. सी. एस. च्या जागा हिंदी लोकांना मिळाव्यात, पार्लमेंटमध्ये प्रतिनिधित्व मिळावे अशा जुजबी मागण्या (ब्राह्मणेतरांप्रमाणे) मागीत होती. म. फुले व त्यांचे अनुयायी बहुजनसमाजाच्या दृष्टीने सामाजिक आचार–विचार करीत होते व पुढे काँग्रेसमध्ये जाऊन यशवंतरावांना हेच करावे लागले व त्यांनी ते पुष्कळसे गोडीत केले हे सांगावयाचे आहे. मात्र यशवंतरावांना सरकारजमा ब्राह्मणेतर पुढाऱ्यांशीदेखील लढावे लागले. लढा ब्रिटिशांशीदेखील होताच, पण ब्रिटिशांच्या पाठीराख्यांशीही होता. तरुणपणी चव्हाण प्रत्यक्ष जिल्ह्यात कार्य करू लागले तेव्हा जिल्हा, खानबहाद्दूर कूपर यांच्या नेतृत्वाखाली होता आणि प्रतिष्ठित मराठा पुढारी 'कूपरशाही' मान्य करते झाले होते. ही विस्मयकारक बाब होती. यातून जिल्ह्याला त्यांनी बाहेर काढले.

शेतकरी समाजाचे जिव्हाळ्याचे प्रश्न वेगळे होते. चव्हाण सांगतात, 'शहरातल्या पांढरपेशा वर्गातील कार्यकर्त्यांना व पुढाऱ्यांना राजकीय स्वातंत्र्य प्रिय होते. पण त्यातून उद्‌भवणारे सामाजिक आणि आर्थिक प्रश्न त्यांना नको होते.' काँग्रेस शहरातील वकील, इनामदार, सावकार वगैरेंच्या ताब्यात होती. जरी खुद्द सत्यशोधकी ब्राह्मणेतर पक्षात यशवंतराव पुढारी म्हणून गेले नाहीत तरी त्यासमान कार्य त्यांना काँग्रेसमध्ये राहून करणे अटळ झाले व त्यांनी ते त्यांच्या जिल्ह्यात व नंतर महाराष्ट्रातही केले. फक्त हे लोकांचे कार्य करण्याचे त्यांचे माध्यम 'काँग्रेसपक्ष' हे होते. फरक जो होता तो एवढाच. चव्हाणांनी द्वेष वगळला. जे हक्क तुम्ही परकीय इंग्रजांकडून मागता, ते हक्क व सवलती शेतकरी, कष्टकरी वर्गालाही मिळाव्यात व त्या वेळची काँग्रेस अशी खटपट करीत नव्हती. म्हणून फुले व शाहू काळात राष्ट्रीय प्रवाहापासून शूद्रातिशूद्र दूर होते. चव्हाणांच्या काळात म. गांधींमुळे शेतकरी व ग्रामीण समाज काँग्रेसमध्ये जाऊ लागला.

जोतिबांच्या मानवतावादी प्रेरणा लोकांच्या लक्षात याव्यात यासाठी नवमानवतावादी तर्कतीर्थ लक्ष्मणशास्त्री जोशी यांच्यामागे लागून १९४७ साली 'ज्योतिनिबंध' मी लिहून घेऊन प्रकाशात आणला. चिपळूणकरांनी मागे फुल्यांच्या

मानवतावादी प्रेरणा लक्षात न घेता विपर्यासच जास्त केला होता! तर्कतीर्थांनी यथायोग्यपणे चिपळूणकरांचे खंडण करून ज्योतिबांच्या मानवतावादाचे मंडण केले. दिल्लीत झालेल्या चर्चेत चव्हाण यासंबंधाने मला म्हणाले की- ''तुम्ही एवढे कार्य चांगले केले.'' वैयक्तिक संदर्भाचा हा उल्लेख येथे करीत आहे. याचे **कारण म. फुले यांच्याबद्दलचा चव्हाणांचा परमादर स्पष्ट व्हावा.** एवढ्यासाठीच म. गांधींनी तर फुले महात्म्याला 'खरा महात्मा' म्हणून संबोधिले. ''हिंदुस्थानच्या सर्व भागातला शेतकरी समाज आता विचारपूर्वक स्वातंत्र्यसंग्रामाच्या पाठीशी येऊ लागला होता. महात्मा गांधींची ही मोठी देणगी होती.'' (पृ.९७)

''कृष्णाकाठ'' सातारा जिल्ह्यातील परिस्थिती जास्ती सांगते. या सातारा जिल्ह्यात शेवटच्या आयुष्याच्या विभागात येऊन महर्षी शिंदे अस्पृश्योद्धाराचे व समाजसुधारणेचे कार्य करीत होते. केवळ छिद्रान्वेषण-पद्धतीने सत्यशोधक चळवळीकडे शिंदे पाहत नव्हते. ''सत्यशोधक चळवळीने सातारा जिल्ह्यातील खडकाळ जमीन नांगरली व नवीन पिकाची तयारी झाली.'' असा गौरव शिंद्यात आढळतो. चव्हाणांच्या हृदयाने एवढी मोठी सहानुभूती व्यक्त केली नाही. पण त्यांनाही म. फुले-शाहू ही नावे निवडणुकांच्या दौऱ्यातून उच्चारावी लागली नाहीत, असे नव्हे. विवेचनाचा उद्देश हा की-सामाजिकदृष्ट्या व राजकीयदृष्ट्या चव्हाणांची पाटी कोरी नव्हती. त्यांच्या जिल्ह्यात महाराष्ट्रातही पाया खोदला गेला होता. परकीय सत्तेशीच चव्हाणांनी प्राणपणाने झुंज दिली, हीच राजकीय बाब महत्त्वाची ठरते. चव्हाण म्हणजे राजकारण, राजकारण म्हणजे सत्ताकारण, हे सर्व खरे. पण हस्तगत झालेली सत्ता त्यांनी जास्तीत जास्तपणे लोकांना उपयुक्त केली. परिभाषा उन्नत केली. गनिमी काव्याने म्हणजे उघड कळो न देता, त्यांनी ग्रामीण नेतृत्व पुढे आणण्यात यश मिळविले. उच्चभ्रूंच्या हे लक्षात आले. पण उच्चभ्रू पांढरपेशा शहरी सुशिक्षितांसाठीदेखील चव्हाणांनी खूप केले. समतोल राखिला. सामाजिक असंतुलन पुष्कळपणे नाहीसे केले. दिल्लीत चव्हाणांना मी म्हणालो की-''तुम्ही उच्चस्तरीय समाजासाठी पुष्कळ केले. पण ते समाधानी नाहीत.'' चव्हाण उत्तरले, ''ते कसे समाधानी होतील?'' म्हणजे त्यांना बरे वाटत नाही.

लोकमान्य टिळकांच्या काळापासून यशवंतरावांच्या सातारा जिल्ह्यात राजकीय परिषद भरत असे. या परिषदेचे नेते भाई बागल यांना १९३१ सालच्या अधिवेशनात बोलावून घेण्यात आले. राजकीय मागण्यांबरोबर आर्थिक स्वरूपाच्या मागण्याही बागलांनी सुचविल्या. आत्मचरित्रात यशवंतराव म्हणतात- ''पिळल्या जाणाऱ्या शेतकरी समाजाचे जे प्रश्न होते, ते या राजकीय व्यासपीठावर मांडण्याच्या कामात माधवराव व पर्यायाने आम्हीही यशस्वी झालो...'' चव्हाण लिहितात, ''स्वराज्याच्या चळवळीला

काही अर्थ प्राप्त करून द्यावयाचा असेल, तर सामाजिक आणि आर्थिक प्रश्न यांना स्पर्श केल्याशिवाय आपली स्वातंत्र्याची चळवळ पुढेच जाऊ शकणार नाही.'' माधवराव बागलांच्या उपस्थितीमुळे उच्चभ्रू पांढरपेशा जुन्य काँग्रेसवाल्यांना मोठी अडचण वाटली. पण चव्हाणांनी भाई बागलांच्या शेतकरीवादी विचारांना पाठिंबा दिला. बागल सत्यशोधक आहेत अशी त्यांची ओळख कै. यशवंतरावांनी आत्मचरित्रात नोंदली आहे. राजकारणाला निकोप समाजकारणाचा पाठिंबा असावा लागतो. आर्थिक प्रश्न समाजकारणापासून व राजकारणापासून दूर ठेवून चालणार नाही असा चव्हाणांना पडताळा आला. चव्हाण फक्त ब्रिटिशांना घालविले की-सर्व कार्य संपले असे मानणाऱ्यांपैकी नेते नव्हते. बागल व चव्हाण यांना परिषदेत व नंतरही विरोध होऊ लागला, तेव्हा चव्हाण लिहितात-''लहानपणी वाचलेले ज्योतिबा फुल्यांचे चरित्र आठवले'' याच वयात त्यांचे सत्यशोधक बंधू गणपतराव बळवंतराव चव्हाण हे शेतकरी समाज काँग्रेसपासून दूर का होता याची कारणे यशवंतरावांना सांगत. त्या कारणाचे स्मरण १९३१ सालीदेखील चव्हाण यशवंतराव यांना झाले. सांगण्याचे तात्पर्य हे की, म. फुले यांच्या विचाराकडे चव्हाणांना पाठ करणे अशक्य झाले व त्यांनी सातारा जिल्हा काँग्रेसचे व पुढे महाराष्ट्र प्रांतिक काँग्रेसचे शेतकरीकरण केले. चव्हाणांचे हे समाजकारण पुढे जे ग्रामीण नेतृत्व प्रमुख झाले व शहरी पांढरपेशी पुढारीपण झाकाळले गेले, त्याचे मर्म सांगण्यासाठी वरील विवेचन करावे लागले. चव्हाण आजन्म विद्यार्थीच होते.

तुरुंगात असतानादेखील यशवंतरावांचे श्रवण-मनन-वाचन चालूच राहिले. म. फुले यांची प्रशंसा चव्हाणांना चुकविता आली नाही. तसेच जग जरी फार पुढे गेले आहे तरी मार्क्सला वाट पुसतच पुढे जावे लागले असे थोड्याफार अभ्यासांती चव्हाणांचे मत झाले. (पृ.१९९)

हरिजन चळवळीच्या गांधीकाळात यशवंतरावांचे लक्ष हरिजनोद्धाराकडे लागले. ''शैक्षणिक व सामाजिक क्षेत्रात श्री. विठ्ठल रामजी शिंदे हे त्यावेळी अग्रेसर होते.'' (पृ.१४३) शक्यतो चव्हाणांच्या शब्दांत त्यांच्या आत्मचरित्राद्वारे चव्हाणांचे समाजकारण आपण येथे लक्षात घेत आहोत. चव्हाण दररोज हरिजन वस्तीत शाळा चालविण्यास शिक्षक म्हणून जात असत. यशवंतरावांनी स्वत: पुण्यास विठ्ठल रामजी यांच्याकडे जाऊन त्यांना कऱ्हाडला येण्याचे आमंत्रण दिले. त्यांचे हस्ते नाइट स्कूलचे उद्घाटन झाले. व्याख्यानही झाले. चव्हाणांना यावेळी काही सामाजिक अनुभव आले. ते आजही महत्त्वाचे आहेत. चिंत्य आहेत. यशवंतराव चव्हाण स्पष्ट लिहितात-

''कऱ्हाडात मोठे कुतूहल होते. पण उत्साह नव्हता. राजकीय चळवळीमध्ये

मुले, वडीलधारी माणसे येत-जात असत. तसा उत्साह मला (यशवंतरावांना) दिसत नव्हता.'' ''हे चित्र सबंध देशातच होते.'' ''त्यांच्या (शिंद्यांच्या) संगतीतला एक दिवस सार्वजनिक जीवनातील शिक्षणाचा एक महत्त्वाचा धडा होता.'' (पृ.१४४) यशवंतरावांना पुण्यास जे प्रश्न विठ्ठल रामजींनी विचारले, त्यावरून शिंदे किती चिकित्सक होते, हे निदर्शनास येते. प्रत्यक्ष शिंद्यांचा मला जो सहवास प्राप्त झाला. त्या प्रस्तुत लेखकाला म्हणावयाचे आहे की, शिंदे याहीपेक्षा प्रत्येक लहान-मोठ्या बाबतीत घरीदारी सूक्ष्म चिकित्सक होते, सखोल होते. कडक शिस्तीचे भोक्ते होते.

चव्हाणांनी चालू केलेली हरिजनांसाठीची प्रौढ शिक्षण प्रसाराची शाळा पुढे अयशस्वी झाली. चव्हाणांनी शिक्षकाचे काम केले हे खरे. हजारो वर्षांच्या विषमतेमुळे हरिजन व हरिजनेतर समाजात नाकर्तेपणा आला होता. देशाच्या अवनतीचे कारण विषमता (सामाजिक) हे आहे असाच चव्हाणांना अनुभव आला. शिंदे व फुले ज्यावेळी वरील कार्य करू लागले, त्यावेळी त्यांना किती अडचणी आल्या असतील; याची कल्पना चव्हाणांनी कऱ्हाडला केलेल्या हरिजनोद्धाराच्या लहानग्या प्रयोगावरून त्यांना आली. खुद्द हरिजनांचा विश्वास वरच्या थरातील अस्पृश्योद्धारक कार्यकर्त्यांवरून उडाला होता. याला म. गांधींचादेखील अपवाद नव्हता. डॉ. आंबेडकरांच्या नेतृत्वाखाली हरिजन समाज गेला होता. ज्यांच्यावर फार पूर्वीपासून अन्याय होत आला आहे, त्यांचा 'राग' चव्हाणांना समजू शकला. चव्हाणांच्या मातोश्री विठाबाई यांनी त्यांना हरिजनोद्धार-कार्यात जे सहकार्य दिले ते जास्तीत जास्त महत्त्वाचे होते. पुढे याच काळात जिल्ह्यातील वाई क्षेत्रात १९३३ ते १९३९ पर्यंत महर्षी शिंदे यांनी अस्पृश्योद्धाराचे कार्य केले व त्यात त्यांना पुष्कळ यशही आले. तर्कतीर्थ लक्ष्मणशास्त्री जोशी यांच्यापासून इतर अनेकांनी कर्मवीर शिंद्यांना महत्त्वाचे साह्य केले.

कर्मवीर भाऊराव पाटील यांच्या सर्व जाती-जमातींच्या शाहू बोर्डिंगचा व त्यांच्या अस्पृश्योद्धारक कार्याचा कृष्णाकाठात उल्लेख नाही. कर्मवीर शिंदे यांना भाऊरावांनी सहकार्य केले. 'कृष्णाकाठ' या आत्मचरित्रातील सूचीमध्ये तरी भाऊराव पाटील यांचा नामनिर्देश नाही. हा भाग राहून गेलेला दिसतो. भाऊरावांची रयत शिक्षण संस्था सत्यशोधक चळवळीतूनच उगम पावली व यशवंतराव या संस्थेचे आमरण अध्यक्ष होते. यशवंतरावांचे मार्गदर्शन व अध्यक्षत्व र. शि. संस्थेला मोठे उपकारक झाले. यशवंतराव अध्यक्ष म्हणून भूषणभूतच ठरले.

दलितांच्या राखीव जागा या सर्व प्रांतांत आहेत. दिल्ली येथे चव्हाणांशी जे आमचे बोलणे झाले, त्याकाळी गुजरातमध्ये राखीव जागांविरुद्ध आंदोलन सुरू झाले होते व राखीव जागांची दहा-दहा वर्षांची मुदतही संपत आली होती. ''नुकतीच ती

आम्ही दहा वर्षांनी वाढविली'' असे चव्हाण म्हणाले. राखीव जागा काढल्या तर पूर्वास्पृश्य मागे राहतील, असाही या प्रश्नावर त्यांनी अभिप्राय व्यक्त केला.

म. गांधी यांनी जातीय निवाड्यासंबंधाने पुण्यास जे प्रायोपवेशन केले होते, ''त्यावेळी डॉ. आंबेडकरांनी म. गांधींचे प्राण वाचविले. याबद्दल माझ्या मनात डॉ. आंबेडकरांबद्दल रुजलेली आदराची भावना दुणावली.'' या सर्वांवरून हरिजन पूर्वास्पृश्यांच्या प्रश्नाबाबत चव्हाणांना जिव्हाळाच होता. आंबेडकरांचे चरित्र लिहिण्याचा त्यांचा मानस अपुरा राहिला हे एकूण समाजविज्ञानशास्त्राचेच नुकसान झाले, हे दुर्दैव होय. शिंदे व चव्हाण यांच्यामधले मोठे साम्य म्हणजे दोघांनाही म. गांधींबद्दल परमादर होता.

''कोल्हापूर हे छत्रपती राजर्षी शाहू महाराज यांच्या कर्तृत्वामुळे गोरगरिबांसाठी एक अतिशय महत्त्वाचे शिक्षणकेंद्र बनले होते. तेथे त्यांनी अनेक वसतिगृहे चालू केली होती.'' पण जाती-जमातींच्या कोणत्याही वसतिगृहात मग ते खुद्द मराठ्यांसाठी चालविलेले असो, त्यात मुळीच राहावयाचे नाही, असा आगळावेगळा निर्णय घेऊन चव्हाणांनी स्वतंत्र खोली घेतली. कोल्हापुरातील राजाराम कॉलेजमधून ते बी. ए. झाले. **राष्ट्रीय विचारसरणीमुळे त्यांचे मन जातीजमातींच्या पलीकडे राहात गेले.** हा त्यांच्या समाजकारणाचा पुढे पाया झाला. ठीक आहे. डॉ. बाळकृष्ण या विद्वान प्रिन्सिपलांनी चव्हाणांना त्यांच्या शिक्षणक्रमात मोलाचे साह्य दिले. सहकार्य दिले. चव्हाण मराठा बोर्डिंगमध्ये राहिले नाहीत.

शाहूमहाराजांनी राजाराम कॉलेज नीट चालावे म्हणून डॉ. बाळकृष्ण यांना प्रिन्सिपल म्हणून आणले. डॉ. बाळकृष्ण हे आर्यसमाजी होते. शिक्षणप्रसार हा आर्य समाजाचादेखील उद्देश होता. डॉ. बाळकृष्ण यांनी जी यशवंतरावांना सहानुभूती दाखविली, विद्या घेण्यास मार्गदर्शन केले, याचे कारण ते उदारमतवादी व सुधारक आर्यसमाजी होते. वेद शिकणे व शिकविणे हा आर्यसमाजाचा बाणा होता व आहे. यामुळे आर्यसमाजाकडून संस्कृत सर्वांना मुक्तपणे शिकविले जाते. वर्णभेद व जातिभेद आर्यसमाज मानीत नाही. गायत्री मंत्र आर्यसमाज सर्वांना शिकवितो. वेदोक्त प्रकरणात शाहूमहाराजांना काही हिंदू पुरोहितांनी वेदोक्ताचा अधिकारच नाही अशी आकुंचित बुद्धी दाखवून शाहूमहाराजांचे क्षत्रियत्वच नाकारले. आर्यसमाज वेदोक्त व बौद्धिक विधी सर्वांना खुले करतो. म्हणून आर्यसमाजाला शाहूमहाराजांनी कोल्हापुरात स्थान देऊन पुष्कळ साह्य केले.

ब्राह्मणविरोध महाराष्ट्रात का निर्माण झाला याला वरीलसारखी उत्तर पेशवाईत व अव्वल इंग्रजीत अनेक कारणे झाली. याची मीमांसा 'कृष्णाकाठ' करीत नाही. म्हणूनही वरील खुलासा करणे भाग झाले.

स्वत: यशवंतरावांना म्हणजे ज्यांच्याठायी ब्राह्मण समाजाविषयी पूज्यभाव होता, त्यांनाही अनुभव आला. असले सामाजिक कटू अनुभव मात्र 'कृष्णाकाठ' सांगतो. उदा. यशवंतरावांना संस्कृत शिकण्यास प्रतिबंध करण्यात आला! मॅट्रिकचा अभ्यास करताना संस्कृतची शिकवणी लावावी अशी गरज यशवंतरावांना वाटली. एक शास्त्रीबुवा मुलांना खाजगी संस्कृत शिकवीत असत. चव्हाणांची शास्त्रीमहाराजांशी ओळख नव्हती म्हणून त्यांनी अनंतराव कुलकर्णी नामक एका जिवलग मित्राला 'शिकवणी' बद्दल चौकशी करण्यास सांगितले. त्याला शास्त्रीबुवांनी स्वच्छ सांगितले की– 'मी अब्राह्मणांना संस्कृत ही देववाणी शिकविणार नाही.' चव्हाणांनी शेवटी संस्कृत विषय सोडून 'सरळ शुद्ध मराठी' घ्यावयाचे ठरविले. संस्कृत सुटल्यामुळे कॉलेजमध्येदेखील त्यांना पुढे दुय्यम भाषा म्हणून अर्धमागधी घ्यावी लागली. त्यांना डॉ. उपाध्ये नामक प्राध्यापक अर्धमागधीला चांगले शिक्षक मिळाले. अर्धमागधी मार्क्स मिळविण्यास उत्तम आहे असे 'भाष्य' चव्हाणांनी केलेले आहे व अशा दुर्घटना हळूवार सांगून पुढे जातात. आता संस्कृतला व वेदोक्ताला प्रतिबंध राहिला नाही. म्हणून पुन: जास्ती लिहिण्याचे कारण नाही. पण हायस्कूलमध्ये व कॉलेजमध्ये चव्हाणांना संस्कृतचा अधिक लाभ झाला असता तर त्यांच्या विद्वत्तेत मूलगामी भर पडली असती. उदा. कर्मवीर शिंदे यांना हायस्कूलात व फर्ग्युसन कॉलेजमध्ये संस्कृत चांगले शिकता आले व ते शिकले. म्हणून ते धर्मपंडित होऊ शकले. भास्करराव जाधव यांनी पुढे संस्कृत चांगले वाढविले. म्हणून ते संशोधक होऊ शकले. चव्हाणांना संस्कृतची आवड व इच्छा नव्हती असे नव्हे. महर्षी शिंदे माझ्याशी बोलताना एकदा म्हणाले की– 'ज्याला संस्कृत चांगले येत नाही, तो सुशिक्षितच नाही.' तुरुंगात असताना कै. ह. रा. महाजनीशास्त्री यांच्याजवळ चव्हाण यांना 'शाकुंतल' चांगले शिकता आले. 'मेघदूत' त्यांना पूर्वीच येत होते; पण वेदादि प्राचीन शास्त्रांचा व संस्कृतचा अधिकाधिक अभ्यास चव्हाणांचा झाला असता तर कदाचित कर्मवीर शिंद्यांसारखे चव्हाण धर्मचिकित्सक झाले असते. असो. चव्हाणांनी कोठेच वरीलसारख्या प्रकरणी सर्व ब्राह्मणजातीला दोष दिलेला नाही. पुढे–मागे राजकारणात–समाजकारणात उदारमतवादी ब्राह्मण त्यांना अनेक भेटले. तर्कतीर्थ जोशी यांपैकी नवमतवादी मित्र म्हणून प्रसिद्ध होते व आहेत. त्यांची राष्ट्रीय व्याख्याने ऐकून चव्हाण देशभक्तीकडे वळले, हेच चव्हाणांनी कृतज्ञतेने सविस्तर सांगितले आहे.

चव्हाणांपेक्षाही सत्यशोधक ब्राह्मणेतर चळवळीवर तर्कतीर्थांनी विपुल लिहिले आहे व बोलले आहेत. चव्हाणांचे ब्राह्मणेतर चळवळीचे ओझरते विवेचन कृष्णाकाठात मिळते. चव्हाणांना सत्यशोधकी ब्राह्मणेतर मार्गांनी जीवनात पुढे जावयाचे नव्हतेच;

म्हणूनही फार खोलात त्यांना जाण्याची कोठेच गरज वाटली नाही, असेही असेल, काही असो नसो. **पण ग्रामीण व बहुजन समाजातील प्रतिनिधी काँग्रेसतर्फे निवडून गेलेच पाहिजेत असा त्यांचा 'सत्याग्रह' होता. यावरून त्यांच्या व्यापक समाजकारणाचा वेध व बोध मिळू शकतो.**

राष्ट्रीय संस्कार घेऊन चव्हाण कोल्हापूरला उच्च शिक्षणार्थ गेले होते. या राष्ट्रीय विचारांचा विकास कसा करावयाचा हा चव्हाणांच्या पुढे प्रश्न होता. 'स्वातंत्र्याच्या चळवळीमध्ये वाहून घ्यायचे, हा तर निर्णय होताच. परंतु त्या स्वातंत्र्याचा अर्थ काय, हे निश्चित करण्याची गरज होती. कोट्यवधी गरीब शेतकरी मागासलेपणात बुडून गेले आहेत. त्यांचे भवितव्य काय? माझ्यासारखी अनेक तरुण मुले शिक्षणाची संधी न मिळाल्यामुळे अंधारात आहेत.' स्वातंत्र्याच्या चळवळीला चव्हाणांनी वाहून घेतले. पण त्यांना जे उच्च शिक्षण मिळाले, त्याचप्रमाणे बाकीच्यांना कसे मिळेल ही काळजी त्यांना होतीच.

सत्ता हातात आल्यावर शिवाजी युनिव्हर्सिटी, मराठवाडा युनिव्हर्सिटी स्थापन होण्यात त्यांचा सिंहाचा वाटा होता. सत्यशोधक चळवळ व म. फुले यांच्यामध्ये लोकांत शिक्षणप्रसार करावयाचा हा जो विधायक मुद्दा होता, तो चव्हाणांना मान्य होता. तो त्यांनी पकडून राजर्षी शाहू महाराज-राजाराम महाराज यांच्या इच्छा पुऱ्या केल्या. ठराविक उत्पन्न असलेल्यांना फी-माफी झाली व बाराशेच्या आत उत्पन्न असलेल्यांना जी फीमाफी दिली गेली त्यामुळे बहुजन समाज तील मुलांना शिक्षण घेता आले. शिक्षणप्रसाराच्या क्षेत्रात घोडदौड करण्यात त्यांना बाळासाहेब देसाई यांचेही साह्य झाले. स्वामी विवेकानंद शिक्षण संस्था निघावी व वाढावी या कामी यशवंतरावांच्या प्रेरणा होत्या.

मराठी भाषिक समाज नागपूर-वऱ्हाड, मराटवाडा व महाराष्ट्र (पश्चिम) यांमध्ये विभागला होता. याचे एकच राज्य (प्रांत) तयार करण्यात चव्हाणांचा अंतिम मोठा वाटा होता व त्यांच्या काळात महाराष्ट्र राज्य एक मोठे प्रगत राज्य होत गेले. मराठी भाषिक सर्व समाज एकाच प्रांतात करणे हे मोठ्यातले मोठे समाजकारण म्हणजे वरील सर्व सर्वांगीण क्षेत्रे यांचा समावेश होतो. पण समाजकारणात सामाजिक दृष्टिकोन महत्त्वाचा असतो.

चव्हाणांचा सामाजिक दृष्टिकोन समजण्यासाठी पुढील परिच्छेद योजीत आहे. "मी पक्का संघविरोधी होतो. (कायद्याचे पुण्यातील विद्यार्थी) संघाकडे झुकलेले होते. ते जरी आर. एस. एस. वाले वाटले तरी मोठे सज्जन तरुण होते. देशात चाललेल्या प्रत्येक गोष्टीकडे पाहण्याची आर. एस. एस. वाल्यांची एक वेगळी नजर होती. हे

त्यावेळी माझ्या विशेष लक्षात आले.' (चव्हाणांचे मित्र बिडेश कुलकर्णी हे वादविवाद-प्रसंगी आर. एस. एस. ला 'खाकसार' म्हणून संबोधीत) खाकसार हे द. हैद्राबादेत जी खाकसार एकांगी चळवळ चालली होती. तिचे नाव होते-खाकसार 'शब्दाची टोपी आमच्या संघवाल्यांना छान बसत होती.' असे यशवंतराव चव्हाण लिहितात. चव्हाणांना रा. स्व. सेवक संघाविषयी माहिती जरूर होती. सातारा जिल्ह्यात कऱ्हाड व वाई यासाठी क्षेत्रांची ठिकाणे म्हणजे आर. एस्. एस्. यांचे बालेकिल्ले होते.

चव्हाणांच्या जीवनावर राष्ट्रीय सभेचे जे व्यापक संस्कार झाले. ते प्रभावी ठरले. इतर समकालीन प्रवाहांनी त्यांच्यावर मात केलीच नाही. चव्हाण इतर प्रवाहांचा अभ्यास मात्र करीत असत. १९३४-३५ सालचे ते दिवस असतील. डॉ. हेडगेवार यांचे कऱ्हाडला व्याख्यान झाले. चव्हाणांना 'डॉ. हेडगेवार यांचे व्यक्तिमत्व प्रभावी वाटले. पण 'आसिंधू सिंधू' ही जी हिंदुत्वाची व्याख्या सावरकरांनी केली होती, त्या व्याख्येप्रमाणे जो असेल तोच हिंदुस्थानचा खरा निष्ठावान नागरिक' असे मत हेडगेवारांनी मांडले. काँग्रेसच्या दृष्टिकोनातून चव्हाणांनी डॉ. हेडगेवार यांना काही प्रश्न विचारले. वरील व्याख्येत बसत नाहीत अशी कोट्यवधी माणसे या देशात आहेत. त्यांचे काय करावयाचे? हेडगेवारांनी सांगितले की, 'जेव्हा प्रश्न उभा राहिल तेव्हा पाहता येईल.' ''मी समजलो की फक्त एक विशिष्ट वर्गाच्या लोकांची फॅसिस्ट संघटना बनवायची आहे. आपल्याला यात काही कर्तव्य नाही. तेव्हापासून आर. एस. एस. म्हटले, की मी चार पावले दूर राहिलो आहे. माझ्या संपर्कात येणाऱ्या कार्यकर्त्यांना आणि मित्रांना मी त्या विचारापासून बाजूला ठेवण्याचा प्रयत्न केला आहे.'' (पृ.२१८)

चव्हाण जसे मागे सत्यशोधकी चळवळीपासून दूर झाले म्हणजे त्यातील त्याज्य बाबींपासून दूर झाले; पण आर. एस. एस. पासूनही पूर्ण दूर राहिले. रत्नागिरीस त्यांची व बॅ. सावरकर यांची समक्ष गाठ पडली होती. पण चव्हाण त्यांचे पुढे-मागे कधीच अनुयायी झाले नाहीत. चव्हाण मुख्यत: राजकारणी होते, त्यांच्या 'कृष्णाकाठ' आत्मचरित्रात जास्ती करून राष्ट्रीय चळवळीची व त्यांनी केलेल्या काँग्रेसपक्षीय राजकारणाची माहिती जास्तीत जास्त आहे. फार काळ त्यांचे पुढील अखेरपर्यंतचे चरित्र एका राजकारणी पुरुषोत्तमाप्रमाणे विशेष करून ठरते. **पण त्यांची पुरोगामी सामाजिक मते व समाजकारण हा त्यांचा व्यापक राजकारणाचा पाया ठरतो. या निकोप पायामुळे त्यांचे राजकारण विशाल झाले.** नव्या दिल्लीस (१) रेसकोर्स रोडवरील त्यांच्या निवासस्थानी झालेल्या चर्चेत स्वयंसेवक संघाचा विषय निघालाच. कारण चर्चेला एकच विषय नियोजन नव्हता. म्हणूनही आम्ही दोघे मनमोकळेपणाने खाजगीत बोललो. माझा मुलगा चि. रमेश बरोबर होता. तो दिल्लीत नोकरीस असल्यामुळे

चव्हाणांकडे अनेकवार जात असे. तो विद्यार्थी असताना पुण्याच्या एस. पी. कॉलेजच्या पटांगणावर राष्ट्रीय स्वयंसेवक संघाचे एक मोठे शिबिर भरले होते. वाईच्या क्षेत्रस्थ मुलांच्या संगतीमुळे तो शिबिरास गेला होता. शिबिर मोठे झाले. या शिबिरास गोळवलकर गुरुजी व दत्तो वामन पोतदार आलेले होते. त्यांची खाजगी चर्चा चालू होती, ती चि. रमेशला योगायोगाने हळूच जवळून ऐकावयास मिळाली! दत्तो वामन पोतदार यांनी गोळवलकर यांना सांगितले की– 'राष्ट्रीय स्वयंसेवक संघाचे स्वयंसेवक कलेक्टर व वरिष्ठ अधिकारी यांना लागणारी परीक्षा पास झाले व ते सर्वच प्रांतांचे कलेक्टर असतील तर, संघाचे राज्य चोहोंकडे होऊ शकेल.' राज्य ताब्यात ठेवण्याचा हा एक हुकमी मार्ग गोळवलकरांना दत्तो वामन यांनी सांगितला. हा ऐकलेला संवाद चि. रमेश याने यशवंतराव यांना सांगितला. चव्हाण लगेच म्हणाले की 'हे जे तुम्ही सांगत आहात ते मी माझ्या हृदयाच्या आतील कप्प्यात ठेवीत आहे.' यावरूनही चव्हाणांचे राष्ट्रीय स्वयंसेवक संघाबाबत मत कसे होते, हे दिसून आले. ही आठवण वाचकांना जास्ती कल्पना यावी म्हणून येथे सांगितली आहे. सन १९८१ मध्ये ही गाठभेट निवांत झाली. मोकळे बोलणे एकूण ४६ मिनिटे झाले.

यशवंरावांना कोणताही जातीयवाद मान्य नव्हता. स्वत: 'मराठा' म्हणून किंवा 'ब्राह्मणेतर' म्हणून त्यांनी कधीच समाजकारण केले नाही. संयुक्त महाराष्ट्र झाल्यावर त्यांनी – संयुक्त महाराष्ट्र हा सर्व मराठी भाषिकांचा आहे असा खुलासा केला. सन १९४८ साली महात्मा गांधी वधोत्तर जाळपोळ झाली. त्यावेळी त्यांनी ब्राह्मण समाजाला नवी घरे बांधण्यास जी कर्जे दिली होती ती माफ केली. वाईच्या प्राज्ञ पाठशालेच्या सरस्वती केवलानंद स्मारकास लाखो रुपये दिले. विश्वकोशाचे कार्य तेथेच चालू केले.

महाराष्ट्रात ब्राह्मण–अब्राह्मणवाद होता व भूमिगतपणे तो उभयपक्षी मनातून व खाजगीतून अद्याप आढळतो. तसाच मराठा–मराठेतर वाददेर्खल असतो. या वादामुळेच मागे ब्राह्मणेतर पक्षाची शोकांतिका झाली. यशवंरावांनी मराठेतरांना खूप वाव दिला. कै. किसन वीर हे तर त्यांचे उजवे हात होते.

उलट यशवंतरावांनी मराठा समाजासाठी काही केले नाही. अशी समजूत मराठा समाजात आढळते. ही समजूत आकुंचित व खोटी आहे. सत्तेवर येणारा माणूस सर्वांचा असतो व सरकार सर्वांचे असते. **मराठा म्हणजे ज्याला सर्व समाजाला घेऊन, धरून वागता येते तो 'मराठा'**. 'ब्राह्मण' व उच्चभ्रूंसाठी त्यांनी खूप केले तरी यशवंतरावांना ब्राह्मणद्वेष्टे व जातीय म्हणून संबोधणारे बरेच होते. महाराष्ट्राचे लाडके नेते श्री. एस्. एस्. जोशी यांनी कै. यशवंतराव चव्हाण यांच्यावर साधनेत जो लेख लिहिला होता त्यात हा आक्षेप खंडित केलेला आहे. 'ऐक्य' (सातारा) यामध्येही एस्. एम्.

जोशी यांचा लेख नंतर प्रसिद्ध झाला. त्यातही चव्हाण यांना ब्राह्मणद्वेष्टे म्हणणे अयोग्य आहे असे प्रतिपादन केले. सत्यशोधकी ब्राह्मणेतर चळवळ जी होती. तिच्यातून बाहेर पडून अखिल भारतीय काँग्रेसचा स्वराज्याचा लढा अत्यंत हालअपेष्टा, विरह, तुरुंगवास वगैरे संकटे सोसून ज्यांनी प्राणपणाने लढला त्या यशवंतरावांवरही ब्राह्मणद्वेषाचा आरोप यावा व श्री. एस्. एम. जोशी यांना तो खंडण करावा लागावा, हे नव्या महाराष्ट्राचे दुर्दैवच होय. चव्हाणांची महाराष्ट्रावरील तीस वर्षांची पकड कित्येकांच्या डोळ्यात खुपत होती. यशवंतराव यांच्या समाजकारणावर प्रकाश टाकताना वरील सर्व नाइलाजाने लिहावे लागते. ना.ग. गोरे, श्री.आ. डांगे, एस्. एम्., जयंतराव टिळक वगैरे तत्सम अचंबित होते. 'न भूतो न भविष्यति' अशी चव्हाणांची पकड होती.

दलितांबद्दलही यशवंतरावांना सहानुभूती होती. १९३७ च्या निवडणुकीत चव्हाणांच्या इच्छेनुसार आत्माराम बापू पाटील हे त्यांचे मित्र आमदार म्हणून मुंबईत कौन्सिलमध्ये निवडून गेले होते. त्यावेळी मुख्यमंत्री श्री. खेर यांना भेटण्यासाठी एक मोठा मोर्चा आलेला चव्हाणांनी पाहिला. जमिनीवतन म्हणून पिढ्यान्‌पिढ्या गावगाड्यांचे काम महार समाजाकडून घेतले जाई. आताही महार वतनाचे स्वरूप बदलणे त्यांना जरुरीचे वाटू लागले. त्यावेळी महार वतनाचे स्वरूप बदलावे असे आत्माराम बापू यांनाही वाटले. पण फक्त दोनच आमदारांचा त्यांना पाठिंबा मिळाला. चव्हाणांना वाटत होते की-काँग्रेस सरकार महार समाजाच्या मोर्चाची मागणी मान्य करील व त्यामुळे हा समाज राष्ट्रीय प्रवाहात येईल. पण हे शक्य झाले नाही. काँग्रेस सरकारची धोरणे बदलणे जरूर आहे, तरच बदल शक्य आहेत, याची जाणीव चव्हाण व त्यांचे आमदार मित्र आत्माराम पाटील यांना झाली. यादृष्टीने नव्या जाणिवेने चव्हाणांचे राजकारण पुढे चालू झाले. तळागाळातील दलितांकडे गेलेले हे त्यांचे लक्ष पुढे सत्ता हातात येताच, त्यांनी कार्यवाहीत प्रत्यक्ष आणले.

सन १९२२ व १९३७ साली 'महार वतन बिल' मुंबई कौन्सिलात आणण्यात आले होते. पण इंग्रज सरकार व ब्राह्मणेतरपक्षीय काही आमदारांनीदेखील पाठिंबा दिला नाही. फार काय प्रथम १९२२ साली महार समाजाचाच म्हणावा तसा पाठिंबा नव्हता. महार वतन बिलाची परवड का होत आहे याची मीमांसा कर्मवीर शिंद्यांनी त्यांच्या भारतीय 'अस्पृश्यतेचा प्रश्न' (१९३३) या पुस्तकात सविस्तर केली आहे. (पृ.२९९)

शेवटी १९५८ सालात चव्हाण मुख्यमंत्री असताना 'बॉम्बे इन्फिरिअर व्हिलेज वॉन्ट्स अबॉलिशन ॲक्ट' पास करून डॉ. आंबेडकर यांची व कर्मवीर शिंदे यांचीदेखील इच्छा पुरी केली. एवढेच नव्हे तर त्यांच्या 'वतनी जमिनी' त्यांच्याच मालकीच्या ठेवण्याची अपूर्व तरतूद केली. त्यांच्यातील भूमिहीनांना पडीक जमिनीदेखील दिल्या.

धर्मांतरित बौद्धांच्या सवलती कायम ठेविल्या. कारण धर्मांतरामुळे एकदम आर्थिक परिस्थितीत फरक पडणार नव्हता. चव्हाणांची ही समदृष्टी महत्त्वाची होती.

चव्हाणांचे समाजकारण हे पुढारलेल्यांना उपयुक्त ठरले. सत्ता ही लोकोद्धारार्थ वापरता येते व त्यासाठी स्वातंत्र्यातील सत्ता वापरली पाहिजे, या ध्येयानेच ते खुर्चीवर सतत राहिले. सत्तेशिवाय शहाणपण नाही. चव्हाणांच्या जमेस अनेकविध कार्ये आहेत. त्या सर्वांकडे मी राजकारणच म्हणून पाहात नाही. उदा. वाईचा विश्वकोश चव्हाणांनी चालू करून दिला. त्यात दलित विचारवंत व माजी मंत्री दादासाहेब रूपवते हे उपसंपादक होते. 'साहित्य व संस्कृती' हा समाजकारणाचा भाग असतो. तर्कतीर्थांची या सांस्कृतिक मंडळावर चव्हाणांनी जी निवड केली ती कालांतरानेदेखील योग्य ठरली व प्राज्ञ पाठशाळेला जोड मिळाली व तिचे संवर्धन झाले.

ग्रामीण नेतृत्व पुढे यावे म्हणून जिल्हा बोर्डाचे रूपांतर पंचायत राज्यात केले. ही क्रांती (सामाजिक) झाली. **ग्रामीण नेतृत्व पुढे आणणे हे चव्हाणांचे सामाजिक ध्येय होते.** त्यांच्या जिल्ह्याची काँग्रेस स्वातंत्र्यपूर्वकाळात वकील, इनामदार वगैरे शहरी नेतृत्वाच्या हातात होती. चव्हाणांच्या ग्रामाभिमुख वहुजनी नेतृत्वामुळे शहरी पांढरपेशे नेतृत्व झाकाळले गेले. मागे पडले. असे घडवून आणताना शहरी विरुद्ध ग्रामीण असा वाद होऊ दिला नाही.

जिल्हा लोकल बोर्डाचे महत्त्व चव्हाणांनी कृष्णाकाठात सांगितले आहे. सत्यशोधकी ब्राह्मणेतर चळवळीमुळे जिल्हा लोकल बोर्डे ग्रामीण भागाच्या पुढाऱ्यांच्या ताब्यात आली. शिक्षणप्रसार वाढू लागला. सातारा जि. लो. बोर्डावर खान बहादूर कूपर या शहरी नेतृत्वाचा पुष्कळ वर्षे कब्जा होता व कै. कूपर इंग्रज सरकारचे मोठे मित्र होते. प्रस्थापित व घरंदाज मराठा पुढारी वैयक्तिक हितास्तव कूपरचे दास झाले होते. यशवंतरावांनी त्यांच्याऐवजी श्री. बाबासाहेब आरवाडकर शिंदे या गांधीवादी, ग्रामीण भागातून वर आलेल्या पुढाऱ्याला अध्यक्ष केले. १९३० सालानंतर शिंदे–जेधे–बागल–नाना पाटील वगैरेंच्यामुळे ब्राह्मणेतर पक्ष काँग्रेसमध्ये गेला. पण काही राहिले होते. यांचा प्रभाव १९३७ ते १९४० पर्यंतच्या काळात थोडाफार शिल्लक होता. हे सरकारजमा असत. भूमिगत चळवळीत हे नामोहरम झाले. अंतर्गत लढा होता तो सरकारजमा नेतृत्व व राष्ट्रवादी काँग्रेसचे स्वातंत्र्यप्रिय नेतृत्व यांच्यामधील होता.

ब्राह्मणेतर ही परिभाषा मागे पडून १९३० नंतर 'बहुजन समाज' ही भाषा पुढे आली. पूर्वी विद्येत मागासलेले व विद्येत पुढारलेले असे दोन सांस्कृतिक वर्ग होते; वस्तुस्थिती होती.

काँग्रेसची चळवळ आणि अन्य चळवळी या ब्राह्मणांसाठी चाललेल्या चळवळी

असल्याचा जावई-शोध सत्यसमाजी लावू लागले. असे एक विधान 'इतिहासाचे एक पान-यशवंतराव' या रामभाऊ जोशी कृत चव्हाणांच्या विस्तृत चरित्रात लेखक रामभाऊ जोशी यांनी केले आहे.(पृ.१८ पहा) या विधानाचे खंडण कृष्णाकाठात मिळते.

मुंबई राज्याच्या विधिमंडळाच्या निवडणुकीसाठी चव्हाणांनी तरुण मित्र आत्माराम बापू पाटील सांचे नाव सोमणांना सुचविले. त्यावर दे. भ. सोमण (सातारा) यांनी उत्तर दिले की-... 'निवडणुकीसाठी उमेदवार हा वडीलधारा, पोक्त ज्याचे नाव सर्वमान्य आहे आणि जो निवडणुकीसाठी येणारा मोठा खर्च करू शकेल...' असा हवा.

चव्हाण सोमणांच्या उत्तराने निराश झाले! शेवटी वल्लभभाई पटेल यांचेपर्यंत जाऊन आत्माराम पाटील यांची उमेदवारी चव्हाणांना कायम करून आणणे भाग पडले व आत्माराम बापू यांना चव्हाणांनी निवडूनही आणले. (पृ.१७७-१७८) 'कृष्णाकाठ' या आत्मचरित्रातील मूळ भाग वाचकांनी वाचावा. चव्हाणांचा विशेष असा की-कोणत्याही वरीलसारख्या घटनांना ते जातीयवादाचा रंग न देता राष्ट्रीय व व्यापक आणि तात्त्विक परिभाषा वापरून उद्देश साध्य करीत. म्हणून सोमण, गाडगीळ, देव, देवगिरीकर वगैरेंसारख्या विचारवंतांना त्यांची बाजू लक्षात घ्यावी लागे. चव्हाणांची भाषा, वक्तव्य व लेखन भारदस्त असल्यामुळे विचारवंतांत व साहित्यक्षेत्रात ते चमकले. सत्यशोधकी ब्राह्मणेतर चळवळीच्या प्रांतिक क्षेत्रातच ते राहिले असते तर चव्हाण हे 'यशवंतराव' झाले नसते. कै. बाळासाहेब देसाई यांची ओळख करून देताना देसाई हे सत्यशोधकी ब्राह्मणेतर चळवळींपैकी होते असे चव्हाण नमूद करितात (पृ.२२६) पण यांनाही त्यांनी काँग्रेसमध्ये घेऊन सातारा जिल्हा बोर्डाचे अध्यक्ष केले. पुढे शे. का. प. चे श्री. यशवंतराव मोहिते मंत्री झाले. असंख्य उदाहरणे देणे सुकर आहे की-बहुजन समाजातील व ग्रामीण भागातून पुढे आलेली माणसे, यशवंतरावांचे नेतृत्व नसते तर पुढे सत्तेवर आली नसती. पण फारच थोड्यांनीदेखील यशवंतरावांच्या समान होण्याचा किंवा त्यांच्याहीपेक्षा मोठे होण्याचा प्रयत्न केला, त्यांच्या नेतृत्वाचा बरा-वाईट फायदा घेण्यात आला.. ज्यांनी महाराष्ट्र पुढे आणला, त्यापैकी यशवंतराव फार महत्वाचे ठरतात.

यशवंतरावांचे देहविसर्जन झाले तरी त्यांचे मरणोत्तर जीवन आता सुरू झाले आहे व यशवंतरावांवर अभ्यास चालू आहे. हा लेख एक असाच परिपाक आहे. केवळ विभूतिपूजा-व्यक्तिपूजा करण्याचा उद्देश बिलकूल नाही. पण त्यांचे पैलू जे स्मरतात ते येथे शब्दांकित केले आहेत. विवेचनाला आठवणींची जोड दिली आहे. उदा. दिल्लीच्या भेटीत, चर्चेत चव्हाण म्हणाले की- 'सत्यशोधक चळवळ जशी झाली तशीच पुन्हा होणार नाही.'

चव्हाणांचे 'कृष्णाकाठ' आत्मचरित्र व त्यांच्याशी झालेली दिल्लीस प्रत्यक्ष गाठभेट, त्यात व्यक्त झालेले सामाजिक मुद्दे यांच्या आधारे हा लेख लिहिला आहे. चव्हाणांना माणुसकीचा गहिवर फार होता. माझी एक सून दिल्लीस तिच्या निवासस्थानी बाथरुममध्ये पडून, तिचा पाय मोडला. तिला आम्ही स्वत:चा खर्च करून 'ट्रीटमेंट' दिली व ती बरी झाली. या संबंधाने यशवंतरावांना वरील घटना माहिती झाल्यावर म्हणाले की- 'एवढा खर्च करीत बसण्यापेक्षा तुम्ही माझ्याकडे आले असता तर तुम्हाला मी एवढा खर्च करू दिला नसता'. दिल्लीत महाराष्ट्र मंडळाचे चव्हाण अनेक वर्षे अध्यक्ष होते. महाराष्ट्रीय व इतरही माणसांची त्यांनी कितीतरी कामे केली. याचा शोध घेतल्यास फार लोकांना त्यांनी उपकृत केल्याचे आढळेल. नुकतेच दिवंगत झालेले इतिहाससंशोधक ग. ह. खरे यांनी गरिबीत दिवस काढले. त्यांचे साधेसुधे कपडे पाहून, चव्हाणांनी स्वत:चे पाचशे रुपये त्यांना नीट पोशाखार्थ दिले. दत्तो वामन पोतदार यांना शिवाजीचरित्र लिहण्यासाठी मोठी रक्कम दिली होती. पण त्यांच्याकडून हे कार्य झाले नाही! हे दुर्दैव होय!!

शिवाजीमहाराजांसंबंधी चव्हाणांना अतोनात आदर होता. शिवाजी महाराजांनी सर्वसामान्य मराठे जमा केले. तसेच यशवंतरावांनी प्रतिष्ठित व सुसंस्थापित लोकांपेक्षा सामान्यांतून अनेक कार्यकर्ते व पुढारी तयार केले, हा एक त्यांच्या समाजकारणाचा पैलू होता. ''संघटना करावयाची झाल्यास माणसे सांभाळावी लागतात'' हे चव्हाण म्हणाले. ''राजकारणाचा अर्थ अर्थकारण (Economics) म्हणजे अर्थाचे आधारे समाजशास्त्राची धारणा एवढाच आहे. समाजाची धारणा व्हावी म्हणून अर्थशास्त्रासारखे शासनशास्त्राचेही तत्त्व राजकारणात समाविष्ट होते.'' असा राजकारणाचा अर्थ अस्पृश्यांचे राजकारण या विषयावर बोलताना कर्मवीर शिंदे यांनी दिलेला आढळला (भा. अस्पृश्यतेचा प्रश्न. दुसरी आवृत्ती, महाराष्ट्र शासनाने प्रकाशन १९७६)

''शेतीच्या अर्थशास्त्राची प्रगती व्हावी म्हणून अनेक साखर कारखाने संस्थापित व्हावेत म्हणून चव्हाणांचे प्रयत्न झाले. यामुळे शेती व शेतकऱ्यांत थोडीबहुत संपन्नता दिसू लागली. समाज पालटलेला आढळतो. म्हणून र जकारण-समाजकारण-अर्थकारण यांची ताटातूट करता येत नाही.

गुणी गुणं वेत्ति।

तर्कतीर्थ जोशी सन १९५४ च्याही पूर्वी साहेबांविषयी (यशवंतरावांना साहेब म्हणून संबोधिले जाई) म्हणाले होते की-'चव्हाण अजून मोठे व्हावयाचे आहेत.' पुढे मोठे होत गेले व वरील भाष्य खरे झाले.

राजकारणात चढउतार असतो. चव्हाणांनी टीका-निंदा व विरोध पचविला; अर्थात विवाद्य असत. पण आता विवाद्य नाहीत. त्यांनी अकस्मात व अवेळी जग

सोडले व लोक त्यांच्या जमेची बाजू पाहू लागले आहेत. त्यांची गुणोपासना व्हावी. समाज हा त्याच्यामध्ये जे मोठे लोक होऊन जातात. त्यांचा परामर्ष त्यांच्या मरणानंतर जास्ती घेतो. मृत्यू अशी जागृती करितो. पण जिवंतपणी चव्हाणांना त्यांच्या लोकांकडूनच जास्ती विरोध झाला. त्यांच्याअगोदर त्यांचे पुष्कळ अनुयायी (आय) काँग्रेसमध्ये गेले. महाराष्ट्रीयन लोकांनी दिल्लीत गेलेल्या महाराष्ट्रीय नेत्यांच्या मागे उभे राहण्यापेक्षा स्वत:चाच जास्ती विचार केला. महाराष्ट्रीयांचे ऐतिहासिक दोष पुन्हा जाणून घ्यावयाचे झाल्यास (म्हणजे आत्मपरीक्षणासाठी) चव्हाण चरित्राची चिकित्सादेखील उपयोगी होते. लोकमान्यांनादेखील शेवटी महाराष्ट्रातच जास्ती विरोध झाला. चव्हाणांशी झालेल्या चर्चेत चव्हाण म्हणाले की–'मराठा समाज कधी संघटित होत नाही; व यदाकदाचित झाला तर तो कोणाला ऐकत नाही.'

चव्हाणांची योग्यता विशेषकरून त्यांच्या हयातीत उच्चभ्रू पांढरपेशी विवेकवंत समाजाने जाणली, तरी त्यांना त्यांच्याशी मुकाबला करावा लागला. उदा. 'खेर यांनी मंत्रिमंडळात, बहुजन–समाजातील कर्तबगार आणि खऱ्या अर्थाने बुद्धिवादी अशा नेत्यांचा समावेश केलाच नव्हता.' खेर व मुरारजी देसाई यांची युती होऊन मातृभाषेच्या अभिमानाच्या नावावर शिक्षणातून इंग्रजी नाहीसे करण्याचा चाणाक्ष प्रयत्न केला. खुद्द यशवंतराव हे नेमस्त व संयमी असतानाही त्यांना केवळ पार्लमेंटरी सेक्रेटरी करण्यात आले! मग शंकरराव मोरे–केशवराव जेधे यांना दूर ठेवण्यात आले, यात नवल नाही. एक परीने असे म्हणता येते की, ना. खेर यांच्या वरीलसारख्या अनेक प्रतिगामी धोरणांमुळे महाराष्ट्रात शे. का. प. ने जन्म घेतला. **खेर यांच्यामुळे दुभंगलेला महाराष्ट्र यशवंतरावांनी पुढे एकत्र करण्याचा प्रयत्न केला व तो बराच यशस्वी झाला.**

''यशवंतराव–इतिहासाचे एक पान'' नामक चरित्रात लेखक रामभाऊ जोशी यांनीदेखील खेरांवर टीका केली आहे.

यशवंतरावांचे लेखन–भाषा सुबोध–प्रसन्न व भारदस्त आहे. विचारधन त्यांनी मागे ठेवले आहे. त्यांचे भाषण चालू असताना, ते असंख्य शेतकरी–मजूर व श्रमजीवी लोकांना समजत असे. बायाबापडीदेखील भाषणे ऐकत.

यशवंतराव दलितांचे मित्र होते. मराठा महासंघाच्या राखीव जागाविरोधी पवित्र्यास त्यांनी कधीच पाठिंबा दिला नाही.

महर्षी शिंदे 'आध्यात्मिक' होते. एवढे सांगून त्यांनी त्यांच्यावरील भाष्य थांबविले. चव्हाणांना 'अध्यात्मप्रधान' म्हणता येत नाही. तरी त्यांचा व महर्षी शिंदे यांचा जो थोडा संबंध आला तो पुढे त्यांनी दलितांची बाजू घेऊन त्यांना नानाविध सुविधा प्राप्त करून देण्यास स्फूर्तिप्रद वाटला.

कर्मवीर शिंदे यांचे मत असे होते की- बहुजन समाजाने व अस्पृश्य समाजाने राष्ट्रीय प्रवाहातून दूर न जाता आपआपली उन्नती करून घ्यावी. ब्राह्मणेतर व ब्राह्मण, अस्पृश्य व स्पृश्य असे भेद न करिता सहकार्याने वागावे म्हणजे हे प्रश्न सुटतील. अलगपणाने सुटणार नाहीत. चव्हाणांनी शिंदे यांची इच्छा सत्ता हातात आल्यावर पुरी करण्याची शर्थ केली. पराकाष्ठा केली व मराठा-मराठेतर भेददेखील वाढू दिला नाही. कित्येकजण सत्तेला दुय्यम मानतात. पण **सत्तेचा सदुपयोग केला तर सत्ता शोभून दिसते. स्वातंत्र्यात सत्ता व तिचा चांगला वापर हा मुख्य मुद्दा आहे. प्रशासकीय पात्रता असल्यामुळे चव्हाणांनी माणसे जोडून स्वत: भ्रष्टाचारविरहित राहून सत्ता व तिची इभ्रत राखली, हा एक आदर्श आहे. प्रत्यक्ष लोकव्यवहार पाहिला तर लोक सत्तेवरच्या माणसांना मानतात. सत्तासंन्यास फारसा फलद्रूप होण्याचा चालू काळ नाही. लो. टिळक म्हणत असत की- ''आधी राजकीय'' म्हणजे त्यांच्या म्हणण्याचा योग्य अर्थ घेतला तर असे म्हणता येते की-राजकीय सत्ता आल्यावर जनहिताची अनेक कामे करता येतात. गुलामगिरीत हे शक्य नव्हते. आता स्वातंत्र्यात भारताने जी प्रगती केली यावरून हे विधान एका अर्थाने सत्य वाटेल. नैतिक ऱ्हासाचे चित्र चोहीकडे दिसते हे खरे. पण विकास झालाच नाही असे नव्हे.** इंग्रजच पूर्ववत् असते तर भारताचे नवे चित्र तयार झाले नसते. राजकीय सत्ता शिवाजी, राजर्षी शाहू महाराज, सयाजीराव व यशवंतराव चव्हाण यांनी लोकोद्धारार्थ वापरली. सत्ता वापरणाऱ्यांच्या पात्रतेवर सर्व काही अवलंबून असते. चव्हाणांच्या दिल्लीतील निवासस्थानातील दिवाणखान्यात लोकमान्यांचा मोठा फोटो होता. इतरही शिवाजी वगैरे देशभक्तांचे फोटो होते. लोकमान्यांचा फोटो पाहून त्यांची टिळकांविषयींची भक्ती निदर्शनास आली. **भाग्येकरून चव्हाणांना स्थिर सरकार लाभले. यामुळेदेखील त्यांना लोकांची सामाजिक प्रगती करता आली. आता यापुढे सर्वच अवघड दिसते. पंडित नेहरू व चव्हाण यांचा काळ गेला.**

म. फुले व शाहू महाराज यांच्या शिक्षणप्रसारक उद्देशात यशवंतरावांनी मनस्वी भर घातली. कोल्हापूरच्या स्वामी विवेकानंद शिक्षण संस्थेचे संस्थापक बापूजी साळुंखे यांचा सत्कार दि. २७/४/१९८२ रोजी सातारा मध्यवर्ती सहकारी बँकेच्या वरील सभागृहात चव्हाणांच्या हस्ते झाला. यावेळी बापूजी साळुंखे यांचे प्राप्त आजारीपण पाहून चव्हाणांना किती वाईट वाटले व गहिवर आला हे त्यांच्या चर्येवरून मला व अनेकांना जाणता आले. चव्हाण महाराष्ट्राचे मुख्यमंत्री असताना शिक्षणखात्याच्या बजेटात कित्येक लाख रुपये खर्च होण्याचे राहिले होते. कै. ए. जी. पवार यांचा त्यांनी सल्ला घेतला व वेळेवर हे काम श्री. बापूजी साळुंखे करतील असे कै. पवारांनी

चव्हाणांना सांगितले. यानंतर चव्हाणांनी ही खर्च व्हावयाची मोठी रक्कम स्वामी विवेकानंद शिक्षण संस्थेस दिली. हल्ली या संस्थेच्या अनेक केंद्रांवर ज्या तिच्या इमारती दिसतात, त्या या मोठ्या अनुदानातून बांधण्यात आल्या.

'यशवंतराव चव्हाण–इतिहासाचे एक पान' नामक चरित्र श्री. रामभाऊ जोशी यांनी लिहून प्रसिद्ध केले आहे. भारताच्या दृष्टीने चव्हाणांचे कार्य म्हणजे इतिहासाचे एक पान फार तर होईल. पण महाराष्ट्राच्या इतिहासाला चव्हाणांच्या चरित्रासाठी व कामगिरीसाठी अनेक पाने द्यावी लागतील.

मला तरी येथे या केवळ एका लेखासाठी अनेक परिच्छेद योजावे लागले आहेत.

आठवणी या महत्त्वाच्या आहेत व असतात. माझा त्यांच्याशी जो अल्पस्वल्प पण सामाजिक महत्त्वाचा परिचय झाला, त्या आठवणी येथे साऱ्या उपयोगात आणल्या आहेत.

१९६८ साली श्री स्वामी विवेकानंद शिक्षण संस्थेत अंतर्गत कारणामुळे मोठे मतभेदाचे वादळ सातारा जिल्ह्यात उठले. त्यावेळी वाई जि. सातारा येथे घडत असलेल्या उद्रेकाची हकीगत मी दिल्लीला चव्हाणांना कळविली. पत्राची पोच आली. चव्हाणांचा विशेष म्हणजे त्यांना पत्र पाठविले की ते उत्तर देत, असा अनुभव आला.

पुढे वरील संस्थेची घडी बसावी म्हणून चव्हाणांनी एक लवाद नेमिला. यामुळे उद्रेक थांबून जैसे थे अवस्था प्राप्त झाली. **चव्हाण समन्वयवादी होते. प्रसंगानुसार, कालानुसार परिवर्तन करून, मागील सर्व विसरून पुढे गेले व पुढे जात.** स्वामी विवेकानंद शिक्षण संस्थेच्या संवर्धनात त्यांचा मोठा भाग होता. जनतेच्या शिक्षणाचे कार्य करणाऱ्या दोन मोठ्या संस्था म्हणजे रयत शिक्षण संस्था व विवेकानंद शिक्षण संस्था होत.

वाई येथील महर्षी शिंदे विद्या मंदिराचा उद्घाटनसमारंभ १९५६ साली यशवंतराव यांच्या हस्ते झाला. त्यांच्या समवेत तर्कतीर्थ लक्ष्मणशास्त्री जोशी होते. महर्षी शिंदे यांचे तैलचित्र १९७३–७४ साली वाई नगरपालिकेत चव्हाणांच्याच हस्ते लावण्यात आले. अशा काही समारंभांत त्यांचा जवळून परिचय झाला. एवढेच. चव्हाणांच्या फार समीप मी आलो नव्हतो, हे खरे. तरीसुद्धा मी विश्वकोश वाई कार्यालयातील संपादकांची पगारवाढ व्हावी म्हणून कर्मचारी संघटनेच्या अर्जासह प्रकरण त्यांच्याकडे पाठविले होते. या पाठविलेल्या पत्राची पोचही आली. इतक्यांत महाराष्ट्र राज्याचे मुख्यमंत्रिपद वसंतदादा पाटील यांजकडे गेले. चव्हाणांना आशा होती की, वसंतराव पाटील यांच्याद्वारे जरूर ती कार्यवाही करता येईल. पण तांत्रिक अडचणीमुळे हे काम झाले

नाही. कार्यवाही व्हावी अशी त्यांची इच्छा होती, हे दिसून आले.

मी निरनिराळ्या नियतकालिकांमधून समाजप्रबोधनाच्या दृष्टीने अनेक वर्षे लिहीत आलो आहे. दिल्लीला साताऱ्याचे डॉ. बाबा सुखटणकर आले होते. ते चव्हाणांना भेटावयास गेले होते. डॉ. सुखटणकर हे चव्हाणांच्या ओळखीचे होते. त्यांच्याकडे ते माझे आप्त असल्याने माझी तब्येत वगैरे कशी काय आहे, याविषयी यशवंतरावांनी चौकशी केली असे चव्हाणांना भेटून आल्यानंतर डॉ. सुखटणकर यांनी आम्हास सांगितले. खाजगी वाटणाऱ्या दिल्लीच्या आठवणी ज्या त्या लेखात दिल्या आहेत. १९८१ मधील वरील भेट होती. नंतर जानेवारीला इंदिरा गांधी यांच्या संबंधीचा उल्लेख निघाला होता. ''इंदिरा गांधी बदलत नाहीत'' असे चव्हाण म्हणाले. पण लगेच ते आय काँग्रेसमध्ये प्रवेश करतील असे वाटले नव्हते.

चव्हाणांच्या लेखसंग्रहाबद्दल बोलणे झाले व बहुतेक प्रती खपल्या असे ते म्हणाले, तरी तुमच्या उपयोगासाठी एक प्रत देईन असेही म्हणाले. 'जोशी' आले आहेत असा आतून निरोप आला. म्हणून ते उठले, यामुळे बोलणे संपले.

पुण्यास गु. कै. बाबूराव जगताप वाईस ब्राह्मोसमाजात आले असताना बऱ्याच वर्षापूर्वी म्हणाले होते की– 'यशवंतरावांच्या अंगी कर्तृत्वशक्ती आहे. ते कार्य करू शकतील. त्यांच्या हातून जरूर ते कार्य होईल. ते एकटेच समर्थ दिसतात.' यशवंतरावांना आम्ही हे उद्गार सांगितले व त्यांना वंदन करून आम्ही त्यांचा निरोप घेतला. चव्हाणांच्या सहवासामुळे अद्याप धन्यता वाटते. पण भेटीत चर्चिलेला पुढील मुद्दा सांगून हा लेख पुरा करणे जरूर वाटते.

यशवंतरावांच्या समाजकारणावर लिहिताना, त्यांचा परंपरागत गुरुवादासंबंधीचा दृष्टिकोन व्यक्त करणे अत्यंत जरूरीचे आहे. 'शिवाजी व रामदास' यांच्या गुरुशिष्य-संबंधावर महाराष्ट्रात रणं माजली! व निश्चित पुराव्याशिवाय अद्याप वादाचा निकाल लावणे अशक्य आहे. म. फुले यांनी कोणासच गुरु केले नव्हते. त्यांना मात्र अनेक शिष्य अनुयायी होते व आजही वाढत आहेत. यशवंतरावांनीदेखील कोणासच गुरू केले नव्हते. असे असतानाही तर्कतीर्थ जोशी हे त्यांचे 'गुरू' असे प्रतिपादण्याची पश्चिम महाराष्ट्रात एक रूढी दिसते. पण तर्कतीर्थ यशवंतरावांना 'मित्र' म्हणून समजतात. 'कृष्णाकाठ' पुस्तकात तर्कतीर्थांची कऱ्हाडास झालेली व्याख्याने ऐकून राष्ट्रीय चळवळीचा त्यांच्यावर फार परिणाम झाला असे ते लिहितात हे खरे आहे (पृ.६५). एम्. एन्. रॉय यांनी दुसरे महायुद्ध हे फॅसिस्टांनी सत्ता बळकाविण्यासाठी चालू केले आहे व इंग्रज जरी साम्राज्यवादी होते तरी त्यांचा पराभव झाला तर जर्मनीची फॅसिस्ट सत्ता जगावर जारी होईल म्हणून इंग्रजांना महायुद्धात साह्य करण्याचा सक्रिय पवित्रा रॉय यांनी घेतला.

एम्. एन्. रॉय यांचे शिष्य तर्कतीर्थ यांनीदेखील त्यांचेच अनुकरण केले. पण चव्हाणांना इंग्रजाला साहाय्य करण्याचा विचार-आचार पटला नाही. यामुळे यशवंतराव रॉयवाद्यांपासून दूर झाले. (पृ.२०१) मार्कसवादाचादेखील चव्हाणांनी रॉय यांच्या नव मानवतावादाप्रमाणे अभ्यास केला होता. समाजवादाचाही त्यांनी परिचय करून घेतला होता. हे जे प्रवाह समकालीन होते त्यांचे निरीक्षण, परीक्षण करून स्वावलंबनाने हिंदी स्वातंत्र्याचा गांधी-नेहरू यांच्या लढ्याचाच त्यांनी मार्ग स्वीकारला. रॉयवादी, स्वातंत्र्य आल्यावर त्यांचा राजकीय स्वतंत्र पक्ष बरखास्त करिते झाले व पुष्कळांनी काँग्रेसमध्ये प्रवेश घेतला व सत्तेचेच आश्रित झाले. तत्त्वज्ञान बोलण्यास व लिहिण्यास सोपे असते. 'नवमानवतावाद' हादेखील एकप्रकारे 'युटोपिया' असू शकतो. **आदर्शवाद व्यवहारात येणे सोपे नसते!**

चव्हाणांनी कोणासच गुरु केले नाही. तर्कतीर्थ जोशी यांचा अमृतमहोत्सव वाईस मोठ्या प्रमाणात झाला. त्यावेळीदेखील 'माझा कोणी गुरू नाही' असे जाहीरपणे सांगितले व हे विचार त्यांनी लेखीदेखील नमूद केले आहेत. उदा. तर्कतीर्थांच्या वाढदिवसानिमित्त 'नवभारत' (प्राज्ञ पाठशाळा, वाई) यामध्ये त्यांनी लिहिलेल्या लेखात गुरुशिष्य-संबंधावर प्रकाश टाकणारा लेख लिहिला आहे. दिल्लीत त्यांच्याशी बोलताना वरील खास अंकात 'यशवंतराव यांचे गुरू तर्कतीर्थ' असे दुसऱ्या लेखात विधान केले आहे असे मी सांगितले. तेव्हा त्यांनी आश्चर्य व्यक्त केले. या सर्वांचा अर्थ असा नव्हे की-यशवंतराव यांना तर्कतीर्थांचे अवमूल्यन करावयाचे होते. यशवंतराव तर्कतीर्थांना फार मानीत. तर्कतीर्थांची सल्लामसलत घेत, त्यांच्याशी चर्चा करीत. गाठीभेटी होत. तर्कतीर्थांनी मोरारजींनंतर महाराष्ट्रात चव्हाणांचे नेतृत्व प्रभावी झाल्यावर चव्हाणांच्या राजकारणाला पाठिंबा दिला. 'हिरे चव्हाण' यांच्या मतभेदात तर्कतीर्थांनी चव्हाणांना सल्लामसलत दिली.

येथे कोणावर टीका करावयाची नाही. पण इतिहास जसा झाला तसा लिहावा लागतो. उदा. संयुक्त महाराष्ट्राच्या लढ्यात तर्कतीर्थ यशवंतरावांच्या बाजूचे राहिले व दोघेही 'अत्रे' यांच्या तीव्र टीकेचे विषय झाले. हा विषय येथे मी व्यक्त करीत आहे, म्हणजे तर्कतीर्थांना विरोध करीत आहे असे नव्हे. वाचकांनी क्षमा करावी. मी स्वत: (रा. ना. चव्हाण, वाई) तर्कतीर्थांना गुरुस्थानी -मानणारा आहे. महर्षी शिंदे यांच्याप्रमाणे त्यांच्या (तर्कतीर्थांच्या) दृढ सहवासाचा माझ्यावर फार परिणाम झाला व मी जो लेखनमार्ग विद्यार्थिदशेपासून स्वीकारला, तो त्यांच्याशी आलेल्या वडिलार्जित संबंधामुळे उत्तरोत्तर उन्नत होत गेला. यशवंतराव असामान्य होते. तर्कतीर्थदेखील असामान्य आहेत.

यशवंतरावांना मी (प्रस्तुत लेखक) समाजप्रबोधनार्थ लिहीत असतो हे माहीत होते व त्यांनी माझ्या लेखांचा संग्रह निघावा असाही विचार दिल्लीच्या भेटीत प्रदर्शित

केला. सर्वसामान्यांच्या दृष्टीने त्यांचे हे प्रोत्साहन महत्त्वाचे वाटले.

अधूनमधूनच्या आठवणींचा व त्यांच्या समक्ष दर्शनाचा आधार येथे घेतला आहे. याचे कारण त्यांचा स्वभाव कसा मोकळा होता, हे समजावे हा हेतू होता.

यशवंतराव, किसन वीर व तर्कतीर्थ हे काँग्रसचे दत्तात्रेय (त्रिमूर्ती) ठरतात. एकाच वेळी, तिघे व्यासपीठावर आलेले व बसलेले अनेक वेळा पाहिले आहेत. ऐकिले आहेत. ही सर्व महत्त्वाची राजकीय माणसे.

यशवंतरावांच्या भाषणामुळे समाजशिक्षण झाले. बहुजन समाजाला राष्ट्रीय दृष्टी मिळाली. त्यांनी म. फुले, शाहूमहाराज, कर्मवीर शिंदे यांचा विचारप्रवाह पुढे व्यापक केला. उन्नत केला. भर घातली. आभरण घातले. यशवंतरावांचा विचार अखिल भारतीय पातळीवरून होणे जरूर आहे. तरी त्यांचे नवमहाराष्ट्राच्या विकासाच्या कार्यात संस्थापनीय स्थान आहे. **यशवंतराव विवेकवंतांत सामावले होते.**

केवळ ब्रह्मद्वेष बाजूला पडला; व मूळ म. फुले यांचा मानवतावादी आशय पुढे येण्यास वातावरण खुले झाले आहे. यशवंतरावांमुळे मद्रास-तमिळनाडूप्रमाणे महाराष्ट्रात ब्राह्मण-ब्राह्मणेतर वाद वाढला नाही. उलट, मागे पडला. यशवंतरावांवर लिहिताना येथे श्रीमंत सयाजीराव गायकवाड यांची आठवण होते. सयाजीराव नेमस्तकाळात राष्ट्रीय सभेचे अध्यक्ष होते. सयाजीराव गायकवाड हे गरिबीतून पुढे आले. त्याप्रमाणे यशवंतरावही पुढे आले. सत्तेचा दोघांनीही चांगला वापर केला. साहित्यादी गुण दोघांतही होते. विद्वान-पंडितांचा परामर्श दोघांनीही घेतला. उमदेपण, उदारपण, जातिभेदापलीकडची मानवतावादी दृष्टी दोघांतही होती. उत्तम राज्यकर्ते व प्रशासक अशी दोघांची ख्याती झाली. 'दलितोद्धार' हा दोघांचाही विषय होता.

यशवंतरावांना 'प्रतिशिवाजी' म्हणून संबोधिले गेले. यावर पुष्कळांनी टीका केली. पण एवढे म्हणता येते की, त्यांनी शिवाजीमहाराजांना आदर्श म्हणून मानले होते. शिवाजी राजकारणी पुरुष होते, तरी शिवाजीमहाराजांचे समाजकारण दूरदर्शीपणाचे होते. ब्रह्मक्षत्र, फार काय हरिजन व स्वराज्याच्या बाजूला राहणारे देशी मुस्लिम बंधू यांना सर्वांना घेऊन शिवाजीमहाराजांनी राजकारण यशस्वी केले. याच प्रकारची सर्वसंग्राहकता यशवंतरावांत होती. **संरक्षणमंत्री या नात्याने चव्हाण यांनी बजावलेली कामगिरी शिवाजीमहाराजांच्या महाराष्ट्राची कीर्ती वाढविणारी ठरली.** त्यांचे आर्थिक धोरण पुरोगामी असे. सहकारी चळवळ त्यांनी वाढविली. फक्त इंग्रज गेले म्हणजे देश सुखी होईल, अशा समजुतीने वरिष्ठ उच्चभ्रू काँग्रेसवाले पूर्वी शहरात विरोधाचे कार्य करीत होते; पण चव्हाणांना आर्थिक व सामाजिक स्वातंत्र्यही अभिप्रेत होते. समाजवादाकडे चव्हाणांचा कल असे.

यशवंतरावांच्या निवडणुकीच्या राजकारणावर व त्यांच्या सत्ताकारणावर मतभेद अवश्य झाले व होतील. त्यांची खाजगी धार्मिक मते त्यांनी समाजकारणात व सार्वजनिक राजकारणातही आणली नाहीत. ते निधर्मीवादाचे व लोकशाहीचे प्रवक्ते होते. कोणत्याही संप्रदायाचे चव्हाण नव्हते. संप्रदाय म्हणजे गुरू आलाच. असा सांप्रदायिक गुरू अथवा पंथ चव्हाणांना नव्हता.

शेवटपर्यंत ते काँग्रेस पक्षाचे होते. तरी विरोधी पक्षातही त्यांचे मित्र असत. त्यांची पक्षीयता 'आकुंचित' नव्हती. त्यांच्या भाषणात व लेखनात स्वत:ची स्तुती अथवा आत्मगौरव नसे. पुष्कळांची मने त्यांनी जिंकली व पुष्कळांकडून झालेली टीका पचवली. सामान्य शेतकऱ्याचा मुलगा भारताचा उपपंतप्रधान होतो, ही मोठी घटना वाटते. **कार्याधिक्य, गुणाधिक्य, परिणामाधिक्य या दृष्टीने चव्हाणांचे चरित्र व कार्य सर्वांनाच मार्गदर्शन करणारे आहे.**

(यशवंतरावांच्या समाजकारणाचा शोध व बोध घेण्यासाठी ''कृष्णाकाठ'' हे त्यांचे आत्मचरित्र उपयोगात आणले आहे व विवेचनासाठी जे आधार घेतले आहेत. त्यापुढे कंसात पृष्ठे नमूद केली आहेत.)

३. Y. B. CHAVAN - A CRITICAL STUDY

Many learned articles have been written on the life and mission of Shri Yashwantrao Chavan since his sudden passing away on November 25th, 1984. Most of them have dwelt on his political career. No doubt, politics, and especially, power politics was a dominent factor of his long political career. While he was alive, he was a subject of even responsible critics. He was in power mostly. He was a national personality and the Congress-man through out his life. He was a staunch freedom fighter. He was a national leader after Lokmanya Tilak. Both were Maharashtrians. Y. B. educated himself in Tilak High School, Karad. He had great respect for Tilak as Tilak was a freedom fighter and though Tilak was not so much progressive in the fields of social reforms. Chavan was not a socio-religious reformer just like Mahatma Phule, Shahu Maharaj or even not at all like Maharshi Shinde. He was a well known follower of Gandhi and Nehru. He was a patriot. He cannot be detached from politics. Still I do not want to add one more paper dealing with his politics only. I intend here to explain his social progressive aspects because of which he became successful in his politics and kept his hold over the state for a period of thirty years. His social progressive values were the base of his politics. He was aloof from movements based on castes and religions. He never became a member of any provincial party. He remained secular in the fields of politics. He had a universal outlook.

I do not want to say that he was without political faults or he was without short comings. Despite such faults, he was great in all respects. Though he passed away suddenly, he left behind thoughts and good deeds which are quite worthy to be studied critically.

This is a study based on his published autobiography - "Krishna Kaath". As I come from Satara, the district Y. B. also came from, I happened to listen to several lectures of Y. B. Moreover, I had a very private interview with him at his residence in Delhi for 46 minutes, just before he joined the Indira Congress. He did not tell me that he would just join Congress (I). On the other hand, he expressed that Indira did not wish to change her policy. He was looking very serious, when I was talking with him.

A Commoner Becomes Uncommoner

His father- Balwantrao, who was a son of poor bailiff at a Taluka court, died when he was in his very early age. He became uncommoner in his later life due to his mother. He gave all credit of his greatness to his mother. He was an orator and also a man of letters.

He mainly relied on his strong political common sense. He was not a Pandit or Shastri, but he was a man of experience, and also he had an ingrained habit of independent thinking. He was born in an ordinary Maratha family. He had nothing to boast of. He had no natural advantages of high class family. Also he was not rich by birth or a land lord, he was not born in a Patil or Deshmukh family. Without having such sort of advantages or any favourable circumstances, he rose to an eminent position, which was the subject of envy. He was truely a man of merits and therefore, we can aptly call him a self made man having administrative qualities. He was generally reticent. Therefore, it was very difficult to judge or to know his exact views, though his face was all smiling every now and then. He had all the qualities required to be a good political leader. Still he had tact to put aside all sorts of prejudices. He used to mix among all sorts of people and he travelled throughout India and he visited Western Countries also. He was studious a well read and also hardworking. As an individual and a householder, he was typical. Yashwantrao lost his wife and nephew who was a doctor. He was deeply affected by these tragedies. His political career was a long one and despite many odds, he continued his public life till his death.

The obscure bailiff's son became the Deputy Prime Minister of India. It was not a wonder or miracle. The commoner became uncommoner due to his capacity and political skill. So many critics critisised him that he used to sit on fence looking at both sides. It is quite possible in case of deep thinker. So he was sometimes very slow in taking decisions. Sometimes, he had to pay heavy price for late decisions. He changed his views according to times and he used to admit his political mistakes very frankly. He was a student throughout his life and a true son of soil.

Most of the important leaders were born in cities and towns; but Chavan was born in a village 'Devarashtra' in Karad Taluka, of Satara district. He gives vivid description (in his autobiography) of his village in which he was born in 1913. His forefathers were simple farmers. He gives plain pictures of life of common people just like shepherds and

Ramoshies and many other for whom he had sympathy throughout his life. He also writes about higher caste people in his village and their way of behaviour with others. Depressed class people were living outside the village.

He was a son of soil and he had actual experience of village life. He wrote his autobiography in plain and simple Marathi so that even men with ordinary education can understand the contents and, therefore, he purposely avoided Sanskrit words as far as possible. This also shows his sympathetic attitude to common people. Hence he had actual experience of rural life & desire for the upliftment of masses living in villages. He had a soft corner for the common masses. It was he who started Panchayat Rajya in Maharashtra. The growth of Sugarcane Mills also should be attributed to him. Co-operation movements developed and new rural leadership born out of his new efforts.

First, he became a Congress leader of Satara district. Satara District Congress was dominated by the leaders generally living in towns. Pleaders like late Bhausaheb Soman had upper hand in Congress politics and Chavan found that there was no place in Congress for the leaders and workers from village area. Frankly speaking, the Satara District Congress was dominated by Brahmin and upper class leaders from District and Taluka towns. Chavan suggested the name of his friend Atmaram Bapu Patil for the election of Bombay Council. The old leaders did not give their consent with open heart, hence Chavan went to see Sardar Patel who was living in Bombay. Sardar Patel gave his approval for above suggestion and Chavan and his friends were successful in the election (Krishna Kaath P. No.175). Also he got elected Shri Babasaheb Shinde, Senior Congressman for the post of President of District Local Board, Satara. Shinde was from Akhade, a village from Jawali Taluka. Chavan did this through congress itself without giving colour of Brahmin versus non-Brahmins. His method was national and not at all communal. He himself never created bitterness. Generally, his words were sweet and when he wanted to differ, he used tender words. He used to avoid reactions to upper classes.

Socio - Political Change

When Chavan's leadership was slowly coming forward through Satara District, there were two sections in masses. Non Brahmin leaders were pro-British and almost all were anti-Tilak. There were some moderates who were the followers of Ranade and Gokhale. There were also pro-British Moderates who lived only in cities and towns. They never earned contact with rural area. Mahatma Gandhi persuaded non-Brahmins to join fight for Swaraj. Gandhi himself was not a Brahmin by birth and was more progressive than Tilak in the fields of social reforms and removal of unsociability, and Gandhi tressed the importance of rural uplift and, therefore, his leadership attracted the masses. Much more credit goes to Mahatma Gandhi who won cofidence of the common people as he was the main instrument of socio-political change.

Karmaveer Shinde was the first leader from masses who was very much impressed by Gandhi till the end of his life. At first, he was the follower of Tilak. But Shinde had to leave Tilak as Tilak was against the education of masses and women and also Tilak was totally against social reformers. Social reformers were moderate in the field of politics; this might be a reason why Tilak was not siding with social reformes. V. R. Shinde was progressive in the fields of social-religious reforms and also politics. Shinde was for non-co-operation movement of Gandhiji and he advised non-Brahmin leaders to join the National Congress of Gandhi and boycott Simon commission. Jedhe and others followed V. R. Shinde. Shinde and then Jedhe went in prison and almost all non-Brahmin leaders became nationalist under the leadership of Gandhi. This was history of socio-political change in Maharashtra. But unfortunately Chavan mentions the name of Maharshi Shinde along with Jedhe. (Krishna Kaath P. No.92). But the credit must be given to Shinde. Chavan has only touched this important point and he is found rather reticent in his Krishna Kaath on this aspect. He did not like Jawalkar as he was abusive to Brahmins but Jawalkar also took part in the non-co-operation movement of Gandhi and went to jail. Even his brother, Ganpatrao who was in Satyashodhak movement, was imprisoned and kept in jail in Vijapur while underground national movement was going on in Satara District. Thus, the whole Satyashodhak, non-Brahmins movement joined the National movement.

Chavan and His Times

Almost all of local Government bodies were in the possession of leaders who sided with British Government. Late Mr. Kooper was the main leader and he was a friend of British Government. Raosaheb and Raobahadur and J. P.'s were leaders and local bodies were in the hands of such people. Many of them were non-Brahmins who were pro-Britishiers They were thrown in the background and new nationalised leadership became prominent. This was an important socio-political change started since 1930.

Even the followers of Tilak in Maharashtra left the Congress when Gandhi became the most powerful leader. Slowly, Kelkar and his followers went against the Congress and founded new party named " Lokashahi Swaraj Party" and fought assembly elections in 1934/35. Jedhe and Gadgil joined their hands and both of them were elected. It was an important event and it was rejoiced by Yashwantrao. (Krishna Kaath, P. No.137).

No doubt Chavan was a staunch admirer of Tilak since his school days but in his later life he was the follower of Gandhi and then Nehru. The vision of Chavan was not a narrow one. He was religious and somewhat even orthodox in his personal life, still he gave his wider meaning to idolatry. (Krishna Kaath, P. No.53). Still he never forced his personal views on others. Throughout his life he was engrossed in politics. Though he cannot be called as a socio-religious reformer still he never opposed the reformers like Tilak. Tilak in his speech delivered in Nipani said that peasants should not crave for council; they should only plough their fields. On the other hand, Chavan replaced urban leadership and established supremacy of the Rural leadership.

Chavan never criticised 'Tilak's weak side or he never exposed him like Maharshi Shinde and even Dr. Ambedkar did. Why were there differences between Shahu and Tilak? He remained silent in his published autobiography 'Krishna Kaath'. He avoided debates and only touched the points in the process. But the main question before him was why farmers and depressed classes were kept outside the Congress. Therefore, he developed his contact outside the urban areas.

Political independence was more vital and important to him. So he preferred Tilak to Agarkar and also Mahatma Phule. This does not mean at all that he had no regards and respects for Agarkar, Phule and also Shahu Maharaj. His views were balanced. The "Kesari" of Poona described Shahu Maharaj as a leader of anti-Nationalist and British politicians who had encouraged non-Brahmin Party for their benefit. These were the views of Tilak also. No doubt the British Government was engaged in divide and rule. But actually the followers of Mahatma Phule and Shahu Maharaj worked more for socio-religious independence. Also Dr. Ambedkar had the same opinion.

After the death of Shahu Maharaj of Kolhapur, mainly

Satyashodhak non-Brahmin leaders and social workers took part in anti-British movements. The non-Brahmin party was dispersed and almost all entered the Congress of Gandhi and Nehru. This socio-political change served as a base for Yashwantrao. Not only Yashwantrao embraced the Congress but almost all followers of Mahatma Phule accepted the non-co-operation movement of Gandhiji.

Chavan became parliamentary secretary when B. G. Kher was the Chief Minister and Morarji was his Deputy in 1946. The Congress was in the hands of Deo-Devagirekar and Kher. Also Jedhe-More and the other leaders of masses did not like the narrow behaviour of Deo-Devagirekar and Jedhe-More asked the permission to establish "Shetkari Sangh" within the Congress. But the permission was not granted. "Jedhe-More" left Congress after 1947/48 and established separate party. Chavan thought that provincial party would not be useful in the long run and he remained in Congress as before. Slowly he himself acquired control over Maharashtra Provincial Congress Party after removing the old leadership of Shankarrao Deo. The new rural leadership came in power and the urban leadership was thrown into the background.

Jedhe-More again joined Congress eventhough they were the founders of "Shetkari Kamgar Party". This was the effect of Chavan's politics on Maharashtra.

In Madras province, the justice (non-Brahmin Party) took the new form of D. M. K. and A. D. M. K. Even today these movements are alive. In Maharashtra, all inhabitants are of the same race and Hindi and Marathi languages are much more nearer to each other. The Provincial Party like Shetkari Kamgar Party in Maharashtra could not prosper and failed to come in power. Chavan had qualities to attract the leaders of opposite parties. He adopted them and adjusted them and even they were accomodated in power. For instance, Yashwantrao Mohite and many others. Chavan was a skillful organiser and he was successful in crubing the growth of anti-Congress Parties.

Maker of New Maharashtra

Chavan gained the confidence of the upper middle class living in cities and towns. And due to him, previous bitterness between Brahmins and Non-Brahmins almost, vanished. Credit goes to Chavan and in this special sense, he can be aptly called the **new Maker of Modern Maharashtra.**

In his first public address as the Chief Minister of Samyukta

Maharashtra at the Sachivalaya function, he said "Some people are unduly anxious about the nature of the new 'Raj', will it be 'Marathi' or a Maratha Raj? I would like to declare unequivocally that it would be "Marathi Raj". He kept the promise and all were given chances to work in Cabinet Minister and even Chief Ministers. For instance Vasantrao Naik was Chief Minister for a long period.

Depressed Classes and Chavan

Gandhi started his Harijan movement in 1933. Chavan was also influenced by this movement and he started one school for depressed class boys. He went to see Maharshi Shinde. He was quite young. Shinde accepted his invitation to come to Karad and give lecture. Shinde came to Karad and Vithabai, the mother of Yashwant welcomed him. Chavan and his mother was above all sorts of class and caste distinctions and both were Anti untouchability. Shinde was very much happy and he delivered a lecture and visited school conducted by Shri. Chavan. Questions and answers that took place in the residence of Shri Shinde in Poona still throws light on the progressive social nature of young Chavan who was highly impressed by the saintly & spiritual personality of Maharshi Shinde, though he had very little time to pay attention to the Anti-untouchability movement due to his main political career.

He himself saw one "Morcha" of Depressed Class people approaching to see Mr. Kher, the then Chief Minister in 1948. No doubt Kher welcomed Morcha but he actually did nothing. "Mahar Vatan Bill" was first submitted in 1922 and then in 1937. But it was not passed by the Bombay Council for both the times. Dr. Ambedkar was trying to get the Bill passed. At last in 1958 when the Chavan was Chief Minister one Act named 'Bombay Inferior Village Vatans Abolition' was passed. Also the 'Vatan Lands' was permanently granted to Mahar community and they became the owners.

Chavan continued to support seats that were constitutionally granted eventhough Mahar Community accepted Buddha Dharm. He granted land on which the followers of Dr. Ambedkar took the vow of embracing Buddha Dharm in Nagpur.

Chavan tried his best to create co-operation between Congress Party and Republican Party. He gave proper share to Depressed Classes so that they can enter in Government services.

R. S. S. and Shri. Chavan

Branches of R. S. S. were in Kolhapur, Poona and Karad also. Chavan had some friends who were inclined to R. S. S. ideology when he was studying Law in Poona. Chavan was not at all for R. S. S., Chavan liked the term "Khaksar". He writes in his "Krishna Kaath" (Page 217) that R. S. S. is very much resembling 'Khaksar'.

In 1934-35 main leader of R. S. S. named Dr. Hegadewar visited Karad. Chavan attended the meeting held in Karad. He asked certain questions to Hegadewar. Chavan was a Congress man. India has got great number of population who are not Hindus. If India is only for Hindus, then what about those who are non-Hindus? Hegadewar could not answer to the question asked by young Chavan. Chavan thought that R. S. S. was for one particular class and he found R. S. S. Fascist. He remained quite aloof from R. S. S. and also tried his best to keep his friends to be away from R. S. S. Chavan throughout his life opposed Hindu Mahasabha of Savarkar and the R. S. S.

Shankaracharaya of Puri began his fast and his demand was to stop the killing of cows. Jana Sangha, a religious political party, started movement to stop killing of cows by framing of law. The Government did not get pressurised by Shankaracharya when Chavan was Home Minister at the centre. Shankaracharya was removed to Pondicherry through aeroplane without the knowledge of anybody outside, in this way Chavan faced this critical question and his orthodex opponents were defeated.

I can give here many of his deeds of political wisdom; but this is not the aim of this paper. His career was long one. This is now clear that he worked for the country untill the death had icy hands on him unexpectedly. It was true that many of his followers took undue advantage and many left him.

He was his own Guru. " I cannot say that I learnt my lessons from one particular master. I have learnt various things from Gandhiji, M. N. Roy and even from my Junior colleagues in politics. It is an endless process". These were his views regarding 'Guruwad' prevailing in Hindu society. He was a follower of Shivaji and he had high regard for Shivaji the great. But he was not the second Shivaji. These sorts of exaggerated statements should now be avoided. Otherwise critical study will not be possible.

Conclusions

"Y. B. Chavan - A Critical Study" is in many ways, a matter of limits. I have dealt with and tried to discuss his social aspects that were underlying his political career. He created harmonious social life in Maharashtra. His sympathy and work for the elevation of depressed classes was not motivated by power politics. Dr. Ambedkar was his subject of thinking and he had a desire to write on the life of Dr. Ambedkar.

Followers of Mahatma Phule and Shahu had to fight strongly against selfish priesthood and they used bitter languages as they had to teach illiterate masses. Non-Brahmin movement carried propoganda which taught non-Brahmin to vote only to Non-Brahmin candidates. This propoganda was useful to Chavan directly or indirectly to come into power along with his congress friends. His friends in parallel Government just like Nana Patil and some others were previously in Satyashodhak movement. If there had no Satyashodhak ncn-Brahmin movement, there would have been total darkness. This movement ploughed the social fields in Satara District and also elsewhere. Yashwantrao did not like the tone of the movement and he was away from Satyashodhak movement still he writes that he could not avoid the influence that they exercised on him.

Satara district political conference was held at Masoor a village in Karad taluka in 1931. Chavan and his friends called Shri. Madhavrao Bagal the leader of Praja Parishad, Kolhapur. Madhavrao Bagal attended the conference and he suggested important economic changes (i) the rate of interest should not be more than nine percent, (ii) Tenants should be made permanent, (iii) The amount of interest should not be above the actual debt given to the peasants by the private money lenders. The eminent congress leader Shri. Chavan was also cne of them (Krishna Kaath P. Nos. 102,105). Bagal was Satyashodhak and therefore upper class leaders of congress thought that his resolutions were against Brahmins. But Chavan and his friends who had come from rural strata of the country reconsidered Bagal's suggestions and Chavan and his progressive friends succeeded in getting the suggestions passed in the next day session. Chavan writes that he remembered his brother's advice and also the contents he read in the biography of Mahatma Phule.

(1) Exploitation of Farmers (2) Lack of education and need to spread it (3) Social and religious injustice that was prevailing (4) Removal

of untouchability. Chavan says that these thoughts of Mahatma Phule are radical (Pages No. 34, 35, Krishna Kaath).

Chavan tried his best to fulfil the aims of Mahatma Phule and Shahu when he came in power and he used congress for the same. Though Chavan never agreed that he was the direct follower of Mahatma Phule and Shahu still he was the leader of masses after Shahu whose efforts caused the masses to make all sided progress. He showed the drawbacks of Satyashodhak movement (which was provincial one) and they were also correct. Maharshi Shinde also brought into notice several drawbacks which developed in Non-Brahmin movement. Still both were truth seekers.

Chavan accepted Congress and captured it for the benefit of masses. This political thought of Maharshi Shinde Chavan brought into practice. Now India is a free nation. Chavan gained control on Maharashtra Congress but he could not exercise the same influence on all provinces. Therefore his inner ambitions to be the 'Prime Minister of India' could not be achieved.

His biographer Shri. Rambhau Joshi called him 'A page of history' (India). But Chavan covered many pages of the History of modern and united Maharashtra which he gained only through the National Congress of Nehru. I don't want to give secondary place to the efforts and influence exercised by the 'Sanyukta Maharashtra Samitee'. Chavan had to digest severe criticism of non-congress parties. But he regained the strength of congress and became the first Chief Minister of new Maharashtra. This was a striking success.

He was above castes and creed from his student's life. He admitted the work done for the spread of education by Shahu Maharaj; but he declined to live in the Maratha Boarding started by Shahu Maharaj. Public life of Yashwantrao began when he was a student. **He was self made truth seeker.**

"Rayat Shikshan Sanstha" of Bhaurao Patil founded in 1918. The birth of this sanstha took place through the Satyashodhak conference held in Chavan's Karad taluka. There were many differences between Chavan and Bhaurao Patil. Chavan forgot all past and he was the President of the Rayat Shikshan Sanstha till his death.

In short, today, there is no personality in Maharashtra which is equal to his.

(Paper presented in the seminar organised by Shivaji University
Kolhapur 1985-86)

४. यशवंतरावांचे समाजकारण

(१९ व्या शतकाचे भाष्यकार, थोर विचारवंत डॉ. रा. ना. चव्हाण (वाई) यांनी यशवंतरावांच्या 'समाजकारणा' चा वेध घेऊन, राजकारण आणि समाजकारण ह्या एकाच नाण्याच्या दोन बाजू होत हे दाखवून देण्याचा प्रयत्न येथे केला आहे.'' संपादक)

यशवंतरावांनी त्यांच्यामागे व्यापक समाजकारणाचा महत्त्वाचा आदर्श ठेविला आहे, राजकारण म्हणजे निकोप समाजकारण, अशी एक आगळी वेगळी राजकारणाची मूलभूत व्याख्या कर्मवीर शिंद्यांच्या लेखनात सापडते. समाज निरोगी करणे, त्यामधील विकृती दूर करणे यामुळे समाज प्रगत होतो. उन्नत होतो. शिवाजीमहाराजांच्या वेळचा महाराष्ट्रीय समाज एकसंघ व एकजीवी झालेला आढळला, याचे कारण म्हणजे त्या काळात आगे-मागे मराठी संतांनी महाराष्ट्रीय समाजाची पारमार्थिक पायावर वाढविलेली उंची होय. **हल्ली मात्र निकोप समाजकारण न झाल्यामुळे सामाजिक दुरावे व विकृती सर्वच भारतात वाढत आहेत.** यामुळे राजकारण मार खात आहे. म्हणूनही हा विषय महत्त्वाचा आहे. राजकारणी म्हणून यशवंतराव प्रसिद्ध आहेत. पण त्यांच्या राजकारणाच्या मागे कोणते निकोप समाजकारण होते ते स्पष्ट करण्याचा येथे एक प्रयत्न केला आहे. **त्यांचा आदर्श सर्व समाजापुढे ठेवायचा आहे.** संरक्षणमंत्री म्हणून केंद्रात गेल्यावर चव्हाण उत्तरोत्तर भारतीय व्यापक दृष्टीचे झाले.

यशवंतरावाचा जन्म १९१३ मधील होता. साधारणत: सातव्या आठव्या वर्षापासून सभोवतालची परिस्थिती मोठ्या होणाऱ्या माणसाच्या मनावर परिणाम करीत जाते. १९२० साली लोकमान्य टिळक वारले. १९२२ साली कोल्हापूर राजर्षी शाहू निजामधामास गेले. महाराष्ट्रात जे आगेमागे सामाजिक वितंडवादाचे वातावरण होते, ते या दोन महाराष्ट्रीय पुढाऱ्यांच्या अकाली मृत्यूमुळे पुष्कळसे शमण्यास साह्य झाले. ज्यांच्या दरम्यान हा शापभूत असलेला महाराष्ट्रीय सामाजिक वाद चालला होता व ज्या दोन थोर नेत्यांमधील हा वाद चालू होता. तेच पडद्याआड, त्यांच्या खुद्द मृत्यूमुळे झाल्याने, या वादातील जो जोर होता, तो संपला व म. गांधी यांना सार्वजनिक कार्यात या दोन्ही पुढाऱ्यांच्या अनुयायांना व चहात्यांना आपलेसे करण्याचा मार्ग मोकळा झाला.

यशवंतरावांची पूर्वायुष्यातील जी प्रथमची सोळा वर्षे होती, त्यावेळी वरील परिस्थिती सार्वजनिक क्षितिजावर स्वच्छपणे होती. यशवंतराव हे जन्मजातपणे चोखंदळ

होते. त्यांनी त्यांच्यापुढे होत्या त्या सर्व वाटा चोखाळिल्या व स्वत:ची एक वाट सातारा जिल्ह्यात नंतर काढली. 'कृष्णाकाठ' खंड पहिला हा उपलब्ध आहे. म्हणून तो पुष्कळपणे या लेखातील विवेचनास साक्षी ठरतो. पाया ठरतो.

यशवंतरावांना कळू लागणाऱ्या समयी सातारा जिल्ह्यात विशेषत: सत्यशोधक ब्राह्मणेतर चळवळ चालू होती. त्यांचे बंधूच या चळवळीत एक पुढारी होते. कृष्णाकाठात या सर्व तत्कालीन प्रभावी चळवळीतील इंगित, उणिवा व जाणिवा यांचे ज्ञान यशवंतरावांना पूर्ववयातच झाले होते. सत्ता हातात आल्यावर या चळवळीच्या पाठीमागचा जो 'शिक्षण' हा प्रमुख मुद्दा होता. तो पकडून यशवंतरावांनी शिवाजी विद्यापीठाची स्थापना केली. बहुजनसमाजाच्या चळवळीचे भास्करराव जाधव यांच्याप्रमाणे त्यांनी पुढे जरी नेतृत्व केले नाही, तरी त्यांनी सत्तेवर आल्यावर गनिमी काव्याने योग्य ते जरुरीचे पवित्रे घेतले की, ज्यामुळे राजर्षी शाहूंनंतर, महाराष्ट्रातील बहुलोक समाज विशेषत: खेड्यापाड्यांतील ग्रामीण समाज अधिक जागृत व अधिक प्रगत झाला. हा राष्ट्रीय प्रवाहात नव्हता. म. फुले व शाहू यांची धारणा अशी होती की-इंग्रजी राज्यात सरकाराशी आपण सहकार्य करू तर शूद्रातिशूद्र यांना सामाजिक स्वातंत्र्य मिळेल. शिक्षणाची व व्यवसायस्वातंत्र्याची दारे सर्वांना प्रथमच खुली झाली आहेत. या दृष्टिकोनातून फुले शाहूच काय पण डॉ. आंबेडकर यांचे स्वातंत्र्यपूर्वकाळातील राजकारण नेमस्त-मवाळ व केवळ प्रागतिक स्वरूपाचे होते. संघर्षवादी व विद्रोहवादी नव्हते. ब्रिटिश सरकारवर विश्वास व्यक्त करणे हा यांचा सर्वांचा जाहीर पवित्रा होता. हा टिळकाना पसंत नसे. म्हणून अंतर पडले. टिळक हायस्कूलमध्ये कराडात यशवंतराव शिकले. टिळकांच्याविषयी त्यांना पूज्य भाव शेवटपर्यंत होता. तरी यशवंतराव हे टिळकसंप्रदायी नव्हते. म्हणजे त्यांना समाजसुधारणावादी प्रवाहाला विरोध करावयाचा नव्हता. गांधी यांच्यामध्ये समाजसुधारणा, अस्पृश्यतानिवारण व राजकीय सुधारणा यांचा पुरस्कार व पाठपुरावा एकाचवेळी चालल्यामुळे समाजसुधारणावादी पक्षाची एकपरी सोय होऊन, ते म. गांधींच्या जवळ लवकर जाऊ शकले. गांधींचा शिक्षणप्रसाराला व अस्पृश्यतानिवारणाला विरोध नव्हता. टिळकांच्यावेळी महाराष्ट्रातील 'फुले शाहू' यांचा बहुजन समाज टिळकांच्या मागे तेवढासा नव्हता. काँग्रेसपासून लांब राहाण्याची जी कारणे पूर्वी होती, ती गांधीकाळात संपुष्टात आली. गांधी यांची स्त्रीविषयक मतेदेखील समाजसुधारणेला प्रतिकूल नव्हती. यशवंतरावाचे समाजकारण जाणण्यासाठी ही सर्व पूर्व ऐतिहासिक, सामाजिक अवस्था चांगली जाणून घेतली पाहिजे. यशवंतरावांनी कृष्णाकाठात राष्ट्रीय स्वयंसेवक संघाला 'खाकसार' म्हणून संबोधिले आहे. कर्मवीर शिंदे तर धर्म व समाज सुधारणावादी होते.

कर्मवीर शिंदे व यशवंतराव

असा विवेक करून मग हा विषय स्पष्ट होतो. १९१७ सालापासून कै. वि. रा. शिंदे बहुजन समाजाला सांगत होते की, 'तुम्ही काँग्रेसमध्ये जा'. राष्ट्रीय प्रवाहापासून दूर राहू नका. शिंदे राजकारणात व समाजकारणातही जहाल होते. म्हणून ते मवाळ व सहकार्यवाही ब्राह्मणेतर पक्षाचे प्रत्यक्ष नेते झाले नाहीत. परंतु सत्यशोधक ब्राह्मणेतर चळवळीचे एक सहानुभूतीदार समीक्षक व सल्लागार शिंदे होते. यशवंतरावदेखील विरोधक नव्हते. पण त्यांना दोघांना फक्त ब्रह्मद्वेष आवडत नसे. शिंद्यांनाही केवळ ब्राह्मणविरोध आवडत नसे. या दोघांनाही उच्चभ्रूंच्याविषयी वागणुकीचा अनुभव आला होता. कृष्णाकाठात असे काही कटू सामाजिक अनुभवाचे नमुने यशवंतरावांनी दिले आहेत. पंक्तिप्रपंच यशवंतरावांनीदेखील गिळला होता! जवळकरांचे प्रतिक्रियात्मक कऱ्हाडला झालेले भाषण यशवंतरावांनी ऐकिले होते व त्यांच्या टिळकद्वेषात व विरोधात ब्रिटिश-धार्जिणे फक्त राजकारण यशवंतरावाना दिसले. म्हणून ते जवळकरांच्या चळवळीपासून संपूर्ण दूर राहिले. फार काय साताऱ्याचे भाऊराव पाटील यांच्याजवळही ते अगोदर फारसे मुळीच गेले नव्हते. यशवंतराव व भाऊराव एक झाले त्यावेळचा काळ शे. का. प. संपण्यात जमा होण्याचा जवळ जवळ होता. फार काय शे. का. प. चे अनेक पुढारी यशवंतरावांनी मुत्सद्दीपणाने काँग्रेसमध्ये घेतले. त्यांना मंत्री वगैरे केले. यशवंतरावांनी महाराष्ट्र काँग्रेस देव-देवगिरीकरांच्या कडून स्वत: काबीज पूर्णपणे केली व "काँग्रेस कबज्यात घ्या" व तिच्यामार्फत राष्ट्रीय प्रवाहाच्याद्वारे बहुजनहित साधा" हा जो कर्मवीर शिंद्यांचा सल्ला होता, तो यशवंतरावांनी कार्यवाहीत आणिला, ना. खेर व कर्मवीर पाटील यांच्यात १९४८ साली गांधीवधोत्तर जे युद्ध झाले, त्यावेळी खेर यांच्या विरुद्ध उघडपणे यशवंतरावांनी पवित्रा घेतला नव्हता. पण महाराष्ट्र राज्य स्वतंत्रपणे निर्माण झाल्यानंतर व विशेषत: प्रतापगडी शिवाजी पुतळ्याची उभारणी झाल्यानंतर महाराष्ट्र काँग्रेस ही यशवंतरावांच्या पूर्ण कबज्यात गेली. १९६२ पासून त्यांनी पंचायत-राज्याचा प्रयोग महाराष्ट्रात चालू केला. यामुळेही बहुजनांकडे सत्ता गेली. यशवंतराव हे विठ्ठल रामजींचे, सांप्रदायिक अनुयायी नव्हते. शिंदे आध्यात्मिक होते, असे कृष्णाकाठात त्यांनीच लिहिले होते. पण महाराष्ट्र काँग्रेस कबज्यात घेऊन बहुजनसमाजाचे तिच्याच मार्फत येथे राज्य निर्माण करण्याचे विठ्ठलराव शिंदे यांचे स्वप्न यशवंतरावांनी पूर्ण केले आजही महाराष्ट्रातील सत्ता व जनता काँग्रेसच्या पाठीमागे आहे. १९३० साली स्वत: प्रथम कर्मवीर शिंदे खुद्द तुरुंगात गेले. नंतर जेधे-जवळकर-बागल-मोरे वगैरे असंख्य लहान मोठ्यांनी त्यांना अनुसरले. शिंदे १९०६ सालापासून अस्पृश्यतानिवारण्याचे कार्य करीत होते. पण त्यांची प्रख्याती व कीर्ती त्यांनी जो सत्याग्रहात भाग घेतला त्यामुळे

वर्धमान झाली. शिंदे व जेधे यांचा उल्लेख कृष्णाकाठात आहेच. अस्पृश्यता-निवारणाच्या गांधी हरिजन चळवळीत यशवंतरावांनी कऱ्हाडला महर्षी शिंदे यांना व्याख्यानास त्यांच्या घरी आणिले होते. यासंबंधीचे वर्णन दिले आहे. यशवंतराव पुढे उत्तरोत्तर जन्मभर राजकारणात गुंतले होते, हे खरे. पण त्यांच्यावर जो हा अस्पृश्यता-निवारक संस्कार झाला तो वर्धमानच राहिला. १९१७ साली काँग्रेसमध्ये प्रथम अस्पृश्यता-निवारणाचा ठराव शिंद्यांच्याच प्रयत्नाने पास झाला होता. नंतर म. गांधी यांनी काँग्रेसच्या चवदाकलमी कार्यक्रमात अस्पृश्यतानिवारणाला स्थान दिले. याचवेळी स्त्रीसुधारणा व कामगारांचा प्रश्न हेही विषय काँग्रेसमध्ये प्रथम समावेशित झाले. काँग्रेस फक्त राजकीय प्रश्नावर जास्ती चर्चा करी, स्वराज्याची मागणी केली जाई, पण वरील ह्या दोन तीन ठरावांमुळे काँग्रेसचा समाजसुधारणाविषयक दृष्टिकोन स्पष्ट झाला. चव्हाण यांच्या मनात म. गांधी यांच्याबद्दल लहानपणापासून शेवटपर्यंत आदर होता. १९३२ साली पुणे करार होतेवेळी डॉ. आंबेडकर व म. गांधी यांचे मतभेद राउंड टेबल कॉन्फरन्सपुढे विलायतेतदेखील झाले. पुणे कराराच्या वेळी तर गांधींना स्वतंत्र मतदारसंघाची मागणी रद्द व्हावी म्हणून प्राणंतिक प्रायोपवेशन करावे लागले. पुणे करारामुळे डॉ. आंबेडकर व म. गांधी यांचा समझोता होऊन राखीव जागांचे तत्त्व स्वीकारण्यात आले. पुढे १९३५/३६ पर्यंत जवळ जवळ हरिजन चळवळ देशभर चालली. या काळात यशवंतराव विद्यार्थी होते. त्यांच्यावर म. गांधी यांच्या समाजकारणाचा प्रभाव प्रत्यक्षाप्रत्यक्ष झाला असणे अशक्य नव्हते. हरिजन चळवळ ही भारतभर गाजलेली चळवळ होती. चार पाच वर्षे ती लोकांसमोर होती. १९३९/४० सालात दुसरे महायुद्ध चालू झाले व पुढील काळ सर्व राजकारणाचाच जास्ती होता. १९४२ सालात सातारा जिल्ह्यात क्रांतिवीर नाना पाटील यशवंतराव आदिकरून भूमिगतांची चळवळ सुरू झाली व स्वातंत्र्य येईपर्यंत ही दिल्लीपर्यंत फार काय विलायतेतही गाजली. 'यशवंतराव व सामाजिक सुधारणा' हा विषय येथे आहे. महर्षी शिंदे यांना सांप्रदायिक अनुयायी मिळाले नाहीत. ते उपेक्षितच राहिले. पण त्यांचा अस्पृश्यतानिवारणाचा राष्ट्रीय महत्त्वाचा मुद्दा काँग्रेसने घेतला. खुद्द यशवंतरावांनी दलितांचा प्रश्न हा विषय त्यांचा जिव्हाळ्याचा केला. यशवंतराव हिंदुत्ववादाच्या प्रवाहात गेले नाहीत. निधर्मी लोकशाहीचे ते प्रवक्ते व पुढारी होते. सावरकरांच्यापासून यशवंतराव दूरच राहिले.

रॉयवादी नवमानवतावाद

तर्कतीर्थ रॉयवादी असताना १९४५ पासून तर्कतीर्थांचा मला फार जवळचा सहवास मिळाला. यशवंतरावांवर सत्यशोधकी ब्राह्मणेतर चळवळ, हरिजन चळवळ यांचा प्रभाव पडला होता व चलेजाव चळवळीतून यशवंतराव उत्तरोत्तर राजकीय क्षेत्रात

पुढे येत चालले. कृष्णाकाठातील कालखंड हा प्रस्तावनाभूत ठरतो व या प्रथम खंडाच्या सहाय्याने यशवंतरावांवरील संस्कार, त्यांची पूर्व घडण–जडण यांचा शोध लागतो व सातारा जिल्ह्याचा तत्कालीन इतिहास व त्याचे धागेदोरे समजतात.

तर्कतीर्थ लक्ष्मणशास्त्री जोशी ही सातारा जिल्ह्यातील महत्वाची व्यक्ती, १९३२ साली कराड येथे तर्कतीर्थांची अनेक व्याख्याने झाली होती. पुणेकराराच्या वेळी म. गांधींना येरवडा तुरुंगात अस्पृश्यताविरोधी शास्त्राधार तर्कतीर्थांनी सांगितला होता. तत्त्वज्ञान याअर्थी हिंदूधर्मी अस्पृश्यता मानीत नाही हे सिद्ध केले होते. या काळापासून तर्कतीर्थ परिवर्तनवादी पंडित म्हणून पुढे आले. म. गांधी यांचा मुलगा व राजगोपालाचार्य यांची कन्या यांच्या मिश्र विवाहप्रसंगी तर्कतीर्थांनी पौरोहित्य केले होते व स्वत: ते घरी–दारी अस्पृश्यता मानीत नाहीत व मानीत नव्हते. त्यांची मते समाजसुधारणेस अनुकूल होती व आहेत. तर्कतीर्थांनी एम्. एन्. रॉय यांच्या रॅडिकल डेमॉक्रॅटिक पक्षाचे प्रवक्तेपण स्वीकारले होते व ते या पक्षाचा दुसऱ्या महायुद्धाच्या काळात हिरीरीने व प्राणपणाने प्रचार करीत. दोघांची पहिली ओळख होतीच. तर्कतीर्थ, महाजनी शास्त्री, गोवर्धन पारीख वगैरे अनेक विद्वान रॉयचा नवमतवाद प्रसृत करीत होती. दुसरे महायुद्ध जर जर्मनी जिंकेल तर जगातील लोकशाही संपेल, म्हणून लोकशाहीवादी ब्रिटनचा पक्ष रॅडिकल पार्टीने ग्राह्य धरिला होता व तर्कतीर्थ आदीकरून रॉयवादी पंडित दुसऱ्या महायुद्धात ब्रिटिश सरकारला मदत करीत होते. यावेळी यशवंतराव व नाना पाटील प्रभृतींची 'चलेजाव चळवळ' चालली होती. स्वातंत्र्य आल्यावर रॅडिकल पक्ष बरखास्त करून तर्कतीर्थ काँग्रेसमध्ये पूर्ववत आले. वरील सर्व संदर्भाने नवमतवादाचा बराच संस्कार तर्कतीर्थादी रॅडिकल मित्रांच्या संसर्गाने यशवंतरावावर होणे शक्य होते. प्रत्यक्ष रॉयवादी यशवंतराव झाले नव्हते. तर्कतीर्थांप्रमाणे काँग्रेस पक्षाला त्यांनी विरोधही केला नाही. मात्र नवमततत्त्ववाद व रॉय यांची मते समाजसुधारणेला अनुकूल होती व शेवटपर्यंत यशवंतराव सतत समाजसुधारणेच्या बाजूला राहिले. ते परंपरावादी सनातनी नव्हते. परिवर्तनवादी होते. आर्थिक क्षेत्रात यशवंतरावांची मते डावीकडे असलेली होती. केंद्रात दिल्लीस गेल्यावर यशवंतरावांचा दृष्टिकोण व्यापक झाला. देवाधर्माबाबत मूर्तिपूजा यासंबंधी त्यांची मते कृष्णाकाठात सांगितलेली खाजगी आहेत. सामाजिक सुधारणेच्या बाबतीत त्यांची मते प्रागतिक होती व याबाबतीत त्यांनी टिळकांना अनुसरले नाही. नेहरूंचे ते अनुयायी होते. रॉयवादी पक्षाचा प्रत्यक्ष त्यांनी स्वीकार केला नव्हता. तरी तर्कतीर्थ वगैरे त्यांचे रॉयवादी अनेक मित्र होते. परंतु दुसऱ्या महायुद्धात लोकशाहीच्या संरक्षणाच्या सबबीवर यशवंतरावांनी ब्रिटिश सरकारला मदत केली नाही व भूमिगत जे पुढारी व कार्यकर्ते होते ते ब्रिटिशांना मदत करणारांच्या विरुद्धच होते. पण रॉयवादी मानवतावादाचा

यशवंतरावांवर परिणाम होता. ते निधर्मी दृष्टीनेच व संप्रदायभेदाच्या पलिकडचे होते. रॉयचा क्रांतिकारक समाजसुधारणावाद यशवंतरावांच्या पूर्ण परिचयाचा होता. तर्कतीर्थदेखील ह्या काळात लोकहितवादी, ज्योतिबा फुले, आगरकर यांची परंपरा व प्रबोधन हिरीरीने प्रतिपादीत होते. वरील सर्व नवमतवादाने यशवंतरावांच्या मनाचा कबजा घेतला असावा एवढे प्रतिपादून पुढे जाऊ या.

सत्तेचा लोकहितार्थ वापर

मुख्यमंत्री झाल्यावर मिळालेल्या सत्तेचा वापर यशवंतरावांनी बहुलोकहितार्थ केला. त्यांनी सहकारी चळवळ वाढविली. मागे सत्यशोधक परिषदांतून ग्रामपंचायती असाव्या, सहकारी सोसायट्या काढाव्यात असे ठराव झाले होते. ''महाराष्ट्राचे जे प्रश्न तेच मराठ्यांचे प्रश्न व मराठ्यांचे जे प्रश्न तेच महाराष्ट्राचे प्रश्न'' असे कर्मवीर शिंदे म्हणत असत. यशवंतराव मोहिते-बाळासाहेब देसाई वगैरेंना घेऊन महाराष्ट्रावर यशवंतरावांनी त्यांचे राज्यच स्थापिले. ना. ग. गोरे व एस्. एम्. यांनाही यशवंतरावांची ही पक्कड मोठी आश्चर्याची व बिकट वाटे. जोशी एस्. एम्. यांनाही (मनात) ब्राह्मण मुख्यमंत्री कधी होणार याची काळजी वाटे. नवशक्तीने त्या काळात त्यांच्या इच्छेविरूद्ध खंडणात्मक अग्रलेखही लिहिला होता. फक्त तर्कतीर्थ यांनी यशवंतरावांच्या बाजूचे राजकारण केले. या त्यांच्या पवित्र्याचा त्यांना फायदा झाला. आजही यशवंतरावांच्या पंचायत राज्याच्या बाजूने तर्कतीर्थ प्रतिपादन करितात. भारतातील लोकशाही टिकविण्याचा आणि वाढविण्याचा हाच एक मार्ग आहे. हा मजबूत झाला पाहिजे हे खरेच. चव्हाणांचे इंग्लंड-अमेरिका वगैरे दौरेदेखील त्यांचे व्यापकपण वाढविते झाले.

ब्रिटिश राज्य झाल्यावर बडोद्याच्या सयाजीराव गायकवाड यांच्याकडे संस्थानी सत्ता गेली. ती त्यांनी शूद्रातिशूद्रांच्या उन्नतीसाठी वापरली. नंतर राजर्षी शाहू यांनी अशीच वापरली. सयाजीराव गायकवाड सामंजस्यवादी होते. त्यांनी फक्त ब्राह्मणविरोधच सतत न करिता पुढे जोतिबांच्या विचाराच्या मागे जो शिक्षणप्रसाराचा मुद्दा होता तो पकडला व महाराष्ट्रातील शिक्षणप्रसारकांना मनस्वी साह्य केले. कोल्हापूरच्या शाहू-महाराजांच्याप्रमाणे उच्चभ्रू पुणेकर यांचा विरोध ओढवून न घेता महाराष्ट्रातील अनेक ब्राह्मण विद्वान पंडित यांचा विश्वास संपादन केला. बडोद्याच्या वेदोक्त प्रकरणानंतर सयाजीरावांनी मुत्सद्दीपणाने पुण्याचा 'केसरी' आपलासा केला. यशवंतरावांनीदेखील हेच यश नंतर मिळविले. दोघेही हे सत्तावंत मराठे सुशिक्षित, सुविद्य, साहित्यकलाप्रेमी व गुणग्राहक होते. जातीच्या पलीकडे गेले होते. गुणवत्तेचे चहाते होते. शिवाजी-सयाजीराव-यशवंतराव ह्यांच्यात हे सर्वगुण होतेच, वा कोणतीही सांप्रदायिकता नव्हती. हे सर्व आदर्शच राहतील. यांच्याकडे पाठ करून चालणार नाही.

यशवंतरावांच्या घरी वारकरी सांप्रदायिकता नव्हती. सत्यशोधक चळवळीचा प्रभाव होता म्हणून यशवंतरावांना शिक्षण दिले पाहिजे असे त्यांच्या घरातील लोकांना वाटले. महाराष्ट्रातील बहुजनसमाजाच्या चळवळीला राष्ट्रीय स्वरूप आणण्याचे कार्य यशवंतरावांच्यामुळे पुढे जास्ती शक्य झाले. ना. कै. यशवंतराव हेदेखील आतून जातीयवादी होते असा संशय वरिष्ठ थरातून व्यक्त होतानाही आढळेल. पण यशवंतरावांनी शिवाजी छत्रपतींप्रमाणे ब्राह्मणांचा सांभाळ केला. त्यांच्यातील पुष्कळांना नोकऱ्या लाविल्या. लो. टिळकांच्या स्मारकाला मोठी मदत केली. यामुळे ब्राह्मणांकडून यशवंतरावांना विरोध होण्याचे प्रसंग आलेच नाहीत. त्यांनी एका शंकराचार्यांना मद्रासमध्ये अटक करून ठेविले, अस्पृश्यतानिवारणाची बाजू घेतली, तरी त्यांच्याविरूद्ध उठाव झाला नाही. शंकराचार्यांना जी अटक केली तिची तरफदारी वाईच्या गणपती घाटावरील एका व्याख्यानात तर्कतीर्थांनीदेखील केली. मी एक श्रोता होतो. प्रत्यक्ष ऐकिले. पूर्वीचा दुर्दैवी ब्राह्मण-अब्राह्मणवाद उपस्थित न होईल अशी 'दक्षता' यशवंतरावांनी घेतली. मात्र बहुजन समाजातील खेड्यापाड्यापर्यंतचे कार्यकर्ते एक केले. त्यांना विकासाच्या कार्याला जुंपले. मराठा-मराठेतर असाही विकल्प न धरिता त्यांनाही मंत्रिमंडळात घेतले. किसन वीर हे तर त्यांचे उजवे हात होते. अशी कैक मराठेतर नंडळी त्यांच्याभोवती पुढे आली. ना. रूपवते यांना तर आंबेडकरांच्या समाजातून पुढे मंत्रिपदापर्यंत आणिले. व्यापक सामाजिक धोरण यशवंतरावांना घेता आले याचे कारण त्यांच्यापुढे शिवाजीमहारांचाचा आदर्श होता. सर्वसामान्य मराठ्यांना उच्चभ्रू मराठ्यांच्या पुढारीपणामुळे वाव नव्हता. गुणवत्तेच्या जोरावर पदवीधर, मोठ्या दारिद्र्याच्या अवस्थेतून सर्वसामान्य मराठा कुटुंबातून ते पुढे आले होते. त्यांच्या गावातील सर्वसामान्यांविषयी व बायाबापड्यांविषयी त्यांना म्हणून कळवळा होता. तळागाळातील लोकांविषयी त्यांना करिता येईल तेवढे त्यांनी केले. फीमाफीचा निर्णय त्यांच्या सत्तेच्या काळातच झाला. सुसंपन्न कुटुंबांतील विद्यार्थ्यांनीदेखील फार फायदा घेतला. पण शिकले सवरले व सावरले एवढे खरे. पण यशवंतरावांचा व्यासंग त्यांनी गिरविला नाही. हे दुर्दैव, पुष्कळ गोरगरीब-दलित व स्पृश्य थरांतील गरीब यांनीही आर्थिक मागासलेपणाच्या मुद्द्यावर फी माफीचा फायदा घेतला. म. फुले-शाहू यांच्या शूद्रातिशूद्र समाजाला कोरड्या द्वेषातून सोडवून त्यांना शिक्षणादी सोयी त्यांच्या दार पर्यंत नेल्या. अनुदाने व शिक्षकांचे पगार सर्व देण्याचा उपक्रम चालू झाल्यामुळे शिक्षणसंस्था वाढल्या. नव्या निघाल्या. त्यांच्या योगक्षेमाची पूर्ण पूर्तता झाली, म्हणून वाढल्या-वाढत आहेत. म. फुले-शाहू यांचे शूद्रातिशूद्र समाज, रयत, जनता ही आज पुढे आली आहे. खेड्यापाड्यापर्यंत राज्यकर्ती झाली आहे. **ग्रामीण नेतृत्व पुढे आले आहे. याचे श्रेय यशवंतरावांच्याकडे जाते.**

उत्कट-भव्य तेवढे सांगणे अटळ आहे. बाळासाहेब देसाईंनी मराठ्यांना जेवढ्या नोकऱ्या चाकऱ्या लाविल्या तेवढ्या यशवंतरावानी लाविल्या नाहीत. ते मराठ्यांचे द्वेष्टे होते म्हणजे भटाळले होते, अशी टीका त्यांच्यावेळी व आजही जात्यभिमानी मराठा लोक करिताना आढळतात. हे खाजगीत बोलले जाते. मराठ्यांना नोकरीत घेण्याचा सपाटा बाळासाहेबांनी जो चालविला होता, त्याला यशवंतरावांनी विरोध केला नाही. उलट बाळासाहेबांना सत्तेत शिरकाव करून देण्याचे श्रेय किसन वीर व यशवंतरावांकडे जाते. बाळासाहेब व यशवंतराव यांचे जे सहकार्य झाले ते बहुजन समाजाला वरदान ठरले. नाशिकच्या हिऱ्यांच्यापेक्षा यशवंतरावांची प्रत्यक्ष पात्रता अनुभवून म्हणा, तर्कतीर्थांनी 'यशवंतसत्ता' कशी प्रस्थापित होईल याची सल्लामसलत केली. हा पवित्रा विलक्षण ठरला व 'चाणक्य' ही पदवी सार्थ केली. यशवंतराव व तर्कतीर्थदेखील टीका व विरोध पचवीत. १९४८ सालच्या जाळपोळीत ब्राह्मणांची घरे जाळली गेली, त्यांना यशवंतरावांनी आर्थिक मदत दिली.

यशवंतरावांचा गनिमी कावा असे. मृदू-संयमी बोलणार-चालणार हे त्यांना आवडे. तर्कतीर्थ त्यांचे मतभेद रेशमी (मऊ) शब्दांत व्यक्त करितात, असे मजजवळ यशवंतराव म्हणाले. ''ज्योतिनिबंध'' (१९४७) साली मी तर्कतीर्थांना लिहावयास लावून प्रसिद्ध केला. 'हे काम तेवढे तुम्ही चांगले केले.' असे यशवंतराव दिल्लीत ते स्वत: पुन: काँग्रेस (आय) मध्ये जाण्यापूर्वी मजजवळ म्हणाले. एकूण शेहेचाळीस मिनिटे खाजगीत नवी दिल्ली येथील चव्हाणांच्या बंगल्यात निवासस्थानी त्यांची माझी बातचीत झाली. यामुळेही मला कित्येक मुद्दे येथे मांडण्यास खुलेपण प्राप्त झाले. नाहीतर मी यशवंतरावांचा आडनावबंधू त्यांच्याच जिल्ह्यात राहणारा असून माझा प्रांत राजकारणाचा नव्हता, म्हणून यशवंतरावांच्या फारच जवळ मी गेलो नाही. कारण पडले नाही.

दलितोद्धार व यशवंतराव

स्वातंत्र्य स्वराज्यार्थ राजकारणाचे दिवस होते. सर्व बहुजनसमाज स्वातंत्र्य-प्राप्तीसाठी राष्ट्रीय गांधी-नेहरू काँग्रेसमध्ये गेला. हे महर्षी शिंदे (मृ. १९४४) यांनी डोळ्यांनी पाहिले. शिंद्यांची शताब्दी चालू असताना महर्षी शिंदे यांचे पोस्टाचे तिकीट निघावे म्हणून वाई ब्राह्मोसमाज (सेक्रेटरी गु. रा. कृ. बाबर) यांनी दिल्लीपर्यंत पोस्टखात्याकडे पत्रव्यवहार केला. स्वत: यशवंतरावांनीदेखील खटपट तेथे केली. यश आले नाही. पुढे हा यशाचा काळ असेल. तर्कतीर्थ -विश्वकोश यांनाही यशवंतरावांनी शिंदे साहित्याची दखल घेण्यास सांगितले होते. पत्र त्यांचे आले आहे असे प्रभारी संपादक रा. ग. जाधव यांनी खुद्द मला सांगितले. विठ्ठल रामजींबद्दलचा त्यांच्यात जिव्हाळा फार मोठा होता.

म्हणून मी दोघांतील साम्यस्थळे सांगितली. राहाता राहिला मुद्दा तो दलितोद्धाराचा.

महारवतन कायदा सुधारून व्यापकपणे तो पास करून घेण्याची यशस्विता चव्हाणांनी पादाक्रांत केली व शिंदे-आंबेडकरांचे स्वप्न पुरे केले. धर्मांतरित बौद्धांच्या सवलती कायम ठेविणारे महाराष्ट्र राज्यच प्रथमचे ठरले. यशवंतरावांनी मराठा तितुका मेळवावा ।। महाराष्ट्रधर्म वाढवावा ।। हा पवित्रा दिल्लीपर्यंत जाऊन तेथे सत्तावंत होऊन खरा केला. यशवंतरावांना 'गुरुवाद' मान्य नव्हता. कारण ते सांप्रदायिक नव्हते. तर्कतीर्थांच्या पंचाहत्तराव्या वाढदिवसाच्या वेळी तर्कतीर्थ हे माझे मित्र आहेत. हे शौर्यार्थाने वाई क्षेत्रात त्यांनीच सांगितले. यशवंतराव लोकशाही सामाजिक समतावादी होते. सामाजिक विद्वेष नाहिसा करण्यास ते कारणीभूत ठरले. ''विश्वकोशाच्या संपादकाच्या जागेवर तर्कतीर्थांना नेमिले,'' ही माझी चूक झाली नाही. ही निवड बरोबर ठरली, असे त्यांनी प्रतिपादिले. डॉ. आंबेडकरांचे चरित्र लिहिण्याचाही त्यांचा मानस होता. दुर्दैवाने हे घडले नाही.तरी दलित प्रश्नाला यशवंतरावांनी दिलेले 'योगदान' अभूतपूर्व असे आहे. शिंदे व यशवंतराव राष्ट्रीय काँग्रेसवादी होते व भीमराव हे सहकारवादी-मवाळ-नेमस्त व प्रागतिक धोरणाचे राजकारणात, ब्रिटिश असताना उघडपणे होते. फुले-शाहू यांना असेच सहकारवादी राहावे लागले. अंतरे का पडली यांचे उत्तर द्यावे लागते. तरी साम्ये होती. जिव्हाळा होता. शिंदे अर्थकारणात डावे होते. यशवंतरावांनाही समाजवादी लोकशाही हवी होती. केंद्रात असताना यशवंतरावांनी राखीव जागांची मुदत वाढविण्यास मान्यता दिली.

महाराष्ट्र नवा घडविण्याच्या कार्यात या सर्वांचे योगदान मोठे ठरते. यशवंतरावांचे व्यापक समाजकारण, विधायकता, रचनात्मकता या सर्व तत्सम बाबी त्यांच्या पुढील महाराष्ट्राने प्रत्यक्ष कार्यवाहीत आणल्या तर 'महाराष्ट्र' हा नावाप्रमाणे महा-मोठा ठरून आदर्श होईल.

५. महाराष्ट्राचा जाणता राजा

कै. यशवंतराव बळवंतराव चव्हाण हे देवराष्ट्रे नामक खेडेगावात जन्म पावले. हे गाव कराड तालुक्यात आहे. या गावाच्या नावांत देव व राष्ट्र राष्ट्रे असे दोन शब्द आहेत. यशवंतराव संपूर्णपणे दैववादी नव्हते. देववादी मात्र होते. शिंगणापूर-पंढरपूर-प्रतापगडची भवानी यांचे ते अधूनमधून दर्शन घेत. मूर्तिपूजा म्हणून नव्हे तर देवत्वाचे दर्शन घेण्याची ओढ, राजकारणात व्यग्र असलेल्या यशवंतरावांना होती. ते पाखंडी वा नास्तिक नव्हते. त्यांच्याविषयी त्यांच्यात ज्या धर्मभावना होत्या त्या अर्थात वैयक्तिक होत्या. शिवाजीमहाराज हा त्यांचा एक आदर्श असे व त्यांच्यात परधर्मसहिष्णुता असे. उदा. पाटण तालुक्यात एका पिराला त्यांनी हिरवी चादर घातली. त्यांच्या ठायी धर्मभेद नसे. पण ते कोणत्याही संप्रदायाचे नव्हते. त्यांच्या घरी पंढरपूरच्या वारकरी पंथाचा माळकरी परिणाम किंवा परंपरा नव्हती. यशवंतरावजी (देव) राष्ट्र येथे केवळ जन्मले; एवढेच नव्हे तर ते राष्ट्रीय वृत्तीचे आजन्म राहिले.

उलट त्यांचे बंधू कऱ्हाड व कऱ्हाड तालुक्यातील सत्यशोधक चळवळीत भाग घेणारे सामाजिक सुधारणेच्या बाजूचे होते. अर्थात त्याकाळी 'विजयी मराठा', 'राष्ट्रवीर', 'मजूर' वगैरे ब्राह्मणेतरी सत्यशोधक चळवळीची मुखपत्रे यशवंतरावांना विद्यार्थी असताना वाचावयास मिळत. खुद्द कै. भाऊसाहेब कळंबे यांचे 'कैवारी' पत्र कराड येथून निघे. राजर्षी शाहूमहाराजांच्या पश्चातही (१९२२ नंतरही) सातारा जिल्ह्यात ब्राह्मणेतर सत्यशोधक चळवळीचा जोर होता. नाही म्हटले तरी वरील घरच्या-दारच्या चळवळीचा त्यांच्यावर पहिला परिणाम झालाच होता, हे त्यांनी त्यांच्या आत्मचरित्राच्या 'कृष्णाकाठ' ह्या पुस्तकात लिहिले आहे. वरील काळात सातारा जिल्ह्याच्या राजकारणावर कै. ना. भास्करराव जाधव यांचा प्रभाव होता. घरीदारी तालुक्यात व जिल्ह्यात फार काय सर्व महाराष्ट्रात वऱ्हाड नागपूरपर्यंत व खाली बेळगाव-कारवारपर्यंत ब्राह्मणेतर चळवळ चालू होती. साताऱ्यास मद्रासकडील एका नामवंत जस्टिस पार्टीच्या ब्राह्मणेतर पुढाऱ्याच्या अध्यक्षत्वाखाली ब्राह्मणेतर पक्षीय अधिवेशनही झाले होते व ह्या मोठ्या सभेस यशवंतरावांना उपस्थित राहण्याचा योग प्राप्त झाला होता. प्राथमिक व पुढचे इंग्रजी शिक्षण चालू असताना वरील वातावरण आजूबाजूला घरीदारी होते तरी वरील चळवळीचे त्यांनी तरुणपणी व पुढील आयुष्यातही नेतृत्व पत्करिले नाही किंवा प्रत्यक्ष विरोधही केला नाही । 'आत्मा अनुभवी। चोखाळिल्या वाटा।।' अशा प्रकारची बौद्धिक शक्ती त्यांना प्राप्त होती.

कराड तीर्थक्षेत्र

कराड हे धर्मक्षेत्र म्हणून प्रसिद्ध होते व अद्यापि कराडचा 'कृष्णाकाठ' पवित्रच समजला जातो. यशवंतराव सर्वसामान्य परिस्थितीतून वर आले. गरिबी फार होती, तरी कोल्हापूर व पुणे येथे जाऊन त्यांनी बी. ए., एल्एल्. बी. अखेरपर्यंत जिद्दीने शिक्षण पुरे केले. त्यांना उपजत विद्याभ्यासाची, वाचनाची व पुढे भाषण लेखन करण्याची आवड होती. टिळक हायस्कूलमधील वातावरणात यशवंतराव शिक्षित व बहुश्रुत झाले. ज्ञानार्जनाची त्यांना हौस होती. शेवटपर्यंत विद्यार्थी राहिले. म्हणजे विविध व नवे नवे ग्रंथ पुस्तके ते वाचीत. राजकारणाचा विळखा होता तरी त्यांची ज्ञानपिपासा लहान नव्हती.

राष्ट्रीय चळवळीचा प्रभाव

१९३३ नंतर म. गांधी यांच्या चळवळीचा त्यांच्यावरचा परिणाम अतिशय वाढत गेला व या काळापासून त्यानी जो राष्ट्रीय झेंडा खांद्यावर घेतला, आमरण वाहिला. तुरुंगवास भोगिले. भूमिगत चळवळीतील ते एक सुशिक्षित सूत्रधार होते.

सन १९४७ सालात स्वातंत्र्य आले. पुढे भारताने त्याची स्वतंत्र घटना केली. यशवंतरावांचे निम्मे आयुष्य पारतंत्र्यात गेले व पुढील निम्मे स्वतंत्र झालेल्या भारतात गेले. दोन्ही परिस्थितींचा त्यांना अनुभव मिळाला. म. फुले शाहूमहाराज यांच्या संबंधीच्या प्रेमाने त्यांचे हृदय व्यापिलेले होते. म. गांधी नेहरू ही तर त्यांची दैवते होती. एकूण समाज उत्तरोत्तर एकरस बनत आहे याचे श्रेय महर्षि शिंदे व त्यांच्यानंतरचे राष्ट्रीय पुढारी यशवंतराव यांजकडे जाते. दोघांचीही दृष्टी विधायक, रचनात्मक व देशभक्तिपरायण होती.

यशवंतराव व दलितोद्धार

डॉ. आंबेडकरांनी महार वतन बिल मुंबई कौन्सिलात आणिले होते. पण ते त्या काळात पास का होऊ शकले नाही याची स्वच्छ मीमांसा भारतीय अस्पृश्यांचा प्रश्न स्व. महर्षि शिंदे यांच्या १९३३ साली प्रकाशित झालेल्या संशोधनपर ग्रंथात सापडते.

महाराष्ट्र राज्याची सत्ता हातात आल्यावर वरील महार वतन बिल वेगळ्या नावाने यशवंतरावांनी पास करून घेतले व दलितमुक्तीचा एक टप्पा ओलांडला.

डॉ. आंबेडकरांच्या समाजाने सार्वजनिकपणे नवबुद्धधर्म स्वीकारला. यामुळे त्यांच्या सवलतीचा प्रश्न निर्माण झाला. दे. भ. यशवंतरावांनी या धर्मांतरामुळे काहीच प्रत्यक्ष फरक दलितांच्या जीवनात पडला नाही. आर्थिक क्रांती झाली नाही, हे ओळखिले

म्हणून महाराष्ट्र राज्यात महार समाजाच्या सवलती त्या समाजाने बुद्धधर्म स्वीकार केल्यानंतरही चालू ठेविल्या. पुरोगामी यशवंतरावांचे येथे दर्शन घडते आहे. समाजवादाकडे त्यांचा कल असे. त्यांनी सतत गांधी काँग्रेसमार्गी पवित्रा टिकविला. जेधे यांच्यानंतर चव्हाणांच्यामुळे काँग्रेस खेड्यापाड्यापर्यंत पोहोचलेली एक शक्तिप्राप्त संघटना बनली. अजूनही 'छाप' कायम आहे.

यशवंतराव चव्हाणांनी त्यांना प्राप्त झालेली राज्यसत्ता जास्तीतजास्तपणे लोकोद्धारार्थ वापरली व इतरांनी अशीच वापरावी अशी त्यांची इच्छा व प्रयत्न असे.

डॉ. आंबेडकरांनी 'खोती बिल' मुख्य कौन्सिलात मांडले होते. कै. भास्करराव जाधवांनी कूळ कायद्यासंबंधाने एक बिल आणले होते. पण ही दोन्ही बिले मागे घ्यावी लागली. पण यशवंतरावांच्या काँग्रेसने कूळ कायदा पास करून समाजवादाचा प्राथमिक 'ओनामा' केला. यामुळे पुष्कळ शेतकऱ्यांचा फार फायदा झाला. जमिनी कुळांच्या मालकीच्या झाल्या.

यशवंतरावांचे 'समाजकारण' सर्वव्यापक, सर्वसंग्राहक व व्यापक होते. संयुक्त महाराष्ट्र झाल्यावर त्यांनी शिवाजीमहाराजांच्या ध्येयधोरणांप्रमाणे प्रत्यक्ष समाजकारणात व राजकारणात व्यापक व सर्वस्पर्शी धोरण अवलंबण्याचे यशस्वी प्रयत्न केले.

यशवंतरावांच्या अनेक 'प्रस्तावना' चिंत्य आहेत. 'सह्याद्रीचे वारे' वगैरेंमध्ये प्रसिद्ध झालेले लेखही अभ्यसनीय ठरतात. सोप्या भाषेत पाल्हाळ न करता यशवंतराव बोलत व लिहीत असत. ते उत्तम वक्ते होते. त्यांची व्याख्याने सर्वसामान्य जनतेला व निरक्षर बायाबापड्यांना समजत असत. श्रोत्यांची वाण त्यांना पडली नाही. स्वत: ते असे वरीलप्रमाणे रसिक व साहित्यप्रिय असल्यामुळे मुख्यमंत्री महाराष्ट्राचे झाल्यावर महाराष्ट्र साहित्य संस्कृती मंडळ त्यांनी कार्यान्वित केले. ही महनीय कामगिरी होय.

१९४८ साली गांधीवधोत्तर जाळपोळ झाली. त्यावेळी ब्राह्मण समाजाची घरे जळाली. त्यांना दिलेली सरकारी कर्जे यशवंतरावांनी माफ केली. अशाप्रकारचे सामाजिक एकरसपण बनविण्यात यशवंतराव वारंवार यशस्वी होत.

(अपूर्ण)

६. 'वाचकांच्या पत्रव्यवहारातील यशवंतराव चव्हाण'

सामाजिक सुधारणांचा इतिहास

महाराष्ट्रात ज्याप्रमाणे विविध समाजस्तरांत साधुसंत झाले, त्याप्रमाणेच अनेक सुधारक भिन्न भिन्न थरांत झाले. परमहंस सभेनंतर लोकहितवादी, म. फुले, आगरकर, रानडे, शिंदे, कर्वे, माटे वगैरे अनेकमार्गी कर्ते पुरुष समाजसुधारणेचे शकट पुढे नेणारे होऊन गेले. यांची चरित्रे उपलब्ध असली तरी राममोहन रॉय यांच्यापासून कालक्रमानुसार सर्व सामाजिक व धर्मपर सुधारणांचा विवेचक इतिहास मराठीत उपलब्ध नाही. फक्त स्फुट लेखन होत असते. सामाजिक सुधारणा आधी का राजकीय सुधारणा आधी, हा वितंडवाद स्वातंत्र्य आल्यावर ओघानेच नाहिसा झाला; व सामाजिक सुधारणांचे मूल्य देशात पटू लागले आहे. नव्या काळाला धरून सामाजिक सुधारणांच्या नव्या स्वरूपाची गरज वाढली आहे. तरी नैतिक धैर्य बाळगून लोकोद्धारार्थ त्यागाने फुले-आगरकर वगैरेंनी सामाजिक सुधारणांचा बिकट काळात पुरस्कार केला. त्याचा सुपरिणाम आज समाजावर दिसतो. विद्यावृद्धी, स्त्रीस्वातंत्र्य व अस्पृश्यतानिवारण वगैरे क्षेत्रांत जी प्रगती झाली आहे, त्याची फळे आज समाजाला प्राप्त झाली आहेत.

रा. ब. कै. सी.के. बोले यांचा पुतळा उभारण्यासाठी मुद्दाम दिल्लीहून माननीय यशवंतराव चव्हाण मुंबईस आले होते. त्यांनी जे मननीय भाषण केले, त्यातही सामाजिक सुधारणेच्या इतिहासाची गरज प्रसिद्धपणे मांडिली होती. 'मराठी साहित्य व संस्कृति मंडळ' किंवा 'साहित्य परिषद' यांसारख्या संस्थांना हा उपेक्षित उपक्रम हाती घेता येईल; व अनुदानाचाही प्रश्न सुलभ होईल. सामाजिक सुधारणांची गरज आता मुस्लिम बांधवांतही भासू लागली आहे. जातिसंस्था इतक्या घट्ट राहिल्या नाहीत. जातिभेद म्हणजे उच्चनीचभाव बाळगिण्याची पद्धत संत व सुधारकांच्या प्रयत्नांमुळे फारच कमी झाली आहे. जातिसंस्थांचा पुरस्कार फारसा कोणी करीत नाही. आंतरजातीय विवाह वाढत आहेत. मराठा समाजांतही पुनर्विवाह निषिद्ध मानला असला तरी आता सामाजिक आडकाठी त्याही वर्गात राहिली नाही. अस्पृश्यता ही शहरात दिसत नसली, तरी खेड्यात आहे. ग्रामीण विभागांत हरिजन व बौद्ध समाजांवर अन्याय होतात. विकेंद्रित पंचायत राज्यांतून त्यांना म्हणावे असे प्रतिनिधित्व नाही. अश परिस्थितीत सयाजीराव-शाहू व शिंदे-आंबेडकर यांनी आपुलकीने हरिजनोद्धरार्थ केलेले प्रयत्न व त्यांचे विचार ग्रामीण बहुजन समाजाला सक्रिय समजले पाहिजेत. **यासाठी समग्र सामाजिक सुधारणांचा चिकित्सक इतिहास उपलब्ध झाल्यास, जरूर त्या विचारक्रांतीस**

पूरक ठरेल. म. गांधींचा सर्वधर्मसमभाव हीदेखील एकपरी सामाजिक सुधारणा आहे. तरी जातीय दंगली राजकीय व तात्कालिक पूजास्थानसंदर्भावरून होतात. दंगली झाल्यावर त्या कोणासच आवडत नाहीत. हिंदुमुसलमान ऐक्य हादेखील सामाजिक सुधारणांचा भाग आहे. सर्वधर्मऐक्य यावर राममोहन व गांधी यांच्यासारख्या थोर भारतीय पुढाऱ्यांनी जोर दिला होता; सामाजिक सुधारणांना आध्यात्मिक समतेचा पाया देण्याचा प्रयत्न त्यांनी केला. **नव्या पिढीला या सर्व विचारांचे समन्वयपूर्वक दर्शन व्हावे, म्हणून माननीय यशवंतराव चव्हाण यांनी मुंबईत मांडलेली सामाजिक सुधारणेच्या इतिहासाच्या गरजेची कल्पना व सूचना व्यवहारांत आणली जावी.**

रा. ना. चव्हाण, वाई

(महाराष्ट्र टाइम्स २२.०६.१९७०)

हे करंटेपणाचे लक्षण नव्हे काय?

श्री. यशवंतराव चव्हाण यांचे नेतृत्व गेली तीस वर्षे वर्धमान राहिले. त्यांनी महाराष्ट्र एकसंघ राखला व त्यांनी महाराष्ट्राचा डी. एम. के. होऊ दिला नाही; महाराष्ट्र साहित्य व संस्कृती मंडळ ही त्यांची कल्पना. पुष्कळ प्रकारे व अनेक बाजूंनी पाहिल्यास त्यांचे नेतृत्व लाभदायक झाले आहे. हे नेतृत्व संपावे व संपले असे विचार व्यक्त झालेले आढळतात. पण वर्धमान नेतृत्व हे वर्धमान राहावे असे शुभ व विधायक का चिंतू नये? यापूर्वी असा कोणताच नेता झाला नाही. त्याच्या हातून एकही चूक घडली नाही व पुढेही असा कोणताही नेता होणे अशक्य आहे की– ज्याच्या हातून एकही चूक होणार नाही! सर्व नेतृत्वाला मर्यादा असतातच. ज्यांना सत्तेवर यावयाचे असते, त्यांना पहिले वर्धमान विकासक्षम नेतृत्व आडवे येते, असे वाटणे साहजिकच आहे. पण सत्ता हे साधन आहे. पक्षनिरपेक्ष असा काही विचार करावा लागतो. पुढे आलेले नेतृत्व मागे जावे, खलास व्हावे, असे चिंतणे-बोलणे हे एक करंटेपणाचे लक्षण नव्हे काय? श्री. यशवंतराव यांच्या हातून उत्तरोत्तर देशाची अधिक सेवा व्हावी असे चिंतणे हे देशहिताच्या दृष्टीने योग्य होईल. श्री. यशवंतराव हे देश हा पक्षापेक्षा, सत्तेपेक्षा व व्यक्तीपेक्षा श्रेष्ठ समजतात. म्हणून सारासार विचार होणे क्रमप्राप्त आहे. श्री. यशवंतरावांनी फॅसिस्ट शक्तींच्याविरुद्ध आवाज उठविला व उठवतील. सामूहिक नेतृत्वाचा पुरस्कार व प्रचार ते करीत आहेत. महाराष्ट्रातून पुढे येऊन अखिल भारतीय स्तरावर पोहोचलेले नेतृत्व यापुढेही वर्धमान राहावे हा विवेक निदान विचारवंतांकडून तरी अपेक्षिणे जरूर वाटते. कोणाचेही गुणाधिक्य लक्षात घ्यावेच लागते. विरोधकांनी व टीकाकारांनी टीका करावी, पण तोलदेखील सांभाळावा. आत्मपरीक्षणाची गरज सर्वांनाच आहे.

रा. ना. चव्हाण, वाई

(दैनिक विशाल सह्याद्री– ११ एप्रिल १९७८)

यशवंतरावांचे नवे धोरण

खासदार चव्हाण हे प्रधानत: राजकीय नेतृत्व आहे, त्यांनी सातारा जिल्ह्याचा दौरा नुकताच केला. त्यांची राजकारणाच्या दृष्टीची तेथील भाषणे अभ्यसनीय वाटतात. त्यांनी जशी परमार्थाला निवृत्ती जरूर असते तशी ती राजकारणात आवश्यक नाही असे सांगितले. विकेंद्रीकरणात्मक पंचायत राज्ये वर्धमान राहिली पाहिजेत. जनता पक्ष हा रा. स्व. संघ-जनसंघ यांच्याशी संपूर्ण विग्रह घेऊ शकत नाही. म्हणून यापुढे जनता पक्षाशी सहकार्य करणे अनुभवांती अयोग्य होय, असा निष्कर्ष घेतला. लोकशाही, समाजवाद व निधर्मी धोरण ही त्यांची राजकीय तत्त्वे ठाम आहेत व होती हे कोणालाच विसरता येणार नाही.

सत्तेवर असताना व सत्तेपासून दूर असताना त्यांनी मानसिक तोल सांभाळला आहे. विरोधकांवर टीका करताना त्यांचा नेहमी संयम असतो. राजकारणात मतभेद, चढउतार, यशापयश व चुका ह्या साऱ्या बाबी अशक्य नाहीत. मनुष्य व एक थोर विवेकी व्यक्ती म्हणून चिकित्सक, विचारवंतांनाही ते आदर्श वाटतात. मूळची म. गांधी व पं. नेहरूंची काँग्रेस टिकून वर्धमान व्हावी हे त्यांचे ध्येय आहे. हे बहुजनांच्या हिताचे आहे.

इंदिरा काँग्रेसमध्ये ज्यांनी पक्षांतर (म्हणजे राजकीय धर्मांतर) केले, त्यांना चव्हाणांचे वरील ध्येय धोरण अनुभवांती पुढे कळून चुकेल! सर्वसामान्य जनतेच्या हिताच्या दृष्टीने श्रीमान् वसंतदादा पाटील व यशवन्तराव मोहिते वगैरे तत्समांना चव्हाणांचे ध्येय-धोरण विचारा-आचारात घ्यावे लागेल. विद्यमान बेकीचा फायदा इतरांना मिळू देणे हे कोणाच्याच हिताचे नव्हे. मागील सर्व विसरून सर्वांनीच नवा विचार करावा. चव्हाणांच्या नेतृत्वाच्या साह्याने वरील सर्वांना पुढे येणे शक्य झाले. चव्हाणांमध्ये आत्मपरीक्षण आत्मटीका व काळानुसार राजकीय तत्वनिष्ठ परिवर्तनशक्ती आहे. विरोधासाठी विरोध हा त्यांचा कधीच पवित्रा नसतो. सदुसष्टाव्या वर्षात त्यांनी पदार्पण केले आहे. त्यांना आयुरारोग्य चिंतून, त्यांचे अभीष्ट चिंतणे हे एक सामाजिक कर्तव्यदेखील ठरते.

रा. ना. चव्हाण, वाई
(दैनिक विशाल सह्याद्री - १८ मार्च १९८०)

यशवंतरावांचे समाजकारण मार्गदर्शक

'यशवंतराव चव्हाण यांचा महाराष्ट्राला वारसा' लेख मननीय व अभ्यसनीय वाटला. (सकाळ : १२-३-८८). यशवंतरावांचे पुरोगामी समाजकारण फक्त महाराष्ट्रालाच मार्गदर्शक आहे, असेच केवळ नव्हे. हा वारसा सर्व भारताने घेतला, तर त्याचा खात्रीने मनोविकास होऊ शकेल व तणाव कमी होतील. यशवंतरावांनी महाराष्ट्राला विशेषत:

मद्रासप्रमाणे (तामिळनाडू) द्रविड मुन्नेत्र कळघमच्या धर्तीवर जाऊ दिले नाही. सत्यशोधक चळवळीत महाराष्ट्रात जो द्वेषाग्नी दोन्ही पक्षांत उफाळत होता, त्याची जागा त्यांनी परस्पर प्रेम व सहकार्य यांनी भरून काढली. सातारा जिल्ह्याला नवे राष्ट्रीय गांधीमार्गी वळण लावले यातूनच नवे ग्रामीण पुढारी व कार्यकर्ते पुढे आले.

महर्षी शिंदे यांच्या दोन इच्छा होत्या. पहिला त्यांचा विवेक असा होता की, बहुजनसमाजाने स्वराज्यसंपादनार्थ गांधी-नेहरूंच्या काँग्रेसमध्ये जावे. दुसरा मुद्दा असा होता की, ब्राह्मणेतर पक्षाचे कार्य संपल्यामुळे त्याने तो पक्ष बरखास्त करून खुद्द महाराष्ट्र काँग्रेस कबज्यात घ्यावी. जे समान हक्क मराठा-तत्सम हे स्वत: पुढे गेलेल्या समाजाकडून मागतात, ते समान हक्क, सामाजिक समन्याय व वागणूक पूर्वास्पृश्यांनाही द्यावी. यशवंतरावांच्या समन्वयात्मक सामाजिक धोरणाचा विचार केल्यास विठ्ठल रामजींच्या राजकीय समाजकारणाला यशवंतरावांनी यश आणून दिले. महार वतनासंबंधीचे चव्हाणांचे कार्य व नवबौद्धांच्या सवलती कायम ठेवण्याची त्यांची कामगिरी पाहता याची साक्ष पटते.

यशवंतरावांनी केंद्रात असताना राखीव जागांना आणखी दहा वर्षे मुदत वाढविण्याच्या बाजूने पुरस्कार केला. विशेषत: विठ्ठल रामजी व यशवंतराव यांचे राखीव जागांच्या संबंधीचे धोरण मराठा महासंघाने व इतर जे राखीव जागांना विरोध करतात, त्यांनी सर्वांनी लक्षात घ्यावे. डॉ. आंबेडकर, विठ्ठल रामजी व यशवंतराव यांना राखीव जागा व सवलती 'कायमच्या' असाव्यात, असे मुळीच अभिप्रेत नव्हते. राखीव जागांच्या प्रश्नासंबंधाने महाराष्ट्राचा गुजरात झाला नाही, याचे श्रेय सर्व समाज-सुधारकांकडेही जाते.

यशवंतरावांनी लोकमान्यांचे जहाल व लढाऊ राजकारण स्वीकारले. म. फुले व शाहू करवीरकर यांच्या सहकार्यवादी नेमस्त राजकारणाचा मार्ग पत्करला नाही. सयाजीराव गायकवाड व यशवंतराव यांच्यातही मोठे साम्य आढळते. सयाजीरावांचे बुद्धिवंतांना अतिशय साह्य झाले. मिळालेली सत्ता पुरोगामी समाजकारण व शिक्षणप्रसार या कामी दोघांनीही वापरली. विशेषत: महाराष्ट्र राज्य साहित्य संस्कृती मंडळाची त्यांनी जी योजना कार्यवाहीत आणली, त्यावरून हा मुद्दा स्पष्ट होतो.

केवळ पुतळे उभारून मोकळे न होता, यशवंतरावांतील वरील सर्व उत्कट व भव्य सर्वांनीच देशाहितार्थ अनुसरल्यास महाराष्ट्राची व पर्यायाने सर्व देशाची सामाजिक एकात्मता वर्धमान राहिल.

रा. ना. चव्हाण, वाई

(दैनिक 'सकाळ' १८ मार्च १९८८)

परिशिष्ट क्र. १

लोकनेते यशवंतराव चव्हाण यांची वैचारिक बैठक, विचार व संस्कार

१) "गरीब मनात नव्या आकांक्षा उत्पन्न करून त्यांना कार्यप्रवण करण्यास प्रवृत्त करण्याऐवजी त्यांच्यात असंतोष पसरविण्याचा प्रयत्न झाला तर रात्री त्यांचे लक्ष त्या श्रीमंतांच्या तिजोरीकडे जाईल इतकेच. पण खरा प्रश्न कायमच राहील. पैसा हा पुंजीपतींच्या किंवा सरकारच्या तिजोरीत नसून तो आकाशातील ढगांत आहे. त्या ढगांतून खाली पडणाऱ्या जलसंधरात आहे. त्या पाण्याच्या प्रवाहरूपी नदीत आहे. नदीच्या दुकाठास मिळणाऱ्या काळ्या जमिनीत आहे. त्याच जमिनीतील खनिज संपत्तीत आहे, त्याच खनिज संपत्तीद्वारा निर्माण होणाऱ्या वैज्ञानिक यंत्रसामग्रीत आहे. इतकेच नव्हे तर तो सर्वांना एका सूत्रात बांधणाऱ्या मनगटात आहे. असे जर या गरीब जनतेला पटवून देऊन त्यांच्यात सृजनशक्ती निर्माण करून कार्यप्रवण केले तर आपले सर्व प्रश्न सुटतील व त्या सुटण्यातच भारतीय लोकशाहीचे भवितव्य सामावलेले आहे."

('हिंदी लोकशाहीचे भवितव्य' वसंत व्याख्यानमाला, पुणे १९५२)

२) "आपल्याला मिळालेल्या राजकीय स्वातंत्र्याचा उपयोग करून आपणाला दारिद्र्य, रोग आणि अज्ञान यांपासून मुक्त व्हावयाचे आहे आणि इतर मूलभूत स्वातंत्र्ये प्राप्त करावयाची आहेत. या सर्वांच्या प्राप्तीनंतर आजच्या आपल्या राजकीय स्वातंत्र्याला खराखुरा अर्थ येईल. स्वातंत्र्याचे खरे फळ म्हणजे एखाद्या व्यक्तीचा किंवा गटाचा अल्पस्वल्प लाभ नव्हे, तर सबंध समाजाचे जास्तीत जास्त कल्याण होय."

(द्वैभाषिक राज्याचे मुख्यमंत्री म्हणून केलेल्या पहिल्या भाषणातून, १५-८-१९५७)

३) "केवळ शेतीवर आधारलेला देश आर्थिक दृष्टीने उन्नत होत नाही. शक्तिशाली हिंदुस्थान करावयाचा आहे. सामर्थ्यसंपन्न व समृद्ध देश करावयाचा आहे. त्याकरिता औद्योगिक शक्ती वाढली पाहिजे. खेड्यापाड्यांत विजेचा वापर झाला पाहिजे. ही बिजली खेड्यात गेल्याशिवाय उत्पादन वाढणार नाही. शेतीसोबत लहान उद्योग वाढून खेड्यांची शक्ती आणि ज्ञान विकसित झाले पाहिजे. मुंबई, मद्रास, कलकत्ता आदी मोठमोठ्या शहरांत विजेचा झगमगाट दिसतो आणि खेडी तेवढी अंधारात ही परिस्थिती बदलायची आहे, तोच आजचा खरा प्रश्न आहे. सोबतच त्यांच्यात शिक्षणाचा विकास झाला पाहिजे. त्यांच्यातील अज्ञान घालविले पाहिजे. हे महत्वाचे बदल आणण्याकरिता पहिल्या दोन पंचवार्षिक योजना झाल्या असूनही शेतकऱ्यांना त्यांचा

खराखुरा फायदा झाला नाही. हे खरे आहे की शेती सुधारली नाही, तर काहीच होणार नाही. त्याकरिता शेतकऱ्यांना, त्यांच्या मुलांना उच्च शिक्षण मिळाले पाहिजे. त्याला अडाणी ठेवून त्याचा विकास कसा होईल? नवा विचार, नवा माणूस निर्माण केल्याशिवाय काहीच साधणार नाही. मी हे नवीन स्वप्न पाहतो. हे महाराष्ट्र राज्याचे स्वप्न आहे.''

(शहीद शंकरदिन समारंभ, जानेवारी १९६१)

४) ''विदर्भ, मराठवाडा, कोकण आणि इतर विभाग या सर्वांनी भाऊ-भाऊ म्हणून नांदू या, विदर्भ असो, मराठवाडा असो, कोकण असो किंवा इतर विभाग असोत, तेथील सर्व प्रश्नांकडे आईच्या अंतःकरणाने पाहिले पाहिजे. त्यांच्यातील भिन्न भिन्न प्रश्न असतील तर ते समजावून घेतले पाहिजेत आणि ते प्रश्न आईच्या ममतेने सोडविण्याचा प्रयत्न झाला पाहिजे. त्यांना प्रेमाचा मार्ग सांगितला पाहिजे. ही परीक्षा मी जरूर घेत आहे. सर्व मागासलेल्या लोकांच्या विकासाचा प्रश्न याच माध्यमातून सोडविता आला पाहिजे. त्यांच्यातील अनेक प्रश्न आहेत. शेतीचा प्रश्न, सहकारितेचा प्रश्न, विणकरांचा प्रश्न आपुलकीने सोडविताना मी नापास होणार नाही.''

(शहीद शंकरदिन समारंभ, जानेवारी १९६१)

५) ''नव्या महाराष्ट्र राज्याच्या जन्माने आपल्याला भरभराटीचे व सुखाचे दिवस येतील, ही सामान्य जनतेची अपेक्षा योग्य अशीच आहे. हा जनतेच्या अपेक्षापूर्तीचा क्षण जवळ आणणे हा महाराष्ट्र राज्याचा मी मानबिंदू मानतो.''

(१ मे १९६० राजभवन येथील भाषणातून)

६) ''आज मी असे म्हणू शकणार नाही की, हा अपेक्षापूर्तीचा मानबिंदू आम्ही जिंकलेला आहे. महाराष्ट्राचे समाजजीवन हे जातिधर्मांमध्ये विस्कटून, तुटून फुटून निघालेले आहे. या समाजजीवनास एकजिनसी रूप आणता यावे हा एक प्रमुख उद्देश राज्यनिर्मितीत होता. त्यासाठी काही ध्येयधोरणे घालून दिली होती व निश्चित अशी प्रयत्नांची दिशा ठरवली होती. उपेक्षित दलित समाजाच्या सहकार्यासाठी डॉ. बाबासाहेब आंबेडकर यांच्या विचारांचा व ध्येयधोरणांचा पाठपुरावा करून महाराष्ट्राचे राज्य व राजकारण करावे असा हेतुपुरस्सर प्रयत्न केला गेला. परंतु चंद्रपूरपासून कोकणच्या टोकापर्यंत पसरलेल्या महाराष्ट्राच्या विशाल भूमीतील या समस्या दूर करण्याकरिता प्रयत्न करणाऱ्या कार्यकर्त्यांची उणीव, तसेच त्यासाठी लागणारी निष्ठा व सामाजिक प्रयत्न यांची कमतरता पडली. प्रयत्न झाले नाहीत असे मी म्हणणार नाही. पुरेसे आणि सातत्याने झाले नाहीत, ते कबूल करावे लागेल आणि त्यामुळे आज या दिशेने आमची प्रगती जशी व्हावी तशी झालेली नाही, हे प्रामाणिकपणे कबूल करावे लागेल. या प्रश्नाचे स्वरूप विसरून एकटाच महाराष्ट्र काही संपूर्ण वेगळे करू शकेल

हे खरे नव्हते. हा एक विचार म्हणून मी त्याची नोंद केली आहे. अपयश झाकण्यासाठी एक सबब म्हणून नव्हे.''

(१ मे १९८०)

७) ''मानवी जीवन विकसित करण्याची, समाज गतिमान करण्याची क्षमता विचारात आहे म्हणूनच विचारांचे, नव्या विचारांचे स्वागत झाले पाहिजे. विचारांतून विचार जन्माला येतात. कलह झाला पाहिजे तो विचारांचा, विचाराचे धन घेऊन समाजाचे मन समृद्ध करण्याची आवश्यकता आहे. विचाराने माणसे निर्भय बनतात. त्यांचा आत्मविश्वास वाढतो. समस्येच्या मुळाशी जाण्याची, तर्कशुद्ध विचार करण्याची, बोलून दाखविण्याची, कृतीत उतरविण्याची आणि त्यातून समाज व देश यांच्या उन्नतीसाठी झगडण्याची तळमळ लोकांमध्ये वाढावी. तरुण पिढी कोणत्या संस्काराने आणि विचाराने प्रभावित होते यावर देशाचे भवितव्य अवलंबून आहे. व्यक्तीच्या जीवनाप्रमाणेच राष्ट्राच्या जीवनात जी आव्हाने येतात ती झेलण्याचे सामर्थ्य जेव्हा प्रत्यक्ष अनुभवाला येते तेव्हा राष्ट्र मोठे होते. हे सामर्थ्य शस्त्राने प्राप्त होत नाही तर विचारांतून व संस्कारांतून प्राप्त होते. प्रत्येक तरुणाला समाजात आपले स्थान कोणते आहे समाजासाठी आपण काय करतो याचा विचार करावा. हा अमुक जातीचा तो अमुक जातीचा असा विचार जर तरुण पिढी करू लागली तर हिंदुस्थानचा विचार कोण करणार?''

(थोर शिक्षणमहर्षी स्व. बापूजी साळुंखे यांच्या सत्कारप्रसंगी १६-४-८२)

८) ''शिक्षण संपल्यानंतर नोकरी करणार नाही. अशी प्रतिज्ञा करा. बुद्धी व हात यांचा उपयोग करा. शौर्याला आम्ही कमी पडलो नाही, तर शास्त्राला कमी पडलो. नव्या आकांक्षांनी पेटलेले तरुण आता पुढे आले पाहिजेत. कर्तृत्वाचे पीकच महाराष्ट्रात उभे राहिले पाहिजे. गुणी व बुद्धिमान असा महाराष्ट्र उभा राहिला पाहिजे. नवीन घडणारा महाराष्ट्र Sky is the limit असा आदर्श ठेवणारा होवो.''

९) ''जाणीवपूर्वक सत्तेचा उपयोग समाजाच्या परिवर्तनासाठी करायचा असा माझा प्रयत्न आहे. दलितांबद्दल कणव माझ्या मनात कायम आहे. सामाजिक न्याय प्रस्थापित करणे ही माझी धारणा आहे.''

(यशवंतरावजींनी वेणूताईंना लिहिलेल्या एका पत्रातून)

१०) ''अस्पृश्योद्धाराकरिता विचारांच्या दृष्टीने पहिला प्रयत्न करणारे ज्योतिबा फुले हे प्रवर्तक होते. त्यांनी काही क्रांतिकारक विचार सांगितले. पण या प्रश्नाला संघटितरीत्या तोंड दिले पाहिजे, असा प्रयत्न करण्यासाठी एक संस्था उभी करावी, असा प्रयत्न करणारे माझ्या कल्पनेप्रमाणे हिंदुस्थानामध्ये कोणी असतील मला माहीत नाही, माझे अज्ञान मी कबूल करतो, पण या महाराष्ट्रामध्ये विठ्ठल रामजी शिंदे हे पहिले गृहस्थ होते.

त्यांनी डिप्रेस्ड क्लासेस मिशन ही संस्था काढली आणि हे कार्य सुरू केले. पुढे त्यांच्या कार्याला किती यश आले किंवा अपयश आले याचे मूल्यमापन करणे फार कठीण आहे.'' ''अस्पृश्यतानिवारणाचा मोठाच प्रश्न आपल्यासमोर आहे. त्यासाठी सरकारने अनेक कायदे केले आहेत. प्रत्येक गावातील सार्वजनिक विहिरी व मंदिरे हरिजनांसाठी कायद्याने खुली झाली आहेत. परंतु अद्यापही अशी अनेक गावे आहेत की, जेथे हरिजनांना हे हक्क आजसुद्धा उपभोगता येत नाहीत. याचे कारण हे आहे की, कायदा हा अनुज्ञापक स्वरूपाचा असतो. जो कोणी हक्क धसाला लावील त्याच्या रक्षणासाठी कायदा उभा आहे. नाही तर कायदा काहीच करू शकत नाही. सामाजिक सुधारणांच्या खास प्रयत्नांनी आपण ही उणीव भरून काढली पाहिजे. आपले हक्क आपण बजावू शकू असा हरिजनांत विश्वास निर्माण करणारे वातावरण पैदा व्हावयास पाहिजे. भारत हा खेड्यांचा देश आहे व म्हणून ग्रामीण भागातून सामाजिक सुधारणेचे पाट आपण कसे खेळवतो यावर सामाजिक क्षेत्रातील आपल्या श्रमांचे साफल्य अवलंबून आहे.''

११) ''राष्ट्रीय ऐक्यास पोषक होईल अशा तऱ्हेनेच आपणास महाराष्ट्र राज्यातील सर्व वर्गांचा विकास व उन्नती घडवून आणावयाची आहे. सामाजिक एकात्मतेच्या बाबतीत आपले काही खास प्रश्न असून ते सोडविण्यासाठी आपण योग्य ते उपाय शोधून काढले पाहिजेत. नव्या राज्यामधले काही प्रदेश आर्थिकदृष्ट्या अविकसित व मागासलेले आहेत. स्वाभाविकपणेच त्यांचा विकास ही महाराष्ट्र सरकारच्या दृष्टीने खास विचारांची बाब आहे. आर्थिकदृष्ट्या मागासलेल्या विभागांव्यतिरिक्त, राज्यातील काही वर्ग हे मागासलेले आहेत. त्यांच्या प्रगतीसाठीसुद्धा आपणास विशेष प्रयत्न केले पाहिजेत. या मागासलेल्या वर्गांत केवळ सामाजिक दृष्ट्या मागासलेल्या लोकांचाच नव्हे तर आर्थिकदृष्ट्या मागासलेल्या लोकांचाही मी समावेश करतो. समान संधी ही सामाजिक न्यायाच्या कल्पनेतील महत्त्वाची बाब आहे आणि म्हणून बुद्धी असूनही केवळ पैशाच्या अभावामुळे तिला वाव मिळत नाही असे होता कामा नये. महाराष्ट्रात अशा प्रकारे सर्वांना सामाजिक व आर्थिक न्याय मिळेल अशी व्यवस्था निर्माण करण्यासाठी आपण झटले पाहिजे.''

(इंडियन कमिटी फॉर कल्चरल फ्रीडम व साधना साप्ताहिकाने आयोजित केलेल्या परिसंवादातून)

१२) ''धर्म हा व्यक्ती आणि परमेश्वर यांच्या मधला संबंध आहे, हिंदू आपल्या मंदिरात परमेश्वराला आळविण्याचा प्रयत्न करतो तर मुसलमान आपल्या मशिदीत अल्लाशी संभाषण करण्याचा प्रयत्न करतो... परंतु हे सर्व संपल्यावर मंदिरातून, मशिदीतून,

गुरुद्वारातून किंवा चर्चमधून जो माणूस बाहेर पडतो तो हिंदू नाही, मुसलमान नाही, शीख नाही किंवा ख्रिस्ती नाही, तो फक्त भारतीय आहे ही भावना आपल्या मनात रुजली पाहिजे.''

(युगांतर-८९)

१३) ''मी जेव्हा राजकारण करीन तेव्हा माझ्या राजकारणामध्ये मी धर्माला प्राधान्य देणार नाही. तेथे धर्माला स्थान नाही. राजकारणामध्ये जेव्हा धर्माला प्राधान्य येते, तेव्हा ते राजकारण जातीयवादी बनते. ''

(युगांतर ३०३)

१४) ''हिंदुस्थानात अजून उघडी नागडी हिंडणारी गरिबी ही जर अशीच हिंडत राहणार असेल, तर या स्वातंत्र्याला आणि आज आपण करीत असलेल्या प्रयत्नांना काहीच अर्थ राहणार नाही. आम्हाला ही गरीबी हटविण्याचा प्रयत्न केला पाहिजे. मनाची गुलामगिरी हटविण्याचा प्रयत्न केला पाहिजे. ज्या समाजामध्ये प्रत्येक मनुष्य स्वाभिमानाने आपली उंच मान करून निर्भयपणे वावरू शकेल, त्याला पोटभर अन्न आणि अंगभर वस्त्र मिळेल, त्याला आपल्या बुद्धीचा आणि शीलाचा विकास करण्याची संधी मिळेल, अशा प्रकारचा समाज आपल्याला निर्माण करावयाचा आहे.''

(युगांतर पृ.५९-६०)

१५) ''आमच्या घराला सुखाचा स्पर्श झालेलाच नव्हता. वडील आणि नंतर थोरले बंधू सरकारी नोकरीत होते-पण एक सामान्य नोकर म्हणून. ते होते बेलिफ. घरची जमीन चार-पाच एकर. तेही माळरान. दोन-चार पोती धान्य देणारं. मी मॅट्रिक होऊन नोकरीत शिरल्यानं निदान दोन वेळा घरची चूल तरी पेटणार होती. वडिलांनी दारिद्र्यात आणि अर्धपोटी अवस्थेत जगाचा निरोप घेतला होता. आम्हा मुलांना जगवण्यासाठी आई हाडाची काडं करत होती. दिवसभर कष्ट करावे आणि संध्याकाळची चूल पेटवावी, असं तिचं जीवन. कष्ट, कष्ट आणि कष्ट हेच तिच्या जीवनाचं सार. आम्हाला धीर देणं हे तिच्या कष्टाचं आणखी एक अंग होतं. पण मला आईचं मोठेपण दिसत होतं, अनुभव येत होते, ते तिच्या मनाच्या मोठेपणाचे! मुलं परिस्थितीनं दुबळी आहेत, याची बोच आईच्या मनाला होती. 'नका, बाळांनो, डगमगू', ही तिची ओवी मी ऐकत होतो. त्यामुळं माझं अवसान दुप्पट होत असे. परिस्थितीनं माणसं स्वार्थी बनतात, एकमेकांचं शत्रुत्व करतात, आपल्यापुरतं पाहतात, हे मी अवतीभोवती पाहत होतो. अनुभवीत होतो. पण घरात एक वेळेला चूल पेटविणारी आई या साऱ्याच्या पलीकडची होती. जेवणवेळेला कुणी आलं, तर आपल्या घासातला अर्धा घास घालण्यासाठी ती बेचैन असे. कुणी नको म्हटलं, तर रागवायची.''

(कृष्णाकाठ, आत्मवृत्त)

१६) ''संकटाचीसुद्धा चव घ्यावी लागते. खडीसाखरेची गोडी माहिती नसलेल्या माणसानं ती खाल्ल्याशिवाय तिच्या गोडीचं ज्ञान होत नाही—तसंच संकटांचं आहे. ती सामाजिक असोत, राजकीय असोत, ती चाखावीच लागतात. निश्चयी लोक आपल्या कार्यापासून कधी उद्विग्न होत नाहीत. याबद्दलचे दाखले मी जेव्हा इतिहासात वाचतो, त्यावेळी संकटं चाखायची, ती कशासाठी हे उमजतं.''

(कृष्णाकाठ, आत्मवृत्त)

१७) ''सांप्रदायिकतेने एखाद्या विचारांशी बांधून घेणे हा माझा स्वभाव नाही. जे मला पटत नाही, त्या विचारातून आणि कृतीतून दैनंदिन जीवनाला योग्य ते मार्गदर्शन लाभणार नसेल, तर मी या विचारापासून अलग होत गेलो आहे. वैचारिक सिद्धांताचा अचूकपणा मी तोच जाणतो की, ज्यातून कार्याचा प्रभाव निर्माण होऊ शकतो. तसे न होईल, तर त्या विचारातच काहीतरी चूक असली पाहिजे, असे समजण्यास हरकत नसावी. तशी चूक असेल, तर विचार तपासण्याची माझी वृत्ती असते. १९४० पासूनची ती वैचारिक बैठक राजकीय प्रवासातील माझी कायमची सोबत झाली आहे.''

(कृष्णाकाठ, आत्मवृत्त)

टीप – (लोकनेते यशवंतराव चव्हाण यांचे उद्धृत केलेले विचार, जीवनपट इ. माहितीसाठी खालील पुस्तकांचा उपयोग केला आहे. 'आधुनिक महाराष्ट्राचे शिल्पकार' संपादक प्रा. अशोक नाईकवाडे, औरंगाबाद; 'युगांतर', 'कृष्णाकाठ', 'भूमिका' लेखक यशवंतराव चव्हाण; 'यशोदीप' लेखक डॉ. शिवाजीराव चव्हाण; 'शब्दाचे सामर्थ्य' संपादक – राम प्रधान; 'यशवंतराव राष्ट्रीय व्यक्तिमत्त्व' संपादक – भा. कृ. केळकर; 'सह्याद्रीवरील सूर्यास्त' – लेखक रामभाऊ जोशी) या सर्व पुस्तकांचे लेखक, संपादक, प्रकाशक यांचे आभार व ऋण व्यक्त करतो. संपा, श्री. रमेश चव्हाण

परिशिष्ट क्र. २

लोकनेते कै. यशवंतराव चव्हाण यांचा जीवनपट

जन्म	:	१२ मार्च १९१३, दक्षिण सातारा जिल्ह्यातील (सध्या सांगली जिल्हा) देवराष्ट्रे या गावी. देवराष्ट्रे येथील प्राथमिक शाळेत चौथीपर्यंत शिक्षण.
१९१८-१९	:	वडील बळवंतराव चव्हाण यांचे प्लेगच्या साथीत निधन.
१९२७	:	कऱ्हाडच्या केंद्रीय शाळेतून व्हर्नाक्युलर फायनल परीक्षा उत्तीर्ण. कऱ्हाड येथील टिळक हायस्कूलमध्ये प्रवेश.
१९३१	:	पुणे येथील नूतन मराठी विद्यालयातर्फे झालेल्या वक्तृत्व स्पर्धेत 'ग्रामसुधारणा' या विषयावर पहिल्या क्रमांकाचे रुपये १५०.०० चे पारितोषिक प्राप्त.
१९३०-३२	:	असहकाराच्या (कायदेभंग) चळवळीत सहभाग व १८ महिन्यांच्या तुरुंगवासाची शिक्षा.
१९३२ मे	:	तुरुंगातून सुटका.
१९३४	:	मॅट्रिक परीक्षा उत्तीर्ण. कोल्हापूर येथे राजाराम महाविद्यालयामध्ये प्रवेश. (प्राचार्य डॉ. बाळकृष्ण व प्रोफेसर ना. सी. फडके यांचा सहवास व मार्गदर्शन.)
१९३८	:	इतिहास व राजकारण हे विषय घेऊन मुंबई विद्यापीठाची बी. ए. ही पदवी परीक्षा उत्तीर्ण.
१९३६-३८	:	एम. एन. रॉय यांच्या विचारांची पकड.
१९४०-४१	:	एलएल. बी. परीक्षेत सुयश व वकिलीच्या व्यवसायास प्रारंभ.
२ जून ४२	:	फलटण येथे विवाहबद्ध आणि भूमिगत.
९ ऑगस्ट ४२	:	चळवळीस प्रारंभ, विशाल सातारा जिल्हा नेतृत्व महात्मा गांधींच्या 'चले जाव' चळवळीत सामील.
१९४२	:	कऱ्हाड येथे भरलेल्या दक्षिण महाराष्ट्र साहित्य संमेलनातील परिसंवादाचे अध्यक्ष.
१९४२-४३	:	सातारा जिल्ह्यातील भूमिगत चळवळीत प्रवेश-संचालन व मार्गदर्शन. ऑगस्ट १९४२ ते एप्रिल १९४३ रुग्ण पत्नी वेणूताई यांची भेट, फलटण येथे आगमन व पोलिसांकडून अटक.
१९४३	:	सर्वात थोरले बंधू ज्ञानोबा यांचे निधन.
१९४५	:	तुरुंगातून सुटका.

१९४६	:	असेंब्लीच्या पहिल्या निवडणुकीत दक्षिण सातारा मतदारसंघातून निवड.
१९४६	:	एप्रिल १४ गृहखात्याचे पार्लमेंटरी सचिव म्हणून निवड.
१९४७	:	डिसेंबरमध्ये बंधू गणपतराव यांचे निधन.
१९४८	:	महाराष्ट्र प्रदेश काँग्रेसचे चिटणीस.
१९५२	:	कराड मतदारसंघातून विधिमंडळात फेरनिवड. पुरवठामंत्री म्हणून नियुक्ती.
१९५३	:	सप्टेंबर २८, श्री. भाऊसाहेब हिरे व श्री. नानासाहेब कुंटे यांच्यासमवेत नागपूर करारावर स्वाक्षरी.
१९५४	:	मुंबई राज्य पंचायत संघाची स्थापना.
१९५६	:	१ नोव्हेंबर विशाल द्वैभषिक मुंबई राज्याची स्थापना व मुख्यमंत्री म्हणून निवड.
१९५७	:	३० नोव्हेंबर प्रतापगडावर शिवस्मारकाचे पं. जवाहरलाल नेहरु यांच्या हस्ते उद्घाटन.
१९५८	:	सप्टेंबर अखिल भारतीय काँग्रेसच्या वर्किंग कमिटीवर निवड.
१९५९	:	मार्च, शस्त्रक्रिया व ४२ दिवसांची विश्रांती.
१९६०	:	मे १, महाराष्ट्र राज्याची स्थापना व नव्या महाराष्ट्र राज्याचे पहिले मुख्यमंत्री.
१९६०	:	ऑक्टोबर २१, पुणे येथे महाराष्ट्र प्रदेश काँग्रेस समितीतर्फे जाहीर सत्कार.
१९६०	:	नोव्हेंबर, अखिल भारतीय काँग्रेस निवडणूक मंडळावर निवड.
१९६०	:	नोव्हेंबर १०, नागपूर करार अंमलबजावणीचा एक भाग म्हणून महाराष्ट्र विधिमंडळाचे एक अधिवेशन नागपुरात दरवर्षी भरविण्यास सुरुवात.
१९६०	:	डिसेंबर, २१ महाराष्ट्र साहित्य संस्कृती मंडळाची स्थापना व नागपूर येथे मंडळाचे उद्घाटन.
१९६०	:	डिसेंबर, मुंबई येथे शिवछत्रपतींच्या पुतळ्याचे अनावरण.
१९६१	:	काँग्रेस महासमितीमधून निवडणूक पद्धतीने अ. भा. काँग्रेस वर्किंग कमिटीवर निवड.
१९६१	:	अ. भा. मराठी नाट्य संमेलन ४२ व्या (दिल्ली येथे भरलेल्या) चे स्वागताध्यक्ष.
१९६२	:	मे १, पंचायत राज्य योजनेचा प्रारंभ.
१९६२	:	'केसरी' च्या दिवाळी अंकात 'नियतीचा हात' हा पहिला लेख प्रसिद्ध.

१९६२	: नोव्हेंबर २२, भारताचे संरक्षणमंत्री म्हणून सूत्रग्रहण.
१९६३	: नाशिक जिल्ह्यामधून लोकसभेवर बिनविरोध निवड.
१९६३	: अमेरिकेच्या संरक्षणखात्याचे सचिव मॅक्कनमारा यांच्या निमंत्रणावरून अमेरिकेस भेट.
१९६३	: ऑगस्ट, रशियाचा दौरा-क्रुश्चेव्ह यांच्याशी चर्चा.
१९६४	: २८ ऑगस्ट, रशियाचा दौरा.
१९६४	: दिल्लीतील महाराष्ट्रीय शिक्षणसंस्थेच्या अध्यक्षपदी नियुक्ती.
१९६५	: जानेवारी, अ. भा. मराठी नाट्य परिषद-४७ वे अधिवेशन, नांदेड उद्‌घाटन.
१९६६	: जानेवारी, ताश्कंद येथे शास्त्रीजी-अयूबखान यांच्या चर्चेस उपस्थिती.
१९६६	: नोव्हेंबर १४, केंद्रीय गृहमंत्रिपदी नियुक्ती.
१९७०	: जून २६, केंद्रीय अर्थमंत्री म्हणून नियुक्ती.
१९७१	: विकसनशील राष्ट्र परिषदेमध्ये आर्थिक विकासासंबंधी चर्चा.
१९७४	: ऑक्टोबर : केंद्रीय परराष्ट्रमंत्री म्हणून नियुक्ती.
१९७५	: गियाना, क्युबा, लेबनॉन, इजिप्त, पेरू, अमेरिका, अफगाणिस्तान, इराक, कुवेत व फ्रान्स इत्यादी राष्ट्रांना भेटी.
१९७५	: डिसेंबर, अखिल भारतीय मराठी साहित्य संमेलन-कराड, स्वागताध्यक्ष.
१९७६	: तुर्कस्तान, अल्जेरिया या देशांना भेटी.
१९७७-७८	: लोकसभेतील विरोधी पक्षनेते.
१९७८	: इंदिरा गांधी यांच्याबरोबर मतभेद होऊन 'संजीव रेड्डी काँग्रेस'मध्ये प्रवेश.
१९७९	: जुलै, चरणसिंग यांच्या संयुक्त मंत्रिमंडळात उपपंतप्रधान आणि गृहमंत्री.
	: डिसेंबर, थोर बंधुवत मित्र किसन वीर तथा आबा यांचे निधन
१९८०	: सातारा मतदारसंघातून लोकसभेवर निवड (रेड्डी काँग्रेसचे महाराष्ट्रातील एकमेव विजयी उमेदवार).
१९८२	: इंदिरा-काँग्रेसमध्ये प्रवेश व आठव्या अर्थ आयोगाचे अध्यक्ष.
१९८३	: जून १, सौ. वेणूताई यांचे निधन.
१९८४	: नोव्हेंबर २५, सायंकाळी ७.७० वाजता दिल्ली येथे निधन.
१९८४	: नोव्हेंबर २७ (दुपारी ३.४० वाजता कऱ्हाड येथे) कृष्णा-कोयनेच्या प्रीतिसंगमावर अंत्यसंस्कार.

परिशिष्ट क्र. ३

माझ्या आठवणीतील ‘साहेब’

श्री. रमेश चव्हाण
संपादक

मी एक वाईकर आहे याचा मला अभिमान आहे. पुरातन काळापासून हे एक विद्याकेंद्र म्हणून प्रसिद्ध आहे. हे क्षेत्राचे गाव असूनसुद्धा अतिशय उपक्रमशील असे आहे. माझ्या लहानपणी गणपती घाटावर, मंडईत वेगवेगळ्या सभा होत. मोठमोठे पुढारी, वक्ते येत. एकदिवशी शाळेतून घरी आलो तो घरात, आजूबाजूच्या खेड्यांतून आलेली बापे-पुरुष मंडळी जमलेली दिसली. चौकशीअंती मंडईत यशवंतराव चव्हाण यांची सभा असल्याचे समजले. मी यशवंतराव चव्हाण यांना पाहिलेले नव्हते. त्यामुळे पहाण्याची उत्सुकता होती. भाषण ऐकण्याचे/समजण्याचे ते वय नव्हते. पण याआधी भाऊराव पाटील, दादासाहेब जगताप, मानसिंगराव जगताप, किसन वीर, नाना पाटील, एस्. एम्. जोशी, प्र. के. अत्रे, विठ्ठलराव जगताप, कृष्णराव भाऊराव बाबर इत्यादी पुढारी पाहिले होते. त्यांत आईने ते सरकार आहेत अशी पुस्ती जोडल्याने मी त्यांना बघण्यासाठी गेलो. १९५६ चे सालाचा डिसेंबर महिना असावा कारण थंडी फार होती व आईने दिलेली कानटोपी घालून मी गेलो होतो. खूप गर्दीत घुसून मी स्टेजजवळ गेलो. भारतीय बैठक, लोड अशी बसण्याची व्यवस्था होती. खुर्च्या वगैरे नव्हत्या. त्यावेळी स्टेजवर यशवंतराव चव्हाण आले. सर्वांना नमस्कार करून खाली बसले. त्यांच्या सोबत किसन वीर व तर्कतीर्थ होते. सर्वात ते उठून दिसत होते. पांढरे शुभ्र धोतर, खादीचा नेहरू शर्ट, पांढरे स्वच्छ अर्धे जाकीट व डोक्यावर तिरकी गांधी टोपी, पायात कोल्हापुरी चपला ही त्यांची वेषभूषा समोरच्यावर छाप पाडत असे. चष्मा त्यावेळी नव्हता. भाषणाच्या वेळी उभे राहून ते बोलत होते. त्यावेळी समोरचा माईक एका हाताने धरून ठेवला होता व अधून मधून उजवा हात वर करत, त्यावेळी मूठ आवळलेली दिसे. भाषणाकडे माझे लक्ष नव्हते व कळतही नव्हते. असे ‘सरकार’ मी मनात साठवून घरी रात्री उशिरा आलो.

त्यानंतर थोड्याच अवधीनंतर आमच्या घराशेजारील द्रविड यांच्या वाड्यात ‘एकलव्य’ वसतिगृह (विद्यार्थिगृह) चे उद्‌घाटन यशवंतराव चव्हाण यांचे हस्ते झाले. त्यावेळी घरातील टेबल, टेबलक्लॉथ व पाण्याचा तांब्या भांडे द्रविडांच्या वाड्यात नेले होते. समारंभ संपल्यानंतर या वस्तू घरी आणण्याची जबाबदारी आईने माझ्यावर सोपविल्यामुळे मी सतरंजीवर अगदी पुढे बसलो. त्यावेळी त्यांना ‘साहेब’ म्हणून

संबोधितात हे कळले. मग पुढे मी सुद्धा 'साहेब' असाच उल्लेख करू लागलो. त्यावेळी तर्कतीर्थ त्यांच्या शेजारी होते.

शाळेत येणाऱ्या 'मन्वतर'; 'सकाळ' 'प्रभात' या वृत्तपत्रांतून मला 'साहेबां'विषयी बऱ्याच गोष्टी कळल्या. ते आपल्या राज्याचे मुख्यमंत्री आहेत. ते मूळचे कऱ्हाडचे आहेत वगैरे. त्यावेळी मराठी भाषिकांचे स्वतंत्र राज्य व्हावे म्हणून चळवळ चालली होती. अनेक सभा होत, वक्ते बोलत. प्रतापगडांवर शिवाजीमहाराजांच्या पुतळ्याचे अनावरण करण्यास भारताचे पंतप्रधान पं. जवाहरलाल नेहरू येणार म्हणून सर्व शाळेतील मुलांनी वाई-पांचगणी रस्त्यावर दोहोबाजूस उभे राहून स्वागत करण्याचा कार्यक्रम होता. १९५७ मधील दिवाळीनंतरचा तो दिवस होता. सकाळीच आम्ही सर्व मुले गु. धायगुडे मास्तर यांच्यासोबत गेलो. परगावांवरून फार माणसे आली होती. पण ते 'मुंबईसह महाराष्ट्र झालाच पाहिजे' अशा घोषणा अधून मधून देत होते. गर्दी मरणाची होती. मी प्रथमच एवढे पोलिस पहात होतो. आळी आळीतून हिंडून कार्यकर्ते भाकरी-झुणका वगैरे गोळा करत होते. त्यांचे नेतृत्व प्र. के. अत्रे, एस्. एम्. जोशी करत होते. आम्ही या सर्व गर्दीतून वाट काढत वाई, पांचगणी रस्त्यावर आलो. हातात छोटे तिरंगी ध्वज होते. पंतप्रधानांची गाडी येत असल्याची वर्दी मिळाली. एवढ्यातच समोरून गाड्यांचा ताफा आला आणि गेला. भुरकन जाताना 'साहेब व नेहरूंना आम्ही पाहिले. पण समाधान झाले नाही. म्हणून थांबलो. परत येताना मात्र ते पांचगणी-वाई रस्त्यावर दत्तदेवळाजवळ थांबले. श्री. देवधर यांनी नेहरूंना सुताचा हार घातला, त्यावेळी पुनरपि 'साहेबांना' पाहिले. ते वातावरण, गर्दी, घाटातील रस्त्यावर नागमोडी पसरलेला जनसागर अजूनही आठवतो. त्या गर्दीचा उलगडा पुढे मोठे झाल्यावर १ मे १९६० रोजी झाला, कारण मुंबई महाराष्ट्रास मिळाली.

१९५७ साली साजऱ्या झालेल्या वाई नगरपालिकेच्या शतसांवत्सरिक महोत्सवात माझ्या आजोबांना (ना. कृ. चव्हाण) पदक देऊन 'साहेबांच्या' हस्ते गौरवण्यात आले. माझे आजोबा १९२६ ते १९२९ पर्यंत वाईचे बहुजनसमाजातून आलेले पहिले नगराध्यक्ष होते. या घटनेचा मला सतत अभिमान असे. १९५८ साली मी हायस्कूलमध्ये जाऊ लागलो. ब्राह्मसमाज इमारतीत भरणारे 'महर्षि शिंदे विद्या मंदिर'चे उद्घाटनसुद्धा ११ मे १९५६ रोजी साहेबांच्याच हस्ते झाले होते. स्वामी विवेकानंद संस्थेचे गु. बापूजी साळुंखे यांचे हे हायस्कूल होते व याचा अभिमान मी सतत बाळगला.

मनात अप्रूप असलेले 'साहेब' पुढे भारताचे संरक्षणमंत्री झाले. त्यावेळी मी कॉलेजच्या पहिल्या वर्षात होतो. 'सह्याद्री हिमालयाच्या मदतीस धावला' असे जवळजवळ सर्व वृत्तपत्रांतून छापून आले होते. एन्. सी. सी.तील आम्ही विद्यार्थी या गोष्टीने

भारावून गेलो. त्यानंतर वृत्तपत्रांतून, दिवाळी अंकांतून अधून मधून येणारे लेख वाचत असे. पुढे 'साहेबांची' चढती कमानच पाहण्यास मिळाली. ते आमच्या जिल्ह्यातील असल्याने प्रत्यक्ष ओळख नसतानासुद्धा त्यांच्याविषयी अभिमान वाटायचा. मन ते भारताचे पंतप्रधान व्हावेत, अशी भावना व्यक्त करायचे.

पुढे नोकरीत असताना १९८० मार्च मध्ये माझी बदली औरंगाबादहून दिल्लीत शाखाधिकारी म्हणून झाली. प्रथमच मी महाराष्ट्र राज्याबाहेर जात होतो. तेथे आपले कोणीच ओळखीचे नाही म्हणून मी काळजीत होतो. मी सहजच 'साहेबांना' पत्र लिहावे म्हणून पत्र लिहिले. त्यावेळी मी नुकतेच त्यांचे 'भूमिका' हे पुस्तक वाचले होते. आदर, प्रेम व जिव्हाळा वाटत होता. हे सर्व एकतर्फी होते. एवढ्या उत्तुंग व्यक्तीस आपण पत्र लिहितोय याचे भान असूनसुद्धा धाडस केले आणि आश्चर्य असे की त्यांचे त्वरित उत्तर आले. ते पत्र सोबत परिशिष्टात जोडले आहे. एका सामान्य माणसास या असामान्य माणसाने पत्राचे उत्तर द्यावे याचे आश्चर्य वाटले. परंतु त्या पत्राने माझा आदर वाढला, कोणीतरी आपले आहे या भावनेतच मी दिल्लीला जाण्याची तयारी केली. तेथील पूर्वीचे शाखाधिकारी वाळिंबे हे वाईकर म्हणजे माझ्या गावचेच असल्याचे समजले. दिल्लीत गेल्यावर त्यांना भेटलो. त्यांनी आशीर्वाद दिला. सौ. वेणूताईंची ओळख करून दिली. काही अडचणी आल्या तर कळवा. संकोच बाळगू नका. चांगले काम करा असे सांगितले. आपल्या वडिलांचीसुद्धा त्यांना चांगली माहिती आहे, हे जाणविल्याने मी फारच सुखावलो. शाखेत आल्यावर ते आपले सेव्हिंग्ज खातेदार आहेत हे समजल्यामुळे अभिमानात भर पडली.

दिल्लीत त्यावेळी बँकेचे चेअरमन श्री. वि. श्री. दामले, सातारहून शाखाभेटी-साठी आले होते. भेटीत मराठी खासदारांना भेटण्याचा त्यांचा शिरस्ता होता. त्यामुळे त्यांना घेऊन मी ठरलेल्यावेळी 'साहेबांच्या'कडे गेलो. इतर गप्पा होताना किसन वीरांचा विषय निघाला. साहेबांचे नयन भरून आले. 'माझा डावा हात निकामा झाला' असे उद्‌गार काढले. आम्ही दोघेही सद्‌गदित झालो. केवढे मित्रप्रेम, माया! अशी माणसं क्वचितच पहायला मिळतात.

दिल्लीत रुळत असतानाच एकदिवशी मी राहत असलेले घर चोरांनी फोडले. मला कळल्यानंतर मी त्वरित घरी आलो. चोरांनी फक्त कुलूप तोडले होते. तपासाअंती काही गेलेले नव्हते हे समजले. कदाचित त्यांना जिन्यांत कोणाचीतरी चाहूल लागल्यामुळे त्यांनी पोबारा केला असावा. तोपर्यंत बँकेतील सहकारी हजर झाले. त्यांनी पोलीस तक्रार करा असे सुचविले. मी 'साहेबांना' फोन केला, त्यांना कल्पना देऊन काहीच चोरीला गेले नाही असे सांगितले. त्यांनी शांत रहा. पोलीस तक्रार करू नका. तुम्हाला

उगाच हेलपाटे मारावे लागतील. एवढा वेळ तुमच्याकडे आहे कां? मालकाकडून लोखंडी गेट बसवून घ्या. काळजी घ्या. असा व्यवहारी सल्ला दिला. पण दुसरे दिवशी कॉलनीतील कोपऱ्यावर नव्याने उभारलेले पोलीस पोस्ट पाहून आचंबित व अवाक झालो.

मला वाटते साधारण १९८१ मार्च/एप्रिल मध्ये माझे वडील रा. ना. चव्हाण यांना मी त्यांचेकडे घेऊन गेलो. त्यावेळी ते हॉलमध्ये न बसता शेजारच्या एका खोलीत घेऊन गेले. दोघे बराच वेळ अनेक विषयांवर बोलत होते. त्याचा उल्लेख त्यांच्या लेखांत आला आहेच. गप्पांवरून 'रा. नां.'चे बरेच लेखन त्यांनी वाचले असल्याचे दिसले. दोघांनाही एकमेकांविषयी अतीव आदर असल्याचे जाणवले. आम्हांस पोहचविण्यास दारापर्यंत आले. वडिलांना साहेब म्हणाले 'तुमचे विखुरलेले प्रबोधनपर लेख पुस्तकरूपाने संकलित केले पाहिजेत. वडील माझेकडे पाहून करीन म्हणाले. वडिलांनी त्यांना महर्षी वि. रा. शिंदे यांचे पोस्टाचे तिकीट भारत सरकारने काढावे, या गोष्टीची आठवण करून दिली. अन् आम्ही त्यांचा निरोप घेतला.

'साहेबांच्या' दिवाणखान्यात एक आकर्षक अशी प्तिळी समई होती. ती मी मार्च १९८३ मध्ये दिल्ली शाखेतील 'विदेश विनिमय विभागाचे' उद्‌घाटनास मागून आणली होती. सातारा शहरात मुख्य कार्यालय असलेल्या 'दि युनायटेड वेस्टर्न बँके'बद्दल त्यांना प्रेम, जिव्हाळा व आपुलकी होती, हे मी अनुभविले.

१ जून १९८३ ला श्री. सदाशिव दीक्षित (दिल्ली आकाशवाणी) यांचा फोन आला. त्यांच्याकडून सौ. वेणूताई गेल्याचे समजले. त्वरित एक रेस कोर्सवर गेलो. त्यावेळी ४ वाजले होते. मृतदेह मुंबईला नेणार होते. दर्शन घेतले. 'साहेबांना' भेटण्याचे, त्यांचेकडे पहाण्याचे धाडस झाले नाही. सर्व अबोल होते. या धक्क्यातून साहेब सावरोत अशी मनात प्रार्थना करून परत आलो.

डिसेंबर १९८३ मध्ये बँकेचे चेअरमन श्री. वि. श्री. दामले यांना भेटण्यास घेऊन गेलो. त्यावेळी ते फारच खचले आहेत असे वाटले. वेणूताई गेल्याचा घाव त्यांच्या जिव्हारी बसला आहे हे त्यांच्या डोळ्यांत साठलेल्या अश्रूंनी आम्हास सांगितले.

त्यानंतर मे १९८४ मध्ये माझी बदली मुंबई रिजनल ऑफिसला झाली. 'साहेब' परगावी असल्याने मला त्यांना भेटतां आले नाही. पुढे २५ नोव्हेंबरला रात्री 'साहेब' गेल्याचे समजले. फार व्यथित झालो. २६ नोव्हेंबरला चार पाच वृत्तपत्रे आणून वाचली. त्यांचा पार्थिव देह मुंबईत आणणार असल्याचा फोन दिल्लीच्या शाखेतून सकाळी ११ वाजता आला. त्यामुळे चौकशी करून दुपारी एक वाजता मलबार हिल वरील 'सह्याद्री'- वर गेलो. सोबत माझा भाचा डॉ. कुमार वाघ होता. खूप गर्दी होती. पण पार्थिवदेह

आला नव्हता. त्यामुळे वाट पहात थांबावे लागले. त्या काळात त्यांच्या शेवटच्या आजारात ट्रीटमेंट बरोबर झाली नाही. आबाळ झाली अशी कुजबूज ऐकून मन उद्विग्न झाले. सायंकाळी पार्थिव फुलांनी सजवलेल्या तोफगाडीतून मिरवणुकीने 'सह्याद्री'वर आले. तेव्हा जनसमुदाय शोकाकुल झाला. 'साहेबांचे' दर्शन घेतले. त्यांचा चेहरा काळवंडला होता. खरच त्यांची अनास्था झाली कां? ह्या एका विचाराने माझ्या मनात घर केलं. दुसरे दिवशी कऱ्हाडात 'साहेबांचे' दर्शन प्रचंड गर्दीमुळे झाले नाही. परंतु अफाट जनसागराच्या शोकाकुल अवस्थेचा व प्रेमाचा अनुभव मी घेतला.

महाराष्ट्र एका सुसंस्कृत, हळव्या मनाच्या सभ्य, कनवाळू नेतृत्वास मुकला हेच खरे. माझ्या जीवनाच्या क्षितिजाला या उत्तुंग अशा राजकीय व्यक्तिमत्त्वाचा परिसस्पर्श झाला. तोही एकमेव असावा याचे मला अप्रुप वाटते. आपली काडीचीही ओळख नसताना 'साहेब' सतत आपलेच वाटावेत असे जादुई रसायन त्यांच्या व्यक्तिमत्त्वात होते. त्याचा शोध मी अद्यापि घेत आहे. या पुस्तकाच्या निमित्ताने 'आठवणी' लिहून झाल्या. माझ्या मीच छापल्या. मन मोकळे झाले.

श्री. रमेश चव्हाण – संपादक

परिशिष्ट क्र. ४

पत्र

Yeshwantrao Chavan

1, RACE COURSE ROAD,
NEW DELHI-110011.

दिनांक : 18 मार्च, 1980

स. न. वि. वि.

तुमचे औरंगाबादहून लिहीलेले पत्र मिळाले. तुमची हल्लीच्या बँकेतून बदली होऊन शाखाधिकारी म्हणून दिल्लीला येताहेत हे वाचून आनंद वाटला. दिल्ली शाखेचे हल्लीचे शाखाधिकारी श्री वाळिंबे हेही वाईकर असून माझे चांगले स्नेही आहेत. तुम्ही तुमच्या घराण्याबद्दल जे लिहीले आहे ते मी यापूर्वीही ऐकून होतो. तुमचे वडील प्रार्थना समाज, ब्राम्हो समाज व महात्मा फुले या विषयावर लिहीत असतात हे ही मी पाहिले आहे. माझ्या शुभेच्छा सदैव तुमच्या बरोबर असतील. दिल्लीला आल्यानंतर भेटू.

कळावे

आपला

यशवंतराव चव्हाण

श्री रमेश रामचंद्र चव्हाण
शाखाधिकारी,
दि युनाइटेड वेस्टर्न बँक लि.,
औरंगाबाद

परिशिष्ट क्र. ५
पुढारी व विवेकवंत

लेखक – रा. ना. चव्हाण

(यशवंतराव चव्हाण विवेकवंत अभ्यासू नेते होते. जनसामान्यांत व विचारवंतांत त्यांनी आपले खास स्थान निर्माण केले होते. त्यांचे विरोधकही त्यांना मानत. अशा नेतृत्वाचा 'आदर्श प्रारूप' म्हणून समोर ठेऊन कार्यकर्त्यांच्या प्रशिक्षणासाठी / प्रबोधनासाठी लिहिलेला लेख या परिशिष्टांत मुद्दाम समाविष्ट केला आहे. यशवंतराव यांचे चरित्र हे वाचन वा स्मरण, त्यांच्या गुणांचा स्वीकार व आचरण यांमुळेच फलदायी होईल व राजकीय पक्ष / कार्यकर्ते उत्तरोत्तर अधिकाधिक 'निकोप समाजकारण' करतील तर निधर्मी लोकशाही अधिक बळकट होईल.

सदरचा लेख 'युगकर्ता' जुलै, ऑगस्ट, सप्टेंबर १९८७ यातून उद्धृत केला आहे. : संपादक)

विचार व विवेक सर्वांच्या गरजेचा विषय आहे. मनुष्याला सत्यासत्य शोधता येते. मनुष्यात निर्माण होणारा प्रत्येक विचार हा बरावाईट असू शकतो. विचार व विवेक यांत असा फरक आहे की, विवेक म्हणजे शाश्वत (सत्य) व अशाश्वत (असत्य) यांच्यासंबंधी बुद्धी वापरून व तपासून जो विचार केला जातो, तो विवेक होय. प्रत्येक विचार हा विवेक नसतो. श्री समर्थ रामदासांनी 'विवेक' म्हणजे काय, हे पारमार्थिकदृष्ट्या सांगितले आहे. व्यवहारातदेखील खऱ्याखोट्यांचा निवाडा करून विवेक करण्याची गरज असते. विवेकी माणूसच जास्ती पुढे येतो, विजयी होऊ शकतो. धंदा, उद्योग, व्यवसाय यांत विवेक हा पाहिजेच. माणसाला सत् व असत् विचार प्राप्त होऊ शकतात. सदसद्विवेकबुद्धी वापरण्याची दररोजच्या प्रपंचात व संसारात जरुरी असते. केवळ बुद्धीत विचार आला व तो कार्यवाहीत आणून टाकला; तर त्याचे बरे-वाईट परिणाम होऊ शकतात. म्हणून मनात येणारा विचार खरा आहे किंवा घातक आहे, यासंबंधी शोधक असा सारासार विवेक माणसास जरुरीचा आहे. मग तो मनुष्य पुढारी असो अगर विवेकवंत असो, दोघांनाही त्यांचे विचार तपासणीची नेहमी गरज असते. या प्रक्रियेला आत्मपरीक्षणदेखील म्हणता येईल. 'चाळणा उदंड करावी' असे समर्थ यासाठीच सांगतात, आपली मते, आपला पक्ष वगैरे जे आपले सर्व काही आवडते असते, ते खरे का खोटे, हे शोधणे, मनुष्यमात्रास उपयोगी होते व तो भावनेच्या आहारी जात नाही, सावध असतो. सावधानतेचे विवरण व महत्त्व रामदासामध्येदेखील चांगले मिळते, बुद्धी ही सावध असण्याची नितांत गरज असते.

हल्ली पुढारी व विवेकवंत असे दोन वर्ग आढळतात, म्हणूनही ते मानले जातात. ही फाळणी व विभागणी इष्ट नाही. पुढाऱ्यालाही विवेक पाहिजे. अविवेकी पुढारी असला व तो अनुयायांनी मानला, तर तोटा दोघांचाही होतो. अविवेकी पुढाऱ्यांचे पुढारीपण खड्ड्यात जाते व तो संपतो. पुढारी कसा असावा व कसा नसावा, याचाही विचार विवेकाने केला पाहिजे. गुरू करताना पारखून घ्यावा लागतो. नाही तर बुवाबाजीचे दुष्परिणाम भोगावे लागतात. त्याचप्रमाणे पुढारी-प्रतिनिधी निवडताना नीट विचाराने स्वीकारला व त्याला विवेकाने मते दिली तर देशाचा फायदाच होईल. 'विवेक' याची सोपी व व्यवहार्य व्याख्यादेखील दिली जाणे शक्य होते. उदा. विवेक म्हणजे हिशेबी विचार. बेहिशेबी विचार म्हणजे अविवेक होय. विवेक बुद्धीने करावयाचा असतो. मनात बरे-वाईट विचार येऊ शकतात. ते खरे किंवा खोटे, हे पाहून संसार-प्रपंचात चालले पाहिजे, भावना तपासल्या पाहिजेत. विवेकांती जो भाव तो बाधक होत नाही. 'विवेके आकळावा श्रीपती' असेही साधुसंत सांगतात. शाश्वत (खरे) अशाश्वत (खोटे, मिथ्या-परिवर्तनीय) असा पारमार्थिक साधनमार्गातील विवेक मनोबोध व दासबोध यांत आढळतो. तो कोणत्याही संप्रदायातील साधकाला उपयुक्त होणारा खास आहे. श्रेष्ठ साधुसंतांची शिकवण जागतिक असते. मनुष्य जीवाला विवेकी करू शकतो, तो साधू तोच संत (खरा) होय. संतांचे हे कार्य असते.

राजकारणात (व कोणत्याही जीवनाच्या अंगोपांगांत) विवेक हवा असतोच. पुढाऱ्यांना विवेक जसा जरुरीचा असू शकतो, तसा त्यांच्यात दिसून येत नाही. म्हणून एकपरी विवेकवंत व पुढारी असा पृथक् विचार होत असतो. म्हणजे हे दोन्ही भिन्न भिन्न मानिले जातात.

विवेकामुळे विवेकवंत संबोधिला जातो. सर्वच विचारवंतांचे विचार हे सर्वमान्य होण्यास पात्र असतातच असे नव्हे. विचारवंतांचे विचार विवेकावर अधिष्ठित झाले तर ते टिकावू ठरतात. नाहीतर थोड्याच कालावधीत कालबाह्य होऊ शकतात म्हणून विचारवंतांनीही त्यांचा विचारपक्ष व स्वीकारलेली मते-तत्त्वज्ञान तपासावे. कोणताही पक्ष खरा किंवा खोटा, हे ठरविण्यासाठी प्रथम विवेक केला पाहिजे. म्हणजे दूरदृष्टी येते व पक्षांतर करावे लागत नाही! विवेकांती पक्ष ठामपणे स्वीकारला जात नाही, म्हणून पुढाऱ्यांना पक्षांतराची गरज भासते व वारंवार स्वार्थासाठी पक्षांतर करणे, हे हास्यास्पद ठरते! राजकारणातील पुढारी हे वारांगनेसारखे वाटतात. म्हणून पुढाऱ्यांना (आजकाल) विवेक पाहिजे. पुढारी विवेकी द्रष्टे हवेत. पुढाऱ्यांना वाचन अभ्यास-मनन-चिंतन-सत्यान्वेषण जरूर आहेच. उथळ पुढारी काही कामाचे नाहीत. कार्यकर्त्याने त्याचे कार्य (Mission) विचारांती-विवेकांती निवडले पाहिजे व त्यासाठी एकविधता पाळली

पाहिजे. **समर्पित होऊन व वाहून घेऊन कार्य करणारे कर्मवीरत्व मिळवितात.**

विवेकी नेतृत्व

विवेकवंत व विचारवंत प्रत्यक्ष राजकारणापासून लांब राहिलेले आढळतात व पुढारी राजकारणाचा खेळ खेळतात; हे आजकालचे दृष्य दिसते. पण काँग्रेस स्थापन झाल्यावर व तत्पूर्वी जे पुढारी होते ते राजा राममोहन राय, रानडे, गोखले, विवेकानंद, टिळक वगैरे अनेक अभ्यासू-व्यासंगशील असे विवेकवंत होते. राजकारण हा अभ्यासाचा शास्त्रीय विषय आहे. केवळ 'लेकुराच्या गोष्टी' नव्हेत. जे राजकारणात पडतात व पुढारी म्हणवितात किंवा त्याला पुढारी म्हटले जाते, त्यांना विवेकी विचार हा हवाच असतो. विवेकवंत व पुढारी यांच्यामध्ये अंतर पडू नये. पुढारी जर विवेकी असतील व त्यांचा राजकारण या विषयावर अधिकार असेल तर उत्तमच, दुधात साखर पडल्यासारखे होईल व विचारवंतांनी केवळ अभ्यासिकेत व व्यासपीठापुरतेच राहू नये. राजकारणात पडावे, म्हणजे राजकारण प्रगल्भ होईल. उदा. तर्कतीर्थ यांचे जे महत्व आहे, ते स्वत: पंडित– विवेकवंत असूनही राजकारण त्यांनी वर्ज्य मानले नाही. पंडित व विद्वान हा दूरचा सोवळा असा अर्थ त्यांच्या बाबतीत होत नाही. **यशवंतराव विवेकवंत अभ्यासू नेते होते, म्हणून ते उमटून दिसले व आजही दिसतात. त्यांचे वाचन, मनन, पूर्वतयारी उपेक्षणीय नव्हती म्हणून विचारवंतांत, साहित्यप्रेमीत त्यांना स्थान प्राप्त झाले होते.** यापूर्वीचे महर्षी शिंदे यांचे नेतृत्व विवेकसंपन्न होते. अशी उदाहरणे थोडी सापडतात. पण ती वाढावीत, वाढली पाहिजेत. 'अभ्यासे प्रकट व्हावे' नाहीतर गुप्तच असावे, देखावा करू नये, हे अधिक बरे.

निवडून जाणारे प्रतिनिधी जर अभ्यासू विवेकी असतील तर ते अधिक जबाबदार असू शकतात. खुर्चीत बसणाऱ्यांनी व बसू इच्छिणाऱ्यांनी स्वत:ची पात्रता अजमवावी, हे बरे नव्हे काय?

निष्क्रिय विद्वान कामाचा नसेल तर तो व्यर्थ होय, असे मागे तुकोबा म्हणाले व महर्षी शिंदेदेखील सांगत असत. कर्मवीराला विद्वत्तेची जोड असल्यास उत्तमच. कर्मवीर भाऊराव पाटील यांच्यात शैक्षणिक शहाणपण होते, म्हणून ते 'शिक्षणमहर्षी' ठरले. **शिक्षण व शहाणपण हातात हात घालून कसे पुढे जाईल, हा आजचा प्रश्न आहे.**

सत्ताधारी व विरोधी प्रतिनिधी विवेकाने समजुतीने वागतील तर संसदांमधून जो 'गोंधळ' होत असतो तो होणार नाही. निवडणूक ही पैशाच्या (व सत्तेच्या) जोरावर जिंकली जात असल्यामुळे विवेकवंत, विद्वान व तत्सम मंडळी निवडणुकीच्या राजकारणापासून दूर राहतात पण ही अवस्था पालटली गेली पाहिजे. गरीब पण सुपात्र

हाही निवडून आणला पाहिजे, पण आजकाल हे अवघड आहे.

पुढारी कार्यकर्ते विवेकसंपन्न विचारवंत असे लाभले तर पुष्कळपणे राजकारण सुधारेल. पदवीधर कायदेनिष्णात निवडून जातील तर चांगले कायदे होतील. स्थानिक स्वराज्य संस्था सुधारतील. अर्थशास्त्राच्या अभ्यासकांची सहकारी चळवळीत वाढ होईल तर त्याही दर्जेदार होतील. 'भ्रष्टाचार' हा विवेक नव्हे; अविचारच गणिला पाहिजे; निदान सुशिक्षितांनी तरी गुन्हेगारी करू नये. **पदवीधर भ्रष्टाचारी असू शकतात, असा अनुभव प्राप्त होणे हे शिक्षणक्रमाचे दुर्दैव होय.** प्रथम शिक्षणाचे वाढते क्षेत्र भ्रष्टाचारापासून कसे मुक्त-लांब राहील हा प्रश्न सुटला पाहिजे. शिक्षण म्हणजे तिसरा डोळा. शिक्षणाने डोळसपणा वाढविला पाहिजे.

साहित्य व शिक्षणाचा प्रसार वाढत आहे हे खरे पण यांचा केवळ धंदा होता कामा नये, धंदा-बाजार झाल्यास दर्जा खालावतो म्हणून कोणीही असो, पुढारी असो, कार्यकर्ता असो अगर विचारवंत असो त्याला विवेकाची जोड ही असावीच लागते. राजकारणात उत्तरोत्तर धर्मांधता आडवी येत आहे. **पण मूलत: धर्म म्हणजे दुसरेतिसरे काही नसून विवेक करणारे व शिकविणारे शास्त्र होय.** धर्म व राजकारण जर 'अफू' होईल, तर सर्वच राष्ट्र संपेल व अविवेकाचा अंमल येईल. धर्म, भाव, श्रद्धा परमार्थ-संसार, साहित्य, संशोधन वगैरे कोणत्याही जीवनाच्या अंगोपांगांत विवेकाचे महत्त्व आहे. मनुष्य म्हणजे बुद्धी व बुद्धीनेच विवेक करता येतो. बुद्धिमान माणूस जास्ती विवेक करू शकतो. पुढाऱ्यांनाही बुद्धिमत्ता - शहाणपण पाहिजेच. मते सुधारण्यासाठी मती ही निकोप करणे जरूरीचे आहे. ज्यांना नेत्र (विचाराचा डोळा) असतो ते चांगले पुढारी व कार्यकर्ते होऊ शकतात, उत्तम नेते होऊ शकतात. कित्येकांत नैसर्गिकपणे नेतृत्वाचे गुण असतात असे शिवाजीमहाराजांमध्ये होते.

सयाजीराव : शाहूंचे उदाहरण

संस्थानी कारभार नीट व्हावा, म्हणून सयाजीराव व शाहू यांनी खालसा मुलुखातून लायक व पदवीधर माणसे बोलावून, त्यांना कारभारी केले. साहित्याला व विद्वत्तेला उत्तेजन दिले. ब्राह्मणेतर पक्ष निघाल्यावर पदवीधर वकीलमंडळी कायदे कौन्सिलमध्ये निवडून जाण्यासाठी त्यांना राजर्षी शाहू यांनी शोधून पुढे आणिले. त्या काळात चांगले इंग्रजी यावे लागत असे. आज उठला सुटला तो पुढारी होतो. निवडणूक ही उत्तरोत्तर फार खर्चाची होत आहे व मतदारांत पैसे घेऊन मते देण्याची प्रवृत्ती वाढत असल्याने निवडणुकांचा बाजार झाला. तुलनेने काही संस्थानेदेखील पूर्वी आदर्श वाटत याचे कारण चांगले प्रधान निवडले जात. प्रतिनिधींच्या लायकीवर कायदे कौन्सिलातील कामांचा दर्जा अवलंबून असतो. संसदपटू पुढारी, 'आमदार, नामदार, खासदार' फारच थोडे!

पुरोहित व पुढारी

पुरोहित हा धर्मकृत्यांमध्ये मार्गदर्शन करतो, साह्य करतो. यज्ञकाळात पुरोहितांना महत्त्व होते. पुढे मूर्तिपूजा सर्वत्र प्रचारात आल्यावरही पुरोहिताची गरज राहिली. जनता निरक्षर होती त्यावेळी पुरोहित व पूजाअर्चा सांगणारा वर्ग जरूर होता. पण आता साक्षरता व शिक्षण वाढल्यावरही जोशी-जंगम यांची गरज लागते हे नवलाचे आहे. स्वावलंबन वाढले नाही. बहुतेकांना भिक्षुक हा (वकील) जरूर लागतो व दक्षिणा (फी) देखील आजकाल वाढली आहे व लोक देतात! आश्चर्य आहे. **रूढिप्रिय व परंपरावादी समाजात हे सर्व टिकते व वाढते. परिवर्तन हा आपल्या समाजाचा धर्म (स्वभाव) नाही.** 'स्वभावो दुरतिक्रम: ।' व्यक्तीचा व समाजाचा स्वभाव बदलत नाही. व्यक्ती-व्यक्तींचा समाज बनतो व व्यक्ती त्यांचा धर्म-स्वभाव बदलून दाखविण्यासाठी धैर्य करतील तर समाज बदलेल. परिवर्तन कार्यवाहीत आणले आहे, अशी उदाहरणे लोकांना मार्गदर्शक होतात. पण उत्तरोत्तर हे सर्व चांगले लोपत आहे. संस्कृततज्ज्ञ पुरोहित दुर्मिळ झाले. समाजातील चालीरीती-वहिवाटी व रूढी यांच्या मर्यादा सुधारकांनाही पडल्या. जास्तीत जास्त लोक घरी दारी जसे वागतात तसे व्यक्तीला वागावे लागते. स्त्रियांचाही प्रभाव पुरुष समाजावर पडतो व रूढिबद्ध समाज वर्षानुवर्षे परंपरेने वागत जातो. हे सोपेही असते व पुरोहित भिक्षुक धर्मशास्त्राधारे रूढींना मान्यता देतात. पुरोहित परिवर्तनीय विचार करीत नाहीत. मग यजमान मंडळीत विवेक उत्पन्न झाला नाही तर नवल नाही! देवाधर्माच्या नावावर जगणारे फक्त ब्राह्मण-भटभिक्षुकच असतात असे नव्हे. देवऋषी, मांत्रिक-जादूटोणा करणारे ब्राह्मणेतरदेखील पुष्कळ असतात. हे खेड्यापाड्यांतील बाया बापड्यांना जास्ती फसवितात. पुढारीदेखील नाना जातिधर्मांचे असतात व प्रत्येक जातीत व धर्मात पुरोहित असतात, त्याप्रमाणे पुढारीदेखील असतात. हे पुरोहित व पुढारी विवेकी व सदाचारी लाभतील तर जनतेचा फायदाच होईल; धर्मकारण, राजकारण अशुद्ध व भ्रष्ट होणार नाही. सर्व क्षेत्रांत परिस्थिती गंभीर आहे. आज खेड्यापाड्यांत 'स्त्रीजीवन' निर्भय नाही.

अनुयायी व विवेक

पुरोहित-धर्ममार्तंड-पाद्री व मुल्लामौलवी वगैरे त्यांच्या धर्मानुयायांत धर्मांधता निर्माण करतात. धर्मज्ञान न वाढविता धर्मातील लोकांना अज्ञानच जास्ती शिकवितात. म्हणून धर्मांधता वाढतच आहे व धर्म हे राजकीय क्षेत्रात लुडबूड करतात व आडवे येतात, परमेश्वराप्रत अनुयायांना नेण्याऐवजी यादवीला प्रवृत्त करतात व धर्म ही अफू होते. वास्तविक धर्म हा मूलत: अमृत असतो. धर्म घटना करतो म्हणजे धारणा करतो. पण हल्ली सर्वच धर्म विघटन करताना आढळतात, दुर्दैव आहे. अशा अवस्थेत धर्मानुयायांनी

स्वत:च विवेक केला तर त्यांची दिशाभूल होणार नाही. अनुयायी म्हणजे केवळ अंधानुकरण नव्हे. अनुयायांना स्वावलंबी विचार पाहिजेच, हे सांगावयाचे आहे. राजकारणी पुढारी जर अनुयायांनी पारखले तर त्यांची राजकीय फसवणूक होणार नाही. जिकडे स्वार्थ तिकडे पुढारी पक्षांतरे करून जातात. पक्षनिष्ठ व तत्त्वनिष्ठ पुढारी दुर्मिळ झाले आहेत. पक्षांतरे ही राजकीय धर्मांतरे असतात. धर्म म्हणजे येथे स्वभाव. विरोधी राहण्याचा, लोकशाहीत त्यागी धर्म (स्वभाव) असतो. सत्तेसाठी–खुर्चीसाठी–सत्ताधारी पक्षात पुढारी जातात. पक्षांतराचा कायदा हा मोडला जातो. सत्ताधारी पक्षातून सत्ताविहीन पक्षात म्हणजे विरोधी पक्षात जाणारे फारच थोडे. ख्रिस्ती व मुसलमानातील धर्ममार्तंड हिंदू धर्मातील दुर्बलांच्या दुर्बलपणाचा फायदा घेऊन धर्मांतरे घडवितात. हा त्यांचा गुप्त अगर उघड व्यवसाय असतो. हिंदू धर्मातील भिक्षुक, पंडित, शास्त्री, धर्माचार्य फक्त दक्षिणा घेतात. हिंदू धर्माची कोणा इतरांना दीक्षा देत नाहीत. किंवा शुद्धी–हिंदूकरण फारसे करीत नाहीत. याचा फायदा इतर धर्मियांना मिळतो. हिंदूंनी याचा विचार करावा. सर्वच धर्मांतील अनुयायांनी 'धर्मविवेक' करावा. प्रत्येक धर्मात जो पारमार्थिक–आध्यात्मिक भाग आहे, त्याचा लोप होत आहे व धर्मपुरोहित हरएक धर्मातील कर्मकांडच वाढवीत आहेत. कारण कर्मकांडावरच त्यांना जगता येते. ज्ञानकांडावर जगता येत नाही. कारण ज्ञान झाल्यावर पुरोहित मध्यस्थाची गरज लागणार नाही. भक्तांचे स्वावलंबन वाढले तर पुरोहितांची गरज लागणार नाही. धर्मगुरूंच्या मध्यस्थीशिवाय भक्त परमेश्वरप्राप्तीचा मार्ग चोखाळू शकतील काय? जोपर्यंत स्वावलंबी विवेक नसतो, तोपर्यंत धर्मकारणात व राजकारणात अनुयायांची फसवणूक होणारच. राजकीय व धार्मिक बुवाशाही–बाबागिरी ही चालूच राहणार! धार्मिक बाबतीत आजकाल विवेकाची फारच गरज आहे. सर्वच धर्म रस्त्यावर येत आहेत. विवेक म्हणजे हिशेबी विचार, गणिती विचार. परमविचारांनी विवेक साकार होतो. सर्वच ऐतिहासिक धर्म परंपरेने जाती (CASTES) झाल्यामुळे जातिभेदांत भरच पडली व राजकारणात वेगवेगळे धर्म, त्यांची स्वतंत्र राज्ये मागू लागले आहेत. या विभक्तपणाला भाषावारीचाही पाठिंबा मिळत आहे. उदा. मुसलमान धर्म व त्यांची भाषा 'उर्दू'; ही अलग मानली जाते. हिंदू हे संस्कृताचा अभिमान धरतात व ही व्यवहारात नसलेली संस्कृत भाषा राष्ट्रभाषा व्हावी, असेही धर्ममार्तंड प्रतिपादितात. पुढारीपण हे अशाप्रकारे धर्मगुरूंच्याकडे जाऊ लागल्यामुळे देशाच्या एकतेस धोका प्राप्त होण्याची वेळ आली आहे. पुरोहित व पुढारी जर सारासारविवेक करतील तर धर्मांधतेतून राजकारणात आडवे येणारे पुष्कळ प्रश्न मिटतील, धर्माचा धर्मपुढाऱ्यांकडून दुरुपयोग जास्ती होत असल्यामुळे ह्या सर्वांवर तोडगा म्हणून 'निधर्मीवाद' पुढे आला आहे, नव्हे आणावा लागतो. कारण 'धर्म' हे

मूलत: अमृत असते पण त्याला अफूचे स्वरूप येते. अशावेळी विवेक फार जरुरीचा आहे. 'धम्म'–नीती हवीच असते.

पुढारी लोकांची दहशत!

पुढारी शब्द ग्रामीण भागात जास्ती रूढ आहे. जो तो पुढारी होत आहे. प्रत्येक खेड्यात दोन तरी पार्ट्या–राजकीय असतात व गावाची शक्ती विभागली जाते. मतभेद खेळण्यातच वेळ जातो. विकास बाजूला राहतो. खेड्यापाड्यांत विवेकवंतांचा अल्पसंख्यही वर्ग नसतो. जेथे ज्या खेड्यात विचारी माणसे असतात, तेथे गावातल्या पार्ट्या मिटविल्यादेखील जातात. अशी माणसे विचारी होती, म्हणून गावगाडा मागे हजारो वर्षे चालला. 'Country life is sweet' ही ग्रामीण जीवनाची व्याख्या आता पूर्ववत करणे मुष्कील झाले आहे. ग्रामीण पुढारी गावात दहशत निर्माण करीत असतात. सरंजामशाहीचा व सरदारशाहीचा, वतने गेली तरी पीळ आहेच. फक्त सुंभच जळाले. पुढारी राजकारणात आपली वतनदारी निर्माण करू लागले आहेत. जणू काही पुढारी आजकालचे नवे सरदारच होऊन बसतात. निवडणुकांतून व एरव्हीदेखील यांची दहशत असते. खेड्यात अल्पसंख्याकांना व दलितांना मोकळी व निर्भय वागणूक करिता येत नाही. 'बघून घेईन' असा दम पुढारी देतात. खेड्यात सामाजिक व राजकीय स्वातंत्र्य नसते, म्हणूनही शिक्षित व मध्यमवर्गीय लोक खेड्यात राहणे टाळतात. या प्रकारामुळे खेडी मागे पडतात. वैचारिक विकास होत नाही. निवडणुकीच्या राजकारणाचे दुष्परिणाम वाढते आहेत. पूर्वी हे सर्व नव्हते तरी सूज्ञ समजूतदार पुढाऱ्यांचे लोक ऐकत.

मागे राजकीय असंतोष निर्माण करण्यासाठी कायदेभंगी चळवळ झाली. पण तिच्यानंतर कायद्याच्या राज्याची, अधिकारी सत्तावंतांची व पोलिसांची जनतेवरील चांगली छाप व भय मावळत गेले. भूमिगतांची चळवळ पुढे आली व पुढाऱ्यांचे सरकार प्रतिराज्य बनले. यामुळेदेखील पुढारी लोकांचे प्राबल्य महती वाढून एकपरी खेड्यापाड्यांतील स्वातंत्र्य नष्ट होते व खरी लोकशाही लोपते. पुढारी मंडळी ज्यात त्यात हस्तक्षेप करतात. शिक्षण, सहकार, पंचायत राज्य वगैरेंमध्ये पुढारी लोक सेवकवर्गावर, कर्मचाऱ्यांवर वजन खर्च करतात. एकूण शासनयंत्रणेला पुढारी मंडळींना सांभाळावे लागते. शासनयंत्रणेचे स्वावलंबन व स्वयंनिर्णय लोपतो. हल्ली सरदारशाहीच्या ऐवजी पुढारीशाहीचे राज्य असते व हे पुढारी बहुतेकपणे सत्ताधारी पक्षाकडील असतात. विरोधी पक्षातील पुढारी नगण्य असतात. या देशात एकपक्षीय हुकूमशाही निर्माण झाली याचे कारण सत्ताधाऱ्यांनी दहशतीच्या जोरावर विरोधी पक्षच वाढू दिले नाहीत, त्यांच्या वाढीला 'खो' घातला; पक्षांतरे घडविली. सत्ताधारी पक्षातील पुढाऱ्यांची सत्ता–संपत्ती, 'मान–पान–ठाण' वर्धमान राहात असल्याने विरोधी पक्षांना कार्यकर्ते व पुढारी

मिळेनासे झाले. विरोधी राहावयाचे झाल्यास त्याग पाहिजे व आजकालच्या दुर्मिळतेच्या व महागाईच्या दिवसांत त्याग व स्वयंसेवा परवडत नाही. म्हणून पुढाऱ्यांत सत्ताधारी पक्षातील पुढारीच फार असतात व लोकही त्यांना मानतात. कारण दरबारातील कामे व्हावी लागतात. सत्तेशिवाय शहाणपण नसते व सत्तेवरच्या पुढाऱ्यांनाच लोक विचारतात!

विवेकवंत नेते

काँग्रेस स्थापनेच्यावेळी व पुढेही जे देशाचे पुढारी होते, ते नेमस्त होते. तरी विद्वान, व्यासंगी व त्यागी होते. दादाभाई नौरोजी, रानडे, भांडारकर वगैरेंची नावे उपलब्ध आहेत. जवाहरलाल, लोकमान्य टिळक, चित्तरंजनदास, ॲनी बेझंट वगैरे विद्वान होते. यांना व तत्सम इतर अनेकांना विवेकवंत व त्याबरोबर पुढारीदेखील म्हणता येते, यांनी देशाची सेवा केली. **आज देशाचा उपयोग स्वार्थासाठी केला जात आहे व पुढाऱ्यांचा प्रतिनिधींचा अभ्यास, व्यासंग व दूरदृष्टी कमी पडत आहे.** राजकारण, अर्थकारण वगैरे विषयांवर अधिकार असलेली माणसे पुढाऱ्यात प्रांतिक स्थरावर व केंद्रातही एकाचढीत एक कमी आहेत. देशाजवळ सुपात्र माणसे अधिकाधिक हवी असतात. देश फार मोठा आहे. स्वातंत्र्यातील प्रश्न जास्ती बिकट उत्तरोत्तर होत आहेत. ज्यांना 'विवेकवंत' म्हणता येते, असे थोडेच आढळतात व जे आहेत ते शहरी विभागात राहणारे बहुधा आहेत. पुढाऱ्यांत सत्तेसाठी रस्सीखेच आढळते. तितकी विवेकवंतांत आढळत नाही. विवेकवंत सत्तेच्या राजकारणापासून दूर राहतात. पुढारी, कार्यकर्ते अभ्यासाला, चिंतनाला फारसे स्थान देत नसलेले आढळतात. विद्वान, साहित्यिक, पत्रकार वगैरे मंडळी पैशाने विकत घेता येतात; असाही नवा अनुभव तयार होत आहे. मतिविक्रय सर्वात वाईट; पण बुद्धी मती-गहाण ठेवणारे वाढत आहेत. स्पष्टवक्ते, निर्भीड व मतस्वातंत्र्याचे चाहते वाढले पाहिजेत. वैचारिक साहित्य विचार वाढविते. समाजाला नवा विचार देणे हेही कार्य असते. मतदारांचे शिक्षण करून लोकशाहीची उंची वाढविणारे 'लोकशिक्षक' आज हवे आहेत. निवडणुकीला उभे राहून नाहक खर्च करणारे विवेकवंत आढळत नाहीत. ग्रामीण भागातील पुढारी व कार्यकर्ते 'भाऊबंदकी' ह्या घरच्यादारच्या दोषामुळे भांडत असतात. निवडणुकीत अमाप खर्च करीत असतात, विवेकाचा अभाव दिसतो. तर्कतीर्थ, विठ्ठलराव गाडगीळ, बसंत साठे, श्रीपाद अमृत डांगे, जयंतराव टिळक वगैरे विवेकवंतांत पक्षभेद आहेतच, ते आपआपसात भांडत स्वसमाजाचे नुकसान करीत नाहीत. पक्षभेद विसरून विधायक कार्यासाठी एका व्यासपीठावर येतात. एकाच घरात नाना पक्षांचे लोक राहू शकतात. इतरेजनांतील पुढारी माणसे एकमेकांचा सूड उगवीत असतात! विवेकवंताकडून शहाणपण शिकत नाहीत! **विवेक -सारासार विचार यांची वाढ पुढाऱ्यांत व कार्यकर्त्यांत होईल**

तर 'पुढारी' शब्दाला विधायक चांगला अर्थ प्राप्त होईल, व्हावा म्हणूनच ही चिकित्सा येथे व्यक्त केली आहे.

सारासारविवेक

सर्वच पुढारी अपात्र असतात, अविवेकी असतात असे प्रतिपादण्याचा येथे उद्देश नाही. पुढारी ह्या संज्ञेला 'टर्म ऑफ रिप्रोच' असा उलटा अर्थ प्राप्त होत आहे, हा होऊ नये. पुढारी (व पुरोहितदेखील) महत्वाचे असतात. गव्हाबरोबर किडे येथे रगडावयाचे नाहीत. ज्या ज्या वेळी समाजाला, राष्ट्राला सुपात्र पुढारी मिळतात तेव्हा राष्ट्र पुढे येते. फसवणूक करणारे पुढारी, पुरोहित असले म्हणजे राजकारण व धर्म दोन्हीही अधिपतित होतात.

विवेकवंत म्हणजे शहाणे, विद्वान व जबाबदार नागरीक असा अर्थ होतो. परंतु विवेकवंतांनी केवळ ज्ञानी असून यापुढे चालणार नाही, त्यांनी क्रियावंत असावे. शुष्कपणे क्रियाहीन असू नये. क्रियावान तोच पंडित. समाजापासून व राजकारणापासून दूर राहू नये. तुसडेपणा समाजाला फायद्याचा नसतो! तटस्थ विवेकवंत जास्ती अलग पडतो. विवेकवंतांची संख्या वाढली पाहिजे, पुढाऱ्यांच्या संख्येपेक्षा विवेकवंत फारच थोडे आहेत व खरे विवेकवंत उत्तरोत्तर दुर्मिळ होत आहेत. पांढरी गांधी टोपी, नेहरू सदरा परिधान करण्याच्या प्रथेमुळे पुढारी उमटून दिसतात! दृश्य होतात. विवेकवंत समाजाच्या व पुढाऱ्यांच्याही नजरेपासून अज्ञात असतात. ही उपेक्षा होय. **पुढारी म्हणजे ज्याने त्याचे उखळ पांढरे करून घेतले आहे, अशी मंडळी असा अर्थ होऊ नये.**

केवळ मध्यमवर्गातूनच विवेकवंत आढळतात. शेतकरी वर्ग, कामगार वर्ग वगैरे श्रमिकांतूनही विवेकवंत पुढे यावेत, त्यांनी सर्वांनी, श्रमिकांनी आपआपली सुखदुःखे साहित्यातून मांडावीत. भाषण, संवाद, परिसंवाद व लेखन ही विवेक प्रगट करण्याची साधने आहेत. ती वरील सर्वांच्या कह्यात, कक्षेत यावीत, असावीत. गरिबालादेखील लोकशाहीत पुढारी-प्रतिनिधी होता यावे पण होता येत नाही. हे खरे! पुढारीपणाची व विवेकवंतपणाची मिराशी व वंशपरंपरागत (जातवर्णवादी स्वरूप व अवस्था) असू नये. कारण लोकशाही ही सर्वांना संधी देणारी पद्धती आहे, जे खरे पुढारीपण मिळवू इच्छितात व जे खरे विवेकवंत असू शकतात ते भूषणावह ठरतात. पुढारी निराळे व विवेकवंत निराळे वेगळे असा येथे पृथक विचार करण्याचे प्रयोजन पडले, ते पडू नये. दरी दोघात नसावी कारण मनुष्यमात्राला 'विवेक' जरूरीचा असतो. नित्यानित्यविचार करणे, यालाही परमार्थात विवेक म्हणतात. पण सर्व प्रकारच्या जीवनाच्या अंगोपांगांत विवेकी विचारांची सर्वांना गरज असतेच. पुढाऱ्यांनी विवेकवंतांचा सल्ला घ्यावा. **कै. यशवंतरावांची ही**

प्रथा होती पण त्यांच्यासारखे पुढारीदेखील दिसत नाहीत.

पुढारी होण्याचे 'ध्येय' आपल्या मुला-बाळांना, सग्यासोयऱ्यांना सुबत्ता व गडगंज श्रीमंती आणून देण्याचा मार्ग असा अर्थ होऊ नये. राजकारण करून पुढारी चटकन त्यांची 'गरिबी' हटवतात. पण सर्वसाधारण लोकांची गरिबी वाढतच आहे. पुढारी (पुरोहित, उपाध्याय) म्हणजे एक दलाल, मध्यस्थ, एजंट असा अर्थ होणे, हा हानिकारक मार्ग होय. पुढारी हा शब्द (परिभाषा) राजकारणातील आहे. पुरोहित, उपाध्याय, भिक्कू व भिक्षुक, पोप, पाद्री व मुल्ला मौलवी हे धार्मिक 'पुढारी' होत. **नेत्याने, पुढारी म्हणविणाऱ्यांनी स्वत:चे चारित्र्य चांगले ठेवून लोकहित साधून दिले पाहिजे. पुढाऱ्याने अनुयायांसाठी जीवन समर्पिले पाहिजे. केवळ स्वत:साठी, परिवारासाठी जगता कामा नये. पुढारी म्हणजे स्वत: पुढारलेला व लोकांना पुढे नेणारा, असा वास्तविक अर्थ आहे.** मूल्यर्थ हा होय. विवेकवंतालादेखील सामाजिक बांधिलकी असलीच पाहिजे. तथापि ग्रामीण भागातील जे प्रतिनिधी होतात त्यांच्यावर जबाबदारी मोठी असते. ज्यांना 'पुढारी' म्हणून संबोधिले जाते व जे पुढारीपण करतात, त्यांनी स्वत:चे त्यांचे कर्तव्य व जबाबदारी जाणावी हे बरे नव्हे काय? कार्यकर्ता पुढारी होतो. नेतृत्व (लहान-मोठे) उदयास येते. नेतृत्व समाजातूनच पुढे येते व ते समाजाला पुढे नेते. ज्याच्या मागे लोक असतात, ज्याच्या शब्दाला मान असतो, वजन असते अशांना निवडणुकीतून महत्त्व येते. अनुयायांच्या संख्येवर पुढारीपणाचे मापन होते. विवेकवंत विविध पक्षांत असतात. पक्षातीत राहून नि:पक्षपातीपणे विवेक करणारे विवेकवंत फारच दुर्मिळ असतात. लोकसंग्रह करण्याचा आजकाल प्रयत्न करताना आढळत नाहीत. ते एकाकी असतात. त्यांच्या विचारांचा परिणाम मात्र लोकांवर होऊ शकतो. विचारांना सामर्थ्य असते. संतांना कोणी पुढारी म्हणून संबोधीत नव्हते, तरी त्यांच्यामुळे जनसमाज पालटला. दूरदर्शी विचार ज्यांना असतात, प्राप्त होतात ते जास्ती प्रभावी ठरतात. अभ्यास-मनन-चिंतनाच्याद्वारे प्रश्नांचे चालू स्वरूप व पुढील परिणाम यांचे भविष्यकालीन स्वरूप विचारवंत व्यक्त करू शकतात. अलीकडील काळात मानवेंद्रनाथ रॉय यांचे उदाहरण सांगता येते. शास्त्रीय व व्यवस्थित मांडलेले विचार लोक वाचतात व ऐकतात. वाचकवर्ग प्राप्त होणे जरूर असते. वाचकांच्या प्रतिक्रियादेखील लक्षात घ्याव्या लागतात. विचार शक्तिमान होऊ शकतात व ते नेतृत्वदेखील करू शकतात उदा. म. जोतिराव फुले यांच्या 'गुलामगिरी' पुस्तकावर फार मोठी उपहासप्रधान टीका झाली व होऊ शकते. या प्रमुख पुस्तकाचे स्वरूप कसे असो वा नसो, त्यातील विचारामुळे सत्यशोधक समाज व पुढे सत्यशोधक चळवळ होऊन गेली. **आजही महत्त्वाचे म्हणून 'गुलामगिरी' पुस्तक विद्वानांनादेखील मानावे लागते.** नाइलाज

त्यांचा होतो. प्रभावी क्रांतिकारक पुस्तके जगाच्या वाङ्मयात फार निपजत नाहीत. **म. फुले हे विवेकवंत व पुढारीदेखील होते.** त्यांना अनुयायी होते व असू शकतात. कित्येक विचारवंत त्यांच्या पुस्तकांतच राहतात व त्यांचा रहिवास पुस्तकाच्या कपाटातच असतो. कालबाह्य होणारी पुस्तके व विचार यांची संख्या मुबलक असते परंतु मार्क्सच्या मॅनिफेस्टोला आजही महत्त्व आहे, या सर्वांना पुढेही वैचारिक मूल्य राहील. **माणसात पिळणारे व पिळून घेणारे असे दोन प्रकार राहतील तोपर्यंत तरी, मार्क्स व म. फुले मार्गदर्शक राहतील म्हणजे नेतृत्व करतील.**

युगकर्ता

पुढारी हे स्वत: पुढारलेले असावेत. अगोदर विचार-विवेक व नंतर त्यांची कार्यवाही असा क्रम असतो. सर्वच मोठमोठ्या धर्मांचे संस्थापक हे नेते होते, पुढारी होते म्हणून त्यांच्यामुळे निदान धर्माला तरी विचारांची समृद्धी उपलब्ध झाली. मोठमोठे धर्मसंस्थापक हे नवयुगप्रवर्तकच होते. युगकर्ता म्हणजे शककर्ता होय. नव्या कालगणनेला यांच्यामुळे सुरुवात झाली. महान सम्राटांची साम्राज्ये गेली पण मोठमोठ्या युगकर्त्या धर्मसंस्थापकांचे धर्म हयात आहेत.

युगकर्ता हा विवेकवंत, पुढारी, नेता व कर्मवीरदेखील असावा लागतो असतोच. 'नवे युग निर्माण करू' म्हणून ते बळेच मुद्दाम तयार करता येत नाही, द्रष्टेपण लागते. प्रॉफेट कोणास म्हणावे व संबोधिले जाते यासंबंधीचे कस (Tests) आहेत. संदेष्टे जे सर्व झाले ते पुढारी नेतेच म्हणावे लागतात. केवळ राजकारणातील पुढारी हेच फक्त नेते नव्हते. श्रेष्ठ साधुसंतदेखील नेते, पुढारी झाले व होत असतात. या सर्वांमुळे समाजाचे नैतिक परिवर्तन घडते, असा इतिहास आहे. स्वातंत्र्यसैनिकच देशभक्त होते असेच केवळ नव्हते. जे तुरुंगात गेले नाहीत, अशा अनेक नामवंतांनी देशाला पुढे आणण्यासाठी प्रयत्न केले होते. कोणत्याही प्रश्नाची चिकित्सा करताना एकच बाजू पाहण्याची प्रथा पूर्ण सत्यवादी ठरत नाही. होऊन गेलेल्या थोरामोठ्यांच्या शताब्द्या साजऱ्या होतात हे कृतज्ञतेला धरून आहे. पण नेत्यांचा व पुढाऱ्यांचा फक्त शताब्दीवर्षात शासन, वृत्तपत्रे व नेत्यांची अनुयायी मंडळी प्रामुख्याने त्यांच्या विचारावर व कार्यावर प्रपंच करतात, मग पुढे सर्वच विसरले जाते!

काही पुढारी गावाचे, तालुक्याचे व कित्येक पुढे प्रांतिक असू शकतात. मागेपुढे अखिल भारतीय पुढारी थोडे झाले व असू शकतात. जागतिक नेते व विश्वमानव त्यातूनही फारच कमी निपजतात. सर्व राष्ट्रांचे नेतृत्व करून जगात शांती निर्माण करणारे महत्त्वाचेच होत. आजच्या आंतरराष्ट्रीय राजकारणाच्या काळात जागतिक मुत्सद्दी व नेते अत्यंत महत्वाचे ठरतात. चांगले पुढारी, जागतिक नेते प्राप्त होणे ही एकपरी भाग्याचीच

बाब जाणावी लागते. नियतकालिकांनादेखील पुढारी म्हणावे लागते कारण ती नेतृत्व (वैचारिक) करतात.

धर्मसंस्थापक श्रेष्ठ साधुसंत यांनाही नेते म्हणता येते, पण त्यांचे अनुयायी त्यांच्या उलट बहुतेक वागतात. अनुयायांच्या वर्तनावर नेत्यांचे यश अवलंबून असते. येशू व बुद्ध पराभूत आहेत, याचे कारण जगातून युद्धे नाहीशी झाली नाहीत. पण युद्धे होणार नाहीत असा प्रयत्न होत असतो; तरीपण अनादि अनंतकाळाच्या उदरातून फारच थोडे सत्पुरुष पुढारी लोकांच्या लक्षात राहतात. राम, कृष्ण, मारुती हे पौराणिक काळातील व शिवाजी इतिहास काळातील अशा सारख्यांच्या जयंत्या-मयंत्या स्मरणपूर्वक पाळल्या जातात. पैगंबर, येशू, झरतुष्ट्र वगैरे मोठमोठे धर्मसंस्थापकदेखील कीर्तिवंत आहेत. हे सर्व त्यांच्या पक्षातही नेतृत्व करतात, म्हणजे यांना अनुयायांची कमतरता नाही. पुष्कळ स्थानिक महत्त्वाचे पुढारी काळाच्या उदरात गडप होतात. ह्या चाळणीतून जे राहातात ते महत्त्वाचे प्रत्यक्ष ठरतात. ज्यांचे विचार कालबाह्य होतात ते विस्मृत होतात. पुष्कळ पुस्तकांतील विवेचने पुढे कालबाह्य होतात.

घरातील कर्त्या पुरुषाच्या हातून कर्तबगारी घडली तर ती कुटुंबाला पुढे आणते. समाजाचे पुढारी, राष्ट्राचे पुढारी लोकांना पुढे आणतात, पण मोठमोठ्या पुढाऱ्यांच्या हातून चुका झाल्या, त्यांचे निर्णय चुकले तर सर्व राष्ट्राला त्याचे दुष्परिणाम भोगावे लागतात, **निकोप निर्णय घेण्यासाठी नेत्यांना विवेकशक्ती मोठी असावी लागते.** भविष्याचा वेध त्यांना असावा लागतो. नेतेपण, पुढारीपण सोपे नसते. विवेक व नेतृत्व यांचा विग्रह होता कामा नये, कारण पुढाऱ्यावर जबाबदारी मोठी असते. देशाचे पंतप्रधान व अध्यक्षीय पद्धतीत अध्यक्षावर जबाबदारी मोठी असते. कारण हे सर्व नेते असतात व त्यांच्यावर देश योग्य मार्गाने नेण्याची जबाबदारी मोठी असते. अचूक निर्णयशक्ती परमविवेकांती प्राप्त होते. युद्धकाळात तर देशाच्या नेत्याला निर्णय घेण्यास वेळ फार थोडा असतो. अशाही परिस्थितीत ज्यांचे निर्णय अचूक ठरतात ते युद्ध जिंकतात. नाहीतर चुका झाल्यास राष्ट्राला पराभवित व्हावे लागते म्हणून बुद्धिसामर्थ्य हे महत्त्वाचे असते. 'बुद्धिर्यस्य बलं तस्य।' **यशस्वी नेतृत्व हे अनुभवाने व दीर्घकालीन उमेदवारीअंती प्राप्त होऊ शकते,** केवळ आकाशातून पडत नाही. यशस्वी पुढारी थोडेच असतात. ज्यांना यशस्वी पुढारी होणे आहे, त्यांनी यशस्वी झालेल्या पुढाऱ्यांची चरित्रे अभ्यासावीत. बरेच पुढारी/कार्यकर्ते आयुष्यात यश मिळवीत जातात. पण शेवटी एखादी मोठी घोडचूक करतात की, सारे यश-कीर्ती धुळीस मिळते व दुर्लभ आयुष्याची भ्रष्टाचारामुळे खानेखराबी होऊन जाते. म्हणून शोकांतिका कशा टाळाव्यात याची काळजी घेणे जरूर असते. मंत्री होणाऱ्यांनी याची दखल घेतली पाहिजे, व्यसनाधीनता

टाळली पाहिजे. कार्यकर्ते/पुढारी व विवेकवंत यांनी स्वत:चे आरोग्यही सांभाळले पाहिजे. हाती घेतलेल्या कार्याची पूर्तता होण्यासाठी दीर्घ आयुष्यही भेटणे जरूरीचे आहे. मनुष्यजन्म व आयुष्य ह्या दुर्लभ बाबी आहेत. पुढाऱ्यांनी संपल्याच्या दुर्दैवी अवस्थेत जाऊ नये, संपू नये. संपून घरी बसण्याची अवस्था वाईटच!

विवेक व विवेकवंत

"ब्रह्म व माया" यांच्या विचारप्रपंचात मागील आचार्य, संत व कवी गुंतून गेलेले होते. अविद्या म्हणजे माया नव्हे, अविद्या म्हणजे शिक्षण नसणे. **अविद्या म्हणजे निरक्षरता असा क्रांतिकारक विवेक म. फुले यांनी प्रथमच नव्या कालानुसार केला.** नेत्याला-पुढाऱ्याला अद्ययावतताही पाहिजे. केवळ भूतकाळात राहून पूर्वजांचा व स्वसंस्कृतीचा बिनहिशेबी गौरव करीत राहणे फारच अपुरे ठरते. क्रांतिकारक विचार फारच थोडे मांडू शकतात. पूर्वी पंडित, शास्त्री वगैरेंनी शुष्क वादविवादात फारच काळ घालविला. धर्मांतरे होत आहेत व शुद्धीची गरज आहे व होती, हेही त्यांच्या लक्षात (दयानंद येईपर्यंत) आले नाही. यामुळे पंचमस्तंभी लोकांची देशात अमाप वाढ झाली आहे. देश चोहोबाजूंनी संकटात आहे.

ज्यांना बुद्धिसामर्थ्य आहे, अशा विवेकवंतांनी बुद्धिभेद करून केवळ विघटन करू नये. **धूर्तता व कपट बुद्धिवंत समाजाने टाळले पाहिजे** व इतर सर्वसामान्य बहुजनांचा विश्वास संपादून त्यांना ज्ञानी केले पाहिजे. केवळ त्यांच्या अज्ञानाचा व अंधश्रद्धेचा फायदाच घेत राहू नये. हा सर्व विचारप्रपंच यासाठी की पुढारी व विवेकवंतांत 'फाळणी' नसावी. पुढारी मंडळींविषयी घृणा नसावी. शासनयंत्रणा व पुढारी यांचे साहचर्य हवे आहे. सचिव व मंत्री यांचे सहकार्य हवे आहे.

पुढारी मंडळीला लोकांचे ज्ञान असते व ही मंडळी व्यवहारीदेखील असतात व करण्यास जरूर असते ते करूही शकतात. कारण त्यांच्याजवळ मनुष्यबळ असते. विवेकवंतांनी केवळ एकाकी जगू नये, समाजात मिसळावे, बहुसमाज जनांच्या सुख-दु:खांशी एकरूप व्हावे.

आत्मपरीक्षण या दोन्हीही वर्गाला हवे आहे व ज्या उणिवा दोघात आहेत, त्या दूर केल्या तर स्वातंत्र्याचे सुराज्यदेखील होईल.

निवेदन व ऋणनिर्देश

प्रस्तुत पुस्तकातील कै. ती. रा. ना. चव्हाण यांचे सर्व लेख पूर्वी प्रकाशित झाले आहेत. लेखकाच्या स्वत:च्या शिस्तबद्ध संग्रहातील ज्या नियतकालिकांमधून/ग्रंथांमधून ते उपलब्ध झाले आहेत, त्यांचा पूर्वप्रसिद्धीचा तपशील खालीलप्रमाणे आहे. त्या सर्व प्रकाशक/संपादक यांचे ऋण व्यक्त करणे एक कर्तव्य आहे. त्या सर्वांचा रा. ना. चव्हाण यांचेविषयीचा जिव्हाळा वाखाणण्यासारखा आहे.

क्रमांक	लेख	नियतकालिकाचे नाव व काळ
एक.	बहुजन समाजाची चळवळ आणि यशवंतराव चव्हाण	'हस्तलिखित' पुर्नमुद्रण नि.वा.वाङ्मय संपादक- मो. नि. ठोके १९८६
दोन	यशवंतरावांचे समाजकारण	संपादक-बा. ह. कल्याणकर - संचालक समाजविज्ञान प्रबोधिनी सिडको, औरंगाबाद ता.२५/११/१९८८'युगंधर नेते यशवंतराव चव्हाण'
तीन	Y. B. Chavan- A Critical Study	अप्रसिद्ध निबंध, शिवाजी विद्यापीठ, कोल्हापूर राज्यशास्त्र विभाग परिषदेसाठी सादर केलेला निबंध, सन १९८५-८६. (विभाग प्रमुख, डॉ. अशोक चौसाळकर)
चार	यशवंतरावांचे समाजकारण	'सुशिपांज' ऑक्टोबर-नोव्हेंबर (१९९१) संपादक- डॉ. शिवाजीराव चव्हाण, सातारा
पाच	महाराष्ट्राचा जाणता राजा	यशवंतराव चव्हाण झुंझार नेतृत्वाची एक झेप-स्मृति अंक १२.०३.१९८९ संपादक-डॉ. के. जी. कदम, मोडनिंब (सोलापूर)
सहा	वाचकांच्या पत्रव्यवहारातील यशवंतराव चव्हाण	
	१) सामाजिक सुधारणांचा इतिहास	दै. महाराष्ट्र टाइम्स २२.०६.१९७०
	२) हे करंटेपणाचे लक्षण नव्हे काय?	दै. विशाल सह्याद्री ११.०४.१९७८
	३) यशवंतरावांचे नवे धोरण	दै. विशाल सह्याद्री १८.०३.१९८०
	४) यशवंतरावांचे समाजकारण मार्गदर्शक	दै. सकाळ १८.०३.१९८८

लेखकपरिचय

रामचंद्र नारायणराव चव्हाण

जन्म :- २९-१०-१९१३ (एका शेतकरी कुटुंबात) मृत्यू : १०-४ १९९३

सर परशुराम भाऊ महाविद्यालयातून (पुणे) सन१९३६-३७ साली एफ्.वाय परीक्षा उत्तीर्ण. पुढील शिक्षण घरगुती अडचणीमुळे घेता आले नाही. सन १९३७ ते १९६८ अखेर नोकरी. वडील नारायणराव चव्हाण यांचेबरोबर वाई येथील सार्वजनिक कार्यात भाग, वाई येथील शिवाजी वाचनालयात १९२९-१९३८ सेक्रेटरी म्हणून काम, ब्राह्मसमाजाचे सेक्रेटरी म्हणून काम (१९४५ ते १९५५), महर्षि शिंदे हायस्कूल उभारणीत सहभाग. लोकमान्य टिळक स्मारक मंदिर सदस्य व कार्याध्यक्ष होते. महाराष्ट्र शासनातर्फे. 'दलितमित्र' पुरस्कार (१९८३). महाराष्ट्र राज्य साहित्य व संस्कृति मंडळाचे वतीने गौरववृत्ती (मानपत्र) व दहा हजार रुपयांची फेलोशिप (१९८९). मराठवाडा विद्यापीठ, औरंगाबाद यांचेकडून डि. लिट्. ही पदवी देण्याचा निर्णय (१९९१) जाहीर झाला. परंतु ती प्रत्यक्षात दिली गेली नाही. मराठी साहित्य संमेलन, सातारा येथे जाहीर सत्कार (फेब्रुवारी १९९३), १० एप्रिल १९९३ पुणे येथे निधन.

लेखनकार्य

१) सुलभ लग्नसंस्कार विधी १९४६

२) 'ज्योती-निबंध' या तर्कतीर्थ लक्ष्मणशास्त्री जोशी यांच्या पुस्तकास प्रस्तावना १९४७

३) गोष्टीरूप संत चरित्र माला १९५१ (प्रकाशन) पुष्प १ ''पं. शिवनाथ शास्त्री'' पुष्प ३ ''गौतम बुद्ध''

४) सत्यशोधक जोतिराव फुले १९५२

५) सार्वजनिक सत्यधर्म सार १९७४

६) म. शिंदे यांच्या आठवणी १९७४-७५

७) रा. ना. चव्हाण निवडक वाङ्मय, १९८४ संपादक मो. नि. ठोके

८) रा. ना. चव्हाण विचार दर्शन, संपादक शरद रा. चव्हाण १९८७.

९) कर्मवीर भाऊराव पाटील शोध आणि बोध, संपादक मो. नि. ठोके १९८७.

१०) पुष्प एक, संपादिका सौ. वैशाली चव्हाण, १९९४

११) पुष्प दोन, 'जनजागरण' संपादिका सौ.वैशाली चव्हाण, १९९५.

१२) पुष्प तीन, 'सेवितों हा रस वांटितो आणिका ।।' संपादिका सौ. वैशाली चव्हाण, १९९६.

१३) पुष्प चार, 'सेवितों हा रस वांटितो आणिका ।।' (भाग २) संपादिका

सौ.वैशाली चव्हाण, १९९७.

१४) पुष्प पांच, 'सेवितों हा रस वांटितो आणिका ।।'
(भाग ३) संपादिका– सौ.वैशाली चव्हाण, १९९८.

१५) पुष्प सहा, ''प्रबोधन'' संपादिका– सौ.वैशाली चव्हाण, १९९९.

१६) 'परिवर्तनाची क्षितिजे' संपादक– डॉ. एस्. एस्. भोसले
सन २००० महाराष्ट्र राज्य साहित्य व संस्कृती मंडळ, मुंबई यांचे प्रकाशन

१७) पुष्प–सात 'महर्षी विठ्ठल रा. शिंदे शोध व बोध'
संपादिका–सौ. वैशाली चव्हाण, २००१

१८) पुष्प–आठ 'लोकनेते राजर्षी शाहू महाराज काळ व कार्य'
संपादिका – सौ. वैशाली चव्हाण, २००२

१९) पुष्प–नऊ 'रा. ना. चव्हाण विचार–धन'
संपादक–श्री. रमेश चव्हाण, २००३

२०) पुष्प–दहा 'म. फुले यांचा शोध व बोध'
संपादक–श्री. रमेश चव्हाण, २००4

२१) पुष्प–अकरा 'डॉ. बाबासाहेब आंबेडकर यांचा शोध व बोध'
संपादक–श्री. रमेश चव्हाण, २००५

२२) पुष्प–बारा 'सत्यशोधकाची चिंतनिका' (रा. ना. चव्हाण यांचे निवडक
लेख) संपादक–श्री. रमेश चव्हाण, २००6

२३) पुष्प–तेरा 'शककर्ते श्रीराजा शिवछत्रपती
संपादक–श्री. रमेश चव्हाण, २००७

२४) पुष्प–चौदा ''।। महात्मा फुले यांचे नवदर्शन ।।'' एक तौलनिक अभ्यास
संपादक–श्री. रमेश चव्हाण, २००8

२५) पुष्प–पंधरा 'म. फुले, सत्यशोधक समाज व सामाजिक प्रबोधन'
संपादक–श्री. रमेश चव्हाण, २००९

२६) पुष्प–सोळा ''महाराष्ट्र आणि मराठे''
संपादक–श्री. रमेश चव्हाण, २०१०

२७) पुष्प–सतरा ''तर्कतीर्थ लक्ष्मणशास्त्री जोशी''
(परंपरा, प्रबोधन आणि परिवर्तन)
संपादक–श्री. रमेश चव्हाण, २०१०

२८) पुष्प–अठरा ''यशवंतराव चव्हाण यांचे समाजकारण''
संपादक–श्री. रमेश चव्हाण, २०१०

प्रस्तावनालेखक परिचय

श्री. विश्वास नाईकनवरे

विश्वास प्रभूजी नाईकनवरे हे एक रॉयवादी कार्यकर्ते आहेत. (जन्मदिनांक २.४.१९२८) सत्यशोधकी व ब्राह्मणेतर मातापित्यांकडून वारसा मिळाला असल्याने बालपणापासून जातिभेद अथवा चातुर्वर्ण्यरचना यांच्या विचारसरणीपासून मुक्त होते. पुढे थोर क्रांतिकारक मानवेंद्रनाथ रॉय यांच्या विचारसरणीचा परिचय झाल्यानंतर त्यांची वैचारिक बैठक पक्की झाली. सोलापूर येथे त्यांचे बहुतेक शिक्षण झाले. शालेय व विश्वविद्यालयीन काळात एक अभ्यासू विद्यार्थी म्हणून त्यांचा लौकिक होता व मॅट्रिकच्या परीक्षेत सोलापूर जिल्ह्यात गणितात पहिले आले. वक्तृत्वातही त्यांचा लौकिक होता व त्यामुळेच १९४८ साली त्यांनी बेळगावची आंतरमहाविद्यालयीन वक्तृत्वस्पर्धा जिंकून गोगटे ढाल आपल्या डी. ए. व्ही. कॉलेजला मिळवून दिली. ह. दे. प्रशालेत त्यांचा 'विद्यार्थिश्रेष्ठ' म्हणून गौरव करण्यात आला होता. त्याकाळी सोलापुरात एम्. ए. चे शिक्षण पूर्ण मिळण्याची सोय नसल्यामुळे ते १९४९ साली बी. ए. पर्यंतचे शिक्षण पूर्ण झाल्यावर पुण्याला राहू लागले. पुण्यात नोकरी व पुणे विद्यापीठाचे एम्. ए.चे वर्ग असा प्रयोग करत १९५६ मध्ये त्यांनी अर्थशास्त्र आणि राज्यशास्त्र या विषयांत एम्.ए. ची पदवी मिळविली. अर्थशास्त्रामध्ये मिळवलेल्या पदवीमुळे त्यांना अर्थशास्त्रीय माहिती गोळा करण्यासाठी महाराष्ट्रभर अनेक खेड्यांमध्ये सर्वेक्षण करण्याचा बहुमोल अनुभव मिळवून देणारी प्लॅनिंग कमिशनची नोकरी मिळाली. नंतर असा खेडोपाडी पसरलेला बहुजन समाज कसा जगतो याची चक्षुर्वै सत्यम् परिस्थिती सुमारे बारा वर्षे पाहून झाल्यानंतर ते टाटा इकॉनॉमिक कन्सल्टन्सी या मुंबईच्या संशोधनसंस्थेत सुमारे १७ वर्षे संशोधनाचे कार्य करून सेवानिवृत्त झाले. टाटा कन्सल्टन्सीमध्ये त्यांनी अनेक राज्यांमध्ये

आर्थिक सर्वेक्षण करून अनेक संशोधनप्रकल्प पूर्ण केले. शिवाय त्या संस्थेतर्फे त्याकाळी निघणाऱ्या साप्ताहिकांत व मासिकांत अनेक लेख लिहिले.

सेवानिवृत्तीनंतर गेली वीस वर्षे पुण्यात मुक्काम असून पुण्यात प्रसिद्ध होणाऱ्या साधना साप्ताहिकांत त्यांनी प्रसंगोपात्त लेखन केले. समाजवादी व पुरोगामी चळवळींमध्ये त्यांचा यथाशक्ति सहभाग असतो. कै. शंकरराव मोरे यांचे विचारविश्व उलगडून दाखवणारा त्यांचा ग्रंथ (४०० पृष्ठी) सुमारे चार वर्षांपूर्वी कॉंटिनेंटल प्रकाशनाने प्रकाशित केला असून कै. यशवंतराव चव्हाणांचे वैचारिक व राजकीय योगदान थोडक्यात उलगडून दाखवणारे दीडशेपानी चरित्र प्रकाशनाच्या वाटेवर आहे. सध्या मानवेंद्रनाथ रॉय यांचे जीवन व त्यांचे नवमानवतावादाचे तत्त्वज्ञान यांचा परिचय मराठी वाचकांना घडवणारे सुमारे अडीचशे पानांचे चरित्र लिहिण्यासाठी त्यांचे अध्ययन चालले आहे.

अभिप्राय

रा. ना. चव्हाण व्यक्तिमत्त्वाविषयी, लिखाणाविषयी विविध मान्यवरांनी आजवर प्रसिद्ध झालेल्या पुस्तकांच्या प्रस्तावनेत/ अभिप्रायात व्यक्त केलेले विचार खालीलप्रमाणे आहेत.

१) रा. ना. चव्हाण यांचे 'समतोल लिखाण' महाराष्ट्राच्या सामाजिक इतिहासाच्या अभ्यासाच्या दृष्टीने 'ठेवा' आहे.

मो. नि. ठोके : रा. ना. चव्हाण निवडक वाङ्मय १९८६

२) व्यासंगाच्या दृष्टीने ते महर्षी शिंद्यांच्या परंपरेत मोडतात आणि दृष्टिकोणाच्या बाबतीत त्यांच्या लेखनात वस्तुनिष्ठ, शोधक प्रवृत्ती दिसून येते. आज-उद्याच्या सांस्कृतिक प्रश्नांत, काल-परवाच्या सांस्कृतिक परंपरेचे धागे कसे गुंतलेले आहेत, ते दाखविणे हे त्यांच्या लेखनाचे वैशिष्ट्य आहे असे मला वाटते.

रा. ग. जाधव : (रा. ना. चव्हाण विचारदर्शन १९८७)

३) समतेवर व न्यायावर आधारित असा नवा भारत निर्माण व्हावा म्हणून ज्या चळवळी झाल्या, विचारसंग्राम घडले त्यांची त्यांनी मीमांसा केली. ते महाराष्ट्रातील एक आदर्श तत्त्वचिंतक समाजसुधारक होते.

तर्कतीर्थ लक्ष्मणशास्त्री जोशी :(अक्षर श्रद्धांजली १९९४, पुष्प एक)

४) चिकित्सा, विवेक यांच्याबरोबरच समतोल विचार, हाही रा. ना. चव्हाणांच्या व्यक्तिमत्त्वाचा स्थायिभाव होता.

डॉ. आ. ह. साळुंखे : (जनजागरण १९९५)

५) महर्षी शिंदे यांच्या जनजागृतिकार्याचा उदात्त वारसा कळकळीने पुढे चालविण्याचा वसा जसा रा. ना. चव्हाण यांनी उचलला तसा अन्य कोणी सामर्थ्याने उचलला असे दिसून येत नाही.

डॉ. अशोक कामत :(सेवितो हा रस। वाटितों आणिकां, १९९६)

६) 'रा. नां.' चे मुक्तचिंतन जसे सर्वस्पर्शी आहे तसेच ते व्यासंगयुक्त आहे आणि तरीही अनाग्रहसंपन्न, सुबोध आणि प्रासादिक आहे.

डॉ. अशोक कामत : (सेवितो हा रस। वाटितों आणिकां, १९९७)

७) शंभर-दीडशे वर्षाचा महाराष्ट्राच्या सामाजिक इतिहासाचा शोध रा. ना. सातत्याने घेत राहिले. त्याचबरोबर पुढील समाजपरिवर्तने कशी घडावीत त्याचा साक्षेपी बोध देत राहिले. **सौ. वैशाली चव्हाण : (प्रबोधन १९९९)**

८)	त्यांच्या लेखनातील वृत्तीही समंजस, अनाग्रही सुधारकाची. लेखनात काटेकोर शब्दरचना आणि समतोल वृत्ती. कोठेही अभिनिवेश वा आक्रस्ताळेपणाचा मागमूस नाही. बहुजन समाजाने अज्ञानाची अंधारी वाट सोडून ज्ञानाचा प्रकाशमय मार्ग धरला पाहिजे, तीच खरी मुक्ती, हे त्यांच्या विचाराचे प्रमुख सूत्र.

द. मा. मिरासदार : ('परिवर्तनाची क्षितिजे' २०००)

९)	रा. ना. चव्हाण हे अज्ञात इतिहासावर प्रकाशझोत टाकणारे संशोधकही आहेत. ही त्यांच्या व्यासंगाची एक समृद्ध बाजू आहे. ''सत्संग आणि व्यासंग'' या बलस्थानावर त्यांची अतूट श्रद्धा होती. 'बहुजनहिताय' ही त्यांच्या लेखनामागची एकमेव प्रेरणा होती.

डॉ. एस्. एस्. भोसले : (परिवर्तनाची क्षितिजे २०००)

१०)	म. शिंदे आणि चव्हाण या गुरुशिष्यांमध्ये असलेले साम्यही लक्षणीय आहे. शिंद्यांच्या दूरदृष्टीमुळे सत्तेवर येऊन बसलेले बहुजन समाजाच्या काँग्रेसचे सरकार असतानाही रा. ना. चव्हाणांचे महत्व या समाजाने वा त्यांच्या सरकारने जाणले नाही.

डॉ. सदानंद मोरे :(महर्षी विठ्ठल रामजी शिंदे शोध व बोध २००१)

११)	'रा. नां.' ची लेखनशैली स्वतंत्र असून तौलनिकता आणि समतोल, पण सखोल विषयविवेचन हे तिचे विशेष असून तर्कशुद्ध शोधक दृष्टिकोन ही या शैलीची खास वैशिष्ट्ये होत. चिंतनगर्भतेतून आलेले गेल्या काही शतकांतील प्रबोधक व प्रबोधन चळवळी यांचे ज्ञानभांडार म्हणजे रा. ना. चव्हाण यांचे लेखन होय.

डॉ. शिवाजीराव चव्हाण :(लोकनेते राजर्षी शाहू महाराज २००२)

१२)	समाजातील दबल्या गेलेल्या माणसाबद्दल वाटणारी करुणा ही जीवनातील एक उदात्त प्रेरणा आहे. श्री. रा. ना. चव्हाण यांनी यथाशक्ति हीच प्रेरणा आपल्या जीवनात साकार करण्याचा प्रांजळ प्रयत्न केला.

डॉ. मा. प. मंगुडकर : (रा. ना. चव्हाण यांचे विचारधन २००३)

१३)	रा. ना. जो विचार मांडीत किंवा जो प्रसंग उभा करीत त्याला संशोधनाची बैठक असे किंवा फुले-शिंदे यांच्या तत्वज्ञानाचा पाया असे. विठ्ठल रामजी व त्यांचे वडील यांच्याकडून त्यांनी विचारांचा समतोलपणा घेतला होता. अहंकार त्यांना शिवला नाही याचेही कारण हाच वारसा असावा.

डॉ. राजेन्द्र व्होरा : (महात्मा फुले यांचा शोध व बोध २००४)

१४)	महर्षी विठ्ठल रामजी शिंदे यांच्यापासून प्रेरणा घेऊन रा. ना. चव्हाण यांनी आयुष्यभर महाराष्ट्रातील बहुजन समाजाच्या सर्व परिवर्तनवादी चळवळींना एकत्र ठेवण्यासाठी, त्यांना क्रियाशील बनविण्यासाठी एक विचार-सूत्र दिले. त्यांच्या विचारांची

आजही या सर्व चळवळीतील कार्यकर्त्यांना आवश्यकता आहे.

डॉ. रावसाहेब कसबे :

(डॉ. बाबासाहेब आंबेडकर यांचा शोध व बोध २००५)

१५) त्यांचं वैचारिक कार्य समाजप्रबोधन आणि समाजपरिवर्तनाच्या चळवळीला सामर्थ्य देते आणि हेच रा. ना. चव्हाण यांच्या विचारांचं सामर्थ्य होतं. त्यांची वैचारिक बैठक नैतिकदृष्ट्या अतिशय निर्मळ होती. त्यांची लेखनशैली संयत, संयमी आणि निकोप होती. भारताच्या सामाजिक प्रबोधनाचा शास्त्रीय पाया त्यांच्या विचारांचा गाभा होता. समाजजीवनाची नितळ चिकित्सा आणि मानवता सुंदर करण्याचा विवेक यांचा सुवर्णसंगम त्यांच्या विचार आणि कार्यातून जागोजागी प्रत्ययाला येतो. त्यांचे लेखन, सामाजिक चळवळीच्या अभ्यासकांसाठी एक फार महत्त्वाचा ऐतिहासिक दस्तऐवज आहे असं आम्हाला प्रामाणिकपणे वाटते.

प्रा. बा. ह. कल्याणकर : (सत्यशोधकाची चिंतनिका २००६)

१६) रा. नां. च्या संपूर्ण लिखाणात एक प्रकारचा समतोलपणा, समाजातील विधायक वृत्ती वाढविण्याचा विचार, जातीजातींत, संघटना संघटनांत सौंदार्ह कसे वाढेल हे पहाण्याची दृष्टी आपणास अनेक ठिकाणी जाणवते.

डॉ. जयसिंगराव पवार : (शककर्ते श्रीराजा शिवछत्रपती २००७)

१७) रा. ना. चव्हाण हे एक आदरणीय व अनुकरणीय व्यक्तिमत्त्व होते. म. फुले, शाहू, आंबेडकर यांचा वारसा गर्जून गर्जून सांगणारे खूप आहेत. परंतु तो वारसा जतन करून पुढे नेणारे कमी आहेत आणि ते कमी कमीच होत आहेत. रा. ना. चव्हाण खरे सत्यशोधक होते.

श्री. गोविंद पानसरे : (शककर्ते श्रीराजा शिवछत्रपती २००७)

१८) सामाजिक चळवळी व सुधारक यांच्या विचारांचा तौलनिक अभ्यास करून म. फुले यांच्या विचारांचे वेगळेपण काय आहे हे सांगण्याचा प्रयत्न रा. ना. चव्हाण यांनी केला आहे. अशा तऱ्हेचा प्रयत्न महाराष्ट्रामध्ये बहुधा प्रथमच केला असावा, असे मला प्रांजलपणे वाटते. रा. ना. चव्हाण यांचा मूळ पिंड चिंतनशील, व्यासंगी अशा लेखकाचा आहे. हे पुस्तक एखाद्या संदर्भग्रंथासारखे उपयोगी पडावे इतके ते महत्वाचे आहे. या पुस्तकामुळे मराठी सारस्वत समृद्ध झाले आहे.

डॉ. मा. प. मंगुडकर : (म. फुले यांचे नवदर्शन २००८)

१९)   रा. ना. चव्हाण यांनी गेल्या १५० वर्षातील वेगवेगळ्या घटनांचा घेतलेला परामर्श सामाजिक शास्त्रांच्या अभ्यासकांना उपयुक्त ठरेल. तरुण संशोधकांना त्यांच्या लेखनात अनेक संशोधनाची क्षेत्रे सापडू शकतात.

प्रा. रमेश डुबल

(म. फुले, सत्यशोधक समाज व सामाजिक प्रबोधन २००९)

२०)   रा. ना. चव्हाणांचे लिखाण म्हणजे सामाजिक चळवळीची बखरच मानावी लागेल. त्यांचे समग्र लेखन-सामाजिक चळवळीच्या इतिहासाचा दस्तऐवज आहे.

डॉ. बाबा आढाव

(म. फुले, सत्यशोधक समाज व सामाजिक प्रबोधन २००९)

२१)   पाच तपांहून अधिक काल रा. नां. ची लेखणी आणि वाणी अविरतपणे आणि अथकपणे जात, धर्म पंथ, वंशवाद, भाषा इत्यादी मानवनिर्मित सर्वांगीण विषमतेचे अडथळे पार करून अवघ्या मानवसमाजाचे कल्याण व्हावे, मंगल घडून यावे यांसाठी कार्यरत होती. समतोल, संयम आणि समन्वय ही त्यांच्या लेखणीची अंगभूत अशी काही महत्त्वाची वैशिष्ट्ये होती.

डॉ. रमेश जाधव

(म. फुले, सत्यशोधक समाज व सामाजिक प्रबोधन २००९)

२२)   विशेष म्हणजे महाराष्ट्रातील विविध समाज व नराठा समाज यांचे नाते एकमेकांत गुंतलेले आहे. त्यांचे संबंध एकजीव आहेत. हा मुद्दा या लेखसंग्रहाचे सामाजिक-सांस्कृतिक व राजकीय महत्त्व वाढविणारा अहे. ही या लेखसंग्रहाची खास जमेची बाजू आहे.

डॉ. प्रकाश रा. पवार (महाराष्ट्र आणि मराठे २०१०)

२३)   परंपरा, प्रबोधन व परिवर्तन यांच्यातील अंत:संबंध अत्यंत सूत्ररूपाने मांडणाऱ्या श्री. रा. ना. चव्हाण यांच्या या लेखांच्या संग्रहाचे सर्वजण स्वागत करतील कारण स्वामी केवलानंद व लक्ष्मणशास्त्री यांच्या कार्याचे सम्यक असे विवेचन त्यात करण्यात आले आहे.

डॉ. अशोक चौसाळकर, कोल्हापूर

(तर्कतीर्थ लक्ष्मणशास्त्री जोशी - परंपरा, प्रबोधन व परिवर्तन २०१०)

''सामाजिक विषमता कायम राहिली तर कोणतीही राजकीय रचना वा आर्थिक रचना टिकणार नाही. कधीतरी त्या विषमतेतून असंतोष निर्माण होईल आणि त्या असंतोषाचा स्फोट होऊन ती रचना उडविली जाईल. म्हणून सामाजिक समता आणि सामाजिक न्याय यांची काळजीपूर्वक जोपासना या देशाला करावी लागणार आहे. पुरोगामी सामाजिक विचारांची परंपरा असणाऱ्या महाराष्ट्राला आता ते पुरोगामी विचार राष्ट्रीय जीवनात आणले पाहिजेत. महाराष्ट्राने समाजसुधारणेची आपली परंपरा जागृत ठेवली पाहिजे.''

यशवंतराव चव्हाण

रा.ना चव्हाण

'मान्यवर महोदय,

गेली ५०-५५ वर्षे आपण सत्यशोधक चळवळीचा प्रेरक संदेश महाराष्ट्राच्या कानाकोपऱ्यात पोहचविण्याचे अविरत कार्य केले आहे. आपण महाराष्ट्रीय समाजाचे एक थोर प्रबोधनकार आहात आणि आयुष्यभर आपण समता, स्वातंत्र्य, बंधूता आणि न्याय या मूल्यांचा पुरस्कार केला आहे. हयातभर आपण जीवनाला प्रकाशित करणाऱ्या विचारांची साधना केली. आपले हे कार्य मंडळ ला महाराष्ट्रातील फुले-आंबेडकर कुलाचे कार्य वाटते. समजातील पीडितांच्या मुक्ती युद्धातील आपणही आमचे एक आदरणीय सेनानी आहात.

'सत्यशोधक ज्योतिबा फुले', 'सार्वजनिक सत्यधर्मसार', 'महर्षी शिंदे यांच्या आठवणी' ही बहुमोल पुस्तके आणि आठशेच्या वर वैचारिक लेख लिहून समाजक्रांतीची मशाल धगधगती ठेवण्यात आपण वाटा उचलला.

आपण आयुष्यभर हे समाजकार्य केले, पण त्याचा गवगवा कधी केला नाही. आपले व्यक्तिमत्त्व विनयशील आणि प्रसिद्धीपराङ्मुख आहे. सत्यशोधक चळवळीला सामर्थ्य देणाऱ्या प्रकाशयात्रिकांच्या मालिकेत आपल्याही संयमशील व्यक्तिमत्त्वाचा अंतर्भाव इतिहासकारांना करावा लागेल. आज-उद्याच्या परिवर्तनवादी चळवळींना आपले हे कार्य आणि पद्धती विशेष मार्गदर्शक ठरण्यासारखे आहे.'

यशवंत मनोहर

अध्यक्ष, महाराष्ट्र राज्य साहित्य आणि संस्कृती मंडळ

कोल्हापूर, दिनांक १ सप्टेंबर १९८९.

(महाराष्ट्रातील सत्यशोधक चळवळीचे विचारवंत आणि दलितमित्र कै. रा.ना.चव्हाण यांना महाराष्ट्र राज्य साहित्य आणि संस्कृती मंडळातर्फे १ सप्टेंबर १९८९ रोजी कोल्हापूर येथे गौरववृत्ती व मानपत्र देण्यात आले होते. त्या मानपत्रकातील काही भाग वर उधृत केला आहे.)

www.ingramcontent.com/pod-product-compliance
Lightning Source LLC
Chambersburg PA
CBHW070557180626
46817CB00005B/1880